दुःखात खुश
राहण्याची कला
संवाद गीता

बेस्टसेलर पुस्तक 'विचार नियम'चे रचनाकार सरश्री यांची अन्य श्रेष्ठ पुस्तकं

१. आध्यात्मिक विकास साधण्यासाठी या पुस्तकांचा लाभ घ्यावा

- जीवनाची दोन टोकं - ध्यान आणि धन
- रामायण वनवास रहस्य
- संत ज्ञानेश्वर - समाधी रहस्य आणि जीवन चरित्र
- अंतर्मनाच्या शक्तीपलीकडील आत्मबळ
- ध्यान नियम - आध्यात्मिक उन्नतीचा दिव्यमार्ग
- मृत्यू उपरांत जीवन - मृत्यू मोका की धोका
- तुझी इच्छा तीच माझी इच्छा - भक्ती वरदान
- प्रेम नियम - प्लॅस्टिक प्रेमातून मुक्ती
- धर्मयोग - स्वभाव हाच धर्म

२. स्वविकासासाठी या पुस्तकांचा लाभ घ्यावा

- विचार नियम - आपल्या यशाचे रहस्य
- विकास नियम - आत्मसंतुष्टीचं रहस्य
- परिवारासाठी विचार नियम - हॅपी फॅमिलीचे सात सूत्र
- आळसावर मात - उत्साही जीवनाची सुरुवात
- संपूर्ण सफलतेचं लक्ष्य - अपूर्व यशाची गुरुकिल्ली
- स्वसंवाद एक जादू - आपला रिमोट कंट्रोल कसा प्राप्त करावा
- समग्र लोकव्यवहार - मैत्री आणि नातं निभावण्याची कला
- आत्मविश्वास आणि आत्मबळ - यशाचं शिखर गाठणारे पंख
- अपयशावर मात - क्षमताप्राप्तीचं रहस्य

३. युवकांनी या पुस्तकांचा लाभ घ्यावा

- स्वामी विवेकानंद - भारतातील गुरु-शिष्य परंपरेची मशाल
- आजच्या युवा पिढीसाठी - विचार नियम फॉर युथ
- नींव नाइन्टी फॉर टीन्स् - बेस्ट कसे बनाल
- श्रीरामांकडून काय शिकाल - नवरामायण फॉर टीन्स्

४. या पुस्तकांद्वारे प्रत्येक समस्येचं समाधान प्राप्त करा

- स्वाथ्य प्राप्तीसाठी विचार नियम - मन:शक्तीद्वारे निरामय आरोग्य मिळवा
- स्वीकाराची जादू - त्वरित आनंद कसा प्राप्त करावा
- भय, चिंता आणि क्रोध यांपासून - मुक्ती

५. या आध्यात्मिक कादंबऱ्यांद्वारे जीवनाचं गूढ रहस्य जाणा

- योग्य कर्मांद्वारे यशप्राप्ती - सन ऑफ बुद्धा
- शोध स्वतःचा - In Search of Peace
- पृथ्वी लक्ष्य - मृत्यूचं महासत्य

दुःखात खुश राहण्याची कला

संवाद गीता

बेस्ट सेलर पुस्तकं
'विचार नियम' आणि 'शोध स्वतःचा'चे रचनाकार

सरश्री

दु:खात खुश राहण्याची कला – संवाद गीता

© Tejgyan Global Foundation

All Rights Reserved 2009.

Tejgyan Global Foundation is a charitable organization having its headquarters in Pune, India.

'वॉव पब्लिशिंग्ज् प्रा. लि.'द्वारे प्रकाशित हे पुस्तक अशा अटीवर विकण्यात येत आहे की प्रकाशकाच्या लेखी पूर्वअनुमतीविना ते व्यापाराच्या दृष्टीने अथवा अन्य प्रकारे उसने, भाड्याने अथवा विकत अन्य कोणत्याही प्रकारच्या बांधणीत अथवा अन्य मुखपृष्ठासह देता येणार नाही. तसेच अशाच प्रकारच्या अटी नंतरच्या ग्राहकावर बंधनकारक न करता आणि वर उल्लेखिलेल्या कॉपीराइटपुरत्या मर्यादित न ठेवता या पुस्तकाच्या कोणत्याही स्वरूपाच्या विनिमयास, तसेच कॉपीराइटधारक व वर उल्लेखिलेले प्रकाशक दोघांच्याही लेखी पूर्वअनुमतीविना इलेक्ट्रॉनिक, मेकॅनिकल, फोटोकॉपी, रेकॉर्डिंग इत्यादी प्रकारे या पुस्तकाचा कोणताही अंश पुनःप्रस्तुत करण्यास, जवळ बाळगण्यास अथवा सुधारित स्वरूपात प्रस्तुत करण्यास मनाई आहे.

प्रकाशक : वॉव पब्लिशिंग्ज् प्रा. लि., पुणे
ISBN : 9788184153736
अनुवादक : पुष्पा ठक्कर
प्रथम आवृत्ती : सप्टेंबर २०१५
पुनर्मुद्रण : मे २०१६, जुलै २०१७

(सदर पुस्तकाच्या तेजज्ञान ग्लोबल फाउंडेशनद्वारे ३ आवृत्त्या प्रकाशित झाल्या आहेत.)

'*अपना लक्ष्य*' या मूळ हिंदी पुस्तकाचा मराठी अनुवाद.

प्रस्तुत पुस्तकाचे मूळ शीर्षक 'संवादगीता' असे होते.

Dukhat Khush Rahanyachi Kala - Sanvad Geeta
By **Sirshree** Tejparkhi

समर्पण

हे पुस्तक ब्रह्मांडाच्या त्या तत्त्वाला समर्पित आहे,

(खरंतर त्याला तत्त्व म्हणणंही चुकीचं ठरेल.)

जे आजपर्यंत समजलं नाही किंवा

त्या विषयी चुकीची समजूत झालीय.

त्या तत्त्वाचं नाव आहे,

'जीओडी'

आवश्यक सूचना

बहुतेक वाचकांना गुरू द्रोणाचार्य आणि एकलव्याची कथा माहीत असेलच. जर माहीत नसेल, तर ही कथा संक्षेपाने या पुस्तकाच्या परिशिष्टात दिली आहे. ती वाचल्याने या पुस्तकात दिलेली गोष्ट समजणे अधिक सोपे जाईल.

या कथेतील सर्व पात्रे काल्पनिक आहेत. वास्तवातील घटना आणि व्यक्तींशी त्यांचा काही संबंध जुळत असल्यास त्याचा कथा समजून घेण्यासाठी उपयोग करावा.

या पुस्तकाचा लाभ कसा घ्यावा

१) पुस्तकाचा शेवट आधी वाचू नये. त्याचप्रमाणे शेवटचे प्रकरण बारकाईने वाचून, त्यावर विचार करावा, चिंतन करावे. यामध्ये काही गुप्त पैलूंबाबत मार्गदर्शन केले आहे. हे पैलू नीट समजून घेण्यासाठी हे प्रकरण अगदी सावकाश, शब्दा - शब्दागणिक, वाक्या - वाक्यागणिक मनन, चिंतन करत वाचावं.

२) पुस्तकात, जागोजागी चुटके, छोट्या छोट्या विनोदी गोष्टींची पखरण केली आहे. केवळ हसून तिकडे दुर्लक्ष करू नका. हास्याच्या मागे दडलेली शिकवण ग्रहण करण्याचा प्रयत्न करा.

३) पुस्तकात अनेक ठिकाणी द्वयर्थी, गूढ अर्थाच्या शब्दांचा उपयोग केलेला आहे. त्या शब्दांकडे विशेष लक्ष द्या. आपल्याला ज्याचा शोध घ्यावासा वाटतोय, आपल्याला जे हवंय, ते कदाचित त्या शब्दांमध्येच लपलेले असेल.

४) हे पुस्तक नाही, तर दुःखातही आनंदी राहण्यासाठी तीस दिवसांचं शिबिर आहे. याचा लाभ घेऊन आपण निश्चितपणे कायमस्वरूपी नेहमी आनंदी राहण्याचा दृढ संकल्प करू शकाल.

५) दोन खंडात विभागलेल्या या पुस्तकाद्वारे आपण 'नऊ कारणांमधून (K1 to K9) 'आपले लक्ष्य' तसेच 'आनंदाने आनंदाच्या शोधाचे दहा उपाय' (U1 to U10)' समजून घेऊन आपल्या संकल्पावर अटळ राहू शकता.

६) दुःखात खूश राहण्याचे दहा उपाय या पुस्तकात सांगितले आहेत. प्रत्येक उपाय परिपूर्ण आहे. कुठल्याही एका उपायाच्या बाबतीत जरी सातत्याने प्रयत्न केला, तरी खुशी आपल्याकडे चालत येईल, आपल्याला नेहमी साथ देईल.

७) 'आनंदाने आनंदाचा शोध' हे विधान सार्थ करत आनंद घेऊन हे पुस्तक वाचायला सुरुवात करा.

दुःखात खुश राहण्याची कला

अनुक्रमणिका

१. एकलव्य आणि ऊपरवाल्याची कहाणी	९-२४६
२. प्रस्तावना	९-१६
३. परिशिष्ट - एकलव्याची कथा	२४७-२४९
४. विस्तृत विषय सूची	२५०-२५१
५. तेजज्ञान ग्लोबल फाउंडेशन - पुस्तके	२५२
५. सरश्री - एक परिचय	२५४
६. तेजज्ञान, महाआसमानी शिबिर	२५५-२५८

कथेतील पात्र आणि शब्दावली

एकलव्य	:	एक मध्यम बांध्याचा, उत्साही आणि हसतमुख तरुण. मध्यमवर्गीय कुटुंबातला हा तरुण आपले आई-वडील आणि धाकटी बहीण अंकिता यांच्याबरोबर राहतोय.
मि. द्रोणनाथन	:	एकलव्याचे बॉस
अर्जुन, अश्विन	:	एकलव्याचे सहकारी
एकांत मल्होत्रा	:	ऊपरवाल्याचा सहयात्री, एक लेखक.
फार्म हाऊसचे सदस्य	:	एकांत मल्होत्रा, डेव्हिड, हमीद, अक्षय, दलपत सिंह
एकांबरम मॅडम	:	'हॅपी होम'नावाचा बालकाश्रम चालवणारी महिला.
फादर फ्रान्सिस	:	ऊपरवाल्याचा शिष्य
इकबाल	:	ऊपरवाल्याचा शिष्य
एकता	:	मि. द्रोणनाथनची मुलगी
ऊपरवाला	:	कथेचा नायक, दुःखात आनंदी, खुश राहण्याचा संदेश देणारा आणि...?

■ ■ ■

रिपीट ऑर्डर	:	पुन्हा मागणी करणे
खुशंग संग	:	खुश, आनंदी लोकांच्या सहवासात राहणं
मनबुद्धिआत्मबल	:	मानसिक, बौद्धिक आणि आत्मिक बल
महाग्नेट	:	सकारात्मक चुंबक बनणे
K & U	:	कारण आणि उपाय
KBN, उपाय	:	काही बिघडत नाही.
जीओडी	:	गॉड, ईश्वर आणि...?

■ ■ ■

स्वीकारयुक्त अनुमती मुद्रा

महाअनुवाद मुद्रा

१

आपले लक्ष्य

‘अरे... माझ्या हाताला इतक्या वेदना का होताहेत? आणि इतकं रक्त...! अरे...अरे...मिस्टर द्रोणनाथन, आपण इतके निर्दयी कसे होऊ शकता? आपण माझा अंगठा का कापलात?’

वेदनेने कळवळतच एकलव्य जागा झाला. त्याने आपला उजवा हात चाचपडला. आपला अंगठा सुरक्षित आहे, हे पाहून त्याने सुटकेचा निःश्वास सोडला. त्याच्या मनात आलं, ‘आपल्याला पडलेलं हे भीतिदायक स्वप्न आपल्या जीवनात होणाऱ्या दुःखवेदनेचा आरसा तर नसेल?’ तो मनातल्या मनात म्हणाला, ‘हे दुःख, या वेदना किती काळ माझ्याजवळ राहणार कुणास ठाऊक?’ तो उठून आपल्या खोलीला लागून असलेल्या बाल्कनीत गेला. बाहेरचं मोकळं आकाश पाहून त्याने आपले दोन्ही हात पसरले आणि करुणा भाकली. ‘‘हे परमेश्वरा, तू माझी असहायता किती काळपर्यंत अशी नुसतीच बघत बसणार? नुसताच बघत राहशील, की कधी खालीही येशील?...’’

एवढ्यात त्याने खिडकीतून खाली पाहिलं, तेव्हा त्याला दिसलं, सोसायटीच्या पार्किंगमध्ये सामानाने भरलेला एक टेम्पो येऊन उभा राहिलाय. तो उत्सुकतेने खाली गेला. खाली येताच त्याला दिसलं, की टेम्पोच्या मागे एक रिक्षा उभी आहे. रिक्षातून

जवळ जवळ सहा फूट उंचीचा, आकर्षक व्यक्तिमत्त्वाचा एक माणूस खाली उतरला. त्याने जीन्स आणि पांढऱ्या रंगाचा कुडता घातला होता. या साध्या वेशातही त्याचं व्यक्तिमत्त्व तेजस्वी आणि असामान्य असं प्रतीत होत होतं. एकलव्याला वाटलं, टीव्हीवरील महाभारताच्या सिरियलमधून साक्षात कुण्या दिव्य पुरुषाचं आगमन झालंय, कारण त्याच्या प्रसन्न मुद्रेवर दिव्यत्वाची आभा झळकत होती. त्या अपरिचित माणसाचं दिव्य रूप पाहून एकलव्याच्या मनात खुशीची लहर निर्माण झाली. एकलव्याला त्या वेळी माहीत नव्हतं, की ईश्वराने त्याची प्रार्थना किती लवकर ऐकली. एकलव्याच्या मनात त्या नव्या माणसाची ओळख करून घेण्याची उत्सुकता निर्माण झाली. त्या माणसाच्या जवळ जाऊन एकलव्याने विचारले, ''आपल्याला यापूर्वी कधीच पाहिलं नव्हतं. आपण नव्याने या बिल्डिंगमध्ये राहण्यासाठी आला आहात का?''

आपल्या बिल्डिंगच्या वरच्या मजल्यावरचा एक फ्लॅट रिकामा आहे, हे एकलव्याला माहीत होते.

''होय आणि नाहीही !'' तो अपरिचित माणूस गंभीरपणे म्हणाला.

त्या माणसाचं असं गोंधळात टाकणारं उत्तर ऐकून एकलव्य विचारात पडला. त्याला अशा उत्तराची अपेक्षा नव्हती. होय पण... आणि नाही पण... याचा अर्थ काय? काही वेळ गप्प बसून, काहीशा साशंकतेने तो त्या नव्या व्यक्तीला न्याहाळू लागला. आपल्या प्रश्नाचं खरं-खुरं उत्तर मिळवण्याच्या प्रयत्नात पुढे म्हणाला, ''ते कसं काय?''

''हा फ्लॅट माझ्या मित्राचा आहे. फ्लॅटबाबत कोर्टात केस चालू आहे. कोर्टाचा निर्णय माझ्या मित्राच्या बाजूने लागला, तर मी इथे राहीन...नाही तर मी इथून दुसरीकडे कुठे तरी निघून जाईन !'' त्या माणसाने आपल्या पहिल्या उत्तराचं रहस्य उलगडलं.

एकलव्याने सगळं नीट समजल्यासारखी होकारार्थी मान हलवली. ''अच्छा...असं आहे तर... आपल्याकडे पुष्कळ सामान दिसतंय. आपलं सामान वर नेण्यासाठी मी आपल्याला काही मदत करू का?'' एकलव्याला माहीत नव्हतं, की त्याचं आणखी एक उत्तर त्याला पुन्हा कोड्यात टाकणार आहे.

''जरूर !'' त्या माणसाचं हे दुसरं उत्तर. पण तो एवढंच बोलून थांबला नाही. तो पुढे म्हणाला, ''तुम्ही मला मदत करू शकता, पण...''

''पण काय?''

"जर तुम्ही स्वतःची मदत करू शकत असाल तर..."

"म्हणजे? याचा अर्थ काय?" एकलव्याने चमकून विचारले.

"स्वतःला मदत करणारा माणूसच खुश, आनंदी राहू शकतो आणि आनंदी, खुश असलेल्या लोकांनीच केलेली मदत मी स्वीकारतो..."

त्या अपरिचित माणसाची अट ऐकून एकलव्याला थोडी लाज वाटली. मिस्टर द्रोणनाथनचा चेहरा त्याच्यासमोर साकार झाला. द्रोणनाथन त्याच्या बॉसचं नाव. त्यांचे शब्द एकलव्याला आत्ताही ऐकू येत होते..."आपलं ड्रॉईंग मला पसंत पडलंय. आपण कुशल आहात, पण आपल्या कौशल्याचा उपयोग आम्ही पुढच्या प्रोजेक्टमध्ये करून घेऊ. नाराज होण्याचं कारण नाही."

ऑफिसमधील ही घटना आठवून एकलव्य काही काळ गप्प झाला. मग काहीशा खजील स्वरात म्हणाला, "मी या वेळी दुःखी आहे, पण आपल्याला मदत करण्यात मला आनंदच वाटेल."

"मग तर तू मला मदत करच ! पण त्यापूर्वी माझा एक छोटा विनोद ऐक." त्या नव्या माणसाने गंभीरपणे म्हटलं. आता एकलव्याला धीर आला. एकलव्याला त्याच्या बोलण्यातून असं मुळीच जाणवलं नाही, की तो थट्टा करतोय. तो विचार करू लागला, याचा चेहरा-मोहरा तेजस्वी आणि आनंदी दिसतोय, पण काही विचारलं तर विलक्षणच उत्तर देतोय. मग त्याला वाटलं, जिथं इतका वेळपर्यंत त्याचं विचित्र बोलणं सहन केलं, तिथं आणखी थोडा वेळ...असा विचार करून त्याने त्याचा विनोद ऐकण्याची तयारी दर्शवली.

"काय ऐकतोयस ना?" त्या माणसाने आपलं हसू लपवत विचारलं.

"अं...हो !"

दोघे मित्र आपापसात गप्पा मारत आपल्याच नादात रस्त्यातून चालले होते. पहिल्या मित्राने तक्रार करत दुसऱ्या मित्राला म्हटलं, 'तू हा चष्मा का वापरतोस? तू हा चष्मा लावतोस, तेव्हा तू मला अगदी घुबडासारखा दिसतोस.'

पहिल्या मित्राच्या प्रश्नाचं शांतपणे उत्तर देत दुसरा मित्र म्हणाला, "जेव्हा मी चष्मा वापरत नाही, तेव्हा तू मला घुबडासारखा दिसतोस."

तो विनोद ऐकून विशेषतः विनोद सांगण्याच्या त्याच्या शैलीने, एकलव्य खो

खो हसू लागला. एकलव्याला मनमोकळं हसताना बघून त्या नव्या माणसाने खोडकरपणे म्हटलं, ''आता तू काहीसा मला मदत करण्याच्या लायकीचा झाला आहेस.''

''याचा अर्थ काय?'' एकलव्यानं कुतुहलानं विचारलं.

नव्या माणसाने एकलव्याच्या प्रश्नाचे उत्तर न देता दुसरा विनोद सांगायला सुरुवात केली. एका मित्राने आपल्या दुसऱ्या खेडवळ मित्राला विचारलं, 'गांधीजयंतीबद्दल तुला काय माहिती आहे?' तेव्हा तो खेडवळ मित्र म्हणाला, 'गांधीजी एक महान पुरुष होते, पण जयंती कोण होती, हे नाही माहीत मला !'

एकलव्य कोड्यात पडल्यासारखा हसू लागला. त्याला कळेना, त्याने हसतच तिथे उभे राहावं, की तिथून निघून जावं? तेवढ्यात त्याला त्या माणसाचे शब्द ऐकू आले, ''उभा का राहिलाहेस? चल मला मदत कर!''

एकलव्याने त्या माणसाचं सामान उचललं आणि बिल्डिंगकडे निघाला.

''आता तू मला मदत करू शकतोस, कारण आता तू खुश आहेस.''

''आपण नेहमी असंच करता?'' एकलव्याने सामान्य स्थितीत येत विचारले.

''हो ! मी नेहमी खुश असणाऱ्या लोकांकडूनच मदत घेतो. जर ते खुश नसतील, तर प्रथम त्यांना खुश करतो, कारण खुश, आनंदी असणारा माणूसच कुणालाही योग्य तऱ्हेने मदत करू शकतो. आपल्या दुःखात चूर असणाऱ्या माणसात योग्य तऱ्हेने इतरांना मदत करण्याची कुवत नसते.''

नव्या माणसाचं हे बोलणं एकलव्याच्या बुद्धीपेक्षा त्याच्या हृदयाला स्पर्श करून गेलं. त्याने त्या परिचिताला लिफ्टद्वारे वरच्या फ्लॅटपर्यंत पोचवलं.

सामान घेऊन जाताना लिफ्टमध्येही दोघांचं बोलणं सुरूच होतं.

''माझं नाव एकलव्य. आपलं?''

''माफ करा ! मी माझं नाव आणि काम दुसऱ्याला सांगायला थोडा वेळ लावतो.''

''काही हरकत नाही. मी आपलं सहजच विचारलं, आपल्याला समजून घेण्यासाठी.''

''माझं सोड; पण मला एक सांग; तू 'एकलव्याला' तरी कधी जाणून घेण्याचा प्रयत्न करतोस का कधी?''

"अं...मला कळलं नाही." एकलव्य गडबडला. असा विलक्षण प्रश्न त्याला मुळीच अपेक्षित नव्हता.

"काही नाही...मी अशीच गंमत केली...चल माझ्या मित्राचा फ्लॅट आला." लिफ्टमधून बाहेर पडत तो म्हणाला. त्याने एकलव्याच्या मदतीने आपलं सामान फ्लॅटच्या दरवाजाजवळ ठेवलं आणि कुलूप काढलं. एकलव्याला वाटलं, तो माणूस त्याला आत येण्याचं निमंत्रण देईल. पण त्या अनोळखी माणसानं तसं काहीच केलं नाही.

"एकलव्य, तुला भेटून आनंद झाला!" एकलव्याला आत न बोलावताच त्याच्याशी हस्तांदोलन करून तो अनोळखी माणूस म्हणाला आणि त्याला जाण्याचा हलकासा इशारा केला.

"आपल्याला भेटून मलाही अतिशय आनंद झाला." एकलव्यानेही हात उंचावून त्याचा निरोप घेतला. या अनोळखी माणसाच्या अनपेक्षित व्यवहाराने एकलव्य अचंबित झाला होता. 'याने तर मला हाकलूनच दिलं' एकलव्य मनातल्या मनात बडबडला.

एकलव्याचा फ्लॅट या अनोळखी माणसाच्या फ्लॅटच्या बरोबर खाली होता. आपल्या फ्लॅटकडे परतताना एकलव्याच्या मनात विचार आला, की या माणसाला अशा कोणत्या गोष्टी माहीत आहेत, ज्यामुळे तो इतका आनंदी आणि तेजस्वी दिसतोय? आणि त्याने आपलं नाव का नाही सांगितलं?

दुसऱ्याला मदत करणं, एकलव्याच्या स्वभावातच होतं. त्या अपरिचित माणसाला मदत करून त्याला जो आनंद होत होता, असा आनंद यापूर्वी त्याला कधीच झाला नव्हता. आनंद आणि आश्चर्य यांच्या संमिश्र भावनेने भारावून तो घरी परतला.

दुसऱ्या दिवशी सकाळी नेहमीप्रमाणे एकलव्य मॉर्निंग वॉक घेऊन परतत होता. त्याच्या मनात मात्र ऑफिसमध्ये त्याच्यावर झालेल्या अन्यायासंबंधीचे विचारच घोळत होते. तो विचार करत होता, की 'ही समस्या कशी सोडवता येईल?' एवढ्यात त्याला आपल्या बिल्डिंगमध्ये राहावयास आलेला नवा माणूस दिसला. तोही मॉर्निंग वॉक घेऊन परतत होता. एकमेकांना 'गुड मॉर्निंग' करून दोघेही बरोबरच चालू लागले.

"काय झालंय?" त्या माणसाने बोलण्यास सुरुवात करत म्हटलं. "सकाळी लोक ताज्या हवेत फिरून उत्साही दिसतात. तुझा चेहरा मात्र निस्तेज दिसतोय."

"होय!" मंद हसत एकलव्याने त्याच्या बोलण्याला संमती दर्शवली. "काही त्रासदायक विचार मनात रेंगाळताहेत. त्यामुळं मी वैतागलोय."

त्या माणसाने सहानुभूती दर्शवत एकलव्याच्या खांद्यावर हात ठेवला आणि गंभीर स्वरात म्हटलं, "जर तुझी काही हरकत नसेल, तर तू तुझी समस्या मला सांगू शकतोस."

"आजच्या या स्पर्धेच्या युगात प्रत्येक माणूस तणावाखाली वावरत असतो. कुठल्या ना कुठल्या काळजीने ग्रस्त होऊन दुःखी जीवन जगतो." कुठल्या तरी अदृश्य प्रेरणेने एकलव्य बोलत राहिला." आपल्या दुःखातून बाहेर पडून आनंदी जीवन जगणं माणसाला शक्य आहे का?"

त्या अनोळखी व्यक्तीने लगेच मोजक्या शब्दांतच एकलव्याचे समाधान केले. तो म्हणाला, "आजपर्यंत लोक दुःखद घटना किंवा समस्यांकडे दुःखाच्याच नजरेने पाहत आले आहेत. त्यांच्यापुढे जेव्हा एखादी समस्या निर्माण होते, तेव्हा ते प्रथम दुःखी होतात. नंतर त्याच नजरेने समस्येकडे बघतात. हा व्यवहार सगळ्यांनाच तार्किक आहे, असं वाटतं; परंतु दुःखी माणूस केवळ दुःखच निर्माण करतो. म्हणूनच कुठल्याही दुःखद घटनेकडे दुःखी नजरेने बघणं प्रथम बंद कर आणि खुश हो!"

"कदाचित आपले म्हणणे बरोबर असेलय...पण हे कसं शक्य आहे? दुःखात आनंदी राहायचं?" त्याच्या तर्काला हे काही पटत नव्हतं.

"होय! बरोबर! समस्या निर्माण झाली, की प्रथम खुश व्हा. मग ती सोडवा. बरं हे सांग, दुःखी माणूस समस्या लवकर सोडवू शकेल, की आनंदी माणूस?"

"बुद्धी तर असंच म्हणते, की आनंदी माणूसच समस्येची उकल करू शकेल. "पण..." बोलता बोलता एकलव्य थांबला.

नव्या माणसाला एकलव्याचा संभ्रम लक्षात आला. तो म्हणाला, "हे तुझ्या तर्कात कदाचित बसणार नाही, पण हे सत्य आहे. तुला आपले दुःख आणि समस्या यांच्याकडे प्रथम खुशीच्या नजरेने बघायला हवं. मग त्यातून बाहेर पडणं सहज शक्य होईल."

त्या माणसाचं नावही एकलव्याला माहीत नव्हतं. पण, त्याचं बोलणं मात्र त्याला दिलासा देणारं वाटलं. बोलता बोलता त्याचं घर जवळ आलं. त्या व्यक्तीचा निरोप घेऊन एकलव्याने आपल्या घरात प्रवेश केला. हॉलमध्ये ठेवलेल्या आपल्या वडिलांच्या आरामखुर्चीवर बसून एकलव्य काहीसा सुस्तावला. एवढ्यात त्याची चाहूल लागून त्याची आई स्वयंपाकघरातून बाहेर आली.

''काय रे, काय झालं? आज तुला यायला वेळ लागला !'' आईने कुतुहलाने विचारले.

''हं ! जरा गप्पा मारत मारत उशीर झाला. तशीही आज महात्मा गांधीजयंतीची सुट्टी आहे. ऑफिसमध्ये काही जायचं नाही, म्हणून थोडा आरामात आलो.''

''कुणाशी गप्पा मारल्यास? रस्त्यात कुणी ओळखीचं भेटलं वाटतं?''

आपल्या आईचं कुतूहल शमवण्यासाठी एकलव्य म्हणाला, ''नाही. आपल्याच बिल्डिंगमधल्या वरच्या फ्लॅटमध्ये नुकतेच एक जण राहायला आलेत. सकाळी फिरताना त्यांच्याशी बोलणं झालं...त्यांच्याशी बोलता बोलता उशीर झाला.''

''नवीन गृहस्थ? आपल्या बिल्डिंगमध्ये? कोण आहेत ते? त्यांचं नाव काय?''

''त्यांचं नाव आहे, 'उपरवाला' '' एकलव्य सहजच म्हणाला.

''उपरवाला'' म्हणता म्हणता एकलव्याला स्वतःचंच खूप आश्चर्य वाटलं. 'हे नाव माझ्या आतून कसं स्फुरलं?' त्याला असं वाटू लागलं, की त्या 'उपरवाल्या'ने तर या उपरवाल्याला माझ्यासाठी पाठवलं नसेल?

एकलव्याला असंही वाटलं, की हा वरचासुद्धा 'त्या' वरच्यापेक्षा काही कमी रहस्यमय नाही. हा ना नाव सांगतो, ना काम. पण बोलतो खूप चांगलं, सूज्ञपणाचं. सारखं ऐकत राहावंसं वाटतं !

आपल्याच विचारात बुडून गेलेल्या एकलव्याला पुन्हा आईचा आवाज ऐकू आला. ''उपरवाला... हे काय नाव झालं?''

''का? काय वाईट आहे यात? चांगलं नाव आहे की !''

''मी काही यापूर्वी हे असलं नाव कधी ऐकलं नाही. तू थट्टा करतोयंस.''

''मलादेखील त्याचं नांव माहीत नाही. तू विचारल्यावर मला हेच नाव सुचलं.'' एकलव्य म्हणाला.

"काय करतात ते? त्यांच्यासोबत आणखी कोण कोण आहेत?" आईचे प्रश्न सुरूच होते.

"त्यांच्याबरोबर कुणीच नाही. ते एकटेच राहतात." असं म्हणून एकलव्य आपल्याच बोलण्यावर हसला. दुसरीकडे त्या नव्या गृहस्थाबद्दल आईने प्रश्नांची सरबत्ती सुरूच ठेवली. ती अगदी श्वाससुद्धा न घेता एकलव्याला विचारत होती. "हा 'उपरवाला' कोण आहे? कुठून आलाय? काय करतो? तो एकटाच आहे का? त्याचा परिवार कुठे आहे? तो इथे काय करायला आला आहे? त्याचा काही बिझनेस आहे का?...की त्याची बदली या शहरात झालीय? तो इथे किती दिवस राहणार?" वगैरे...

आईच्या सगळ्याच प्रश्नांची उत्तरे एकलव्य देऊ शकला नाही, कारण त्याला स्वतःलाच त्या गृहस्थाबद्दल कुठं काय माहीत होतं? त्याच्यासमोर फक्त एकच शब्द होता, 'उपरवाला.'

पुढे काय झालं? 'उपरवाल्या'च्या मैत्रीने एकलव्याला धोका दिला, की दुःखमुक्तीची साधना दिली? समजून घेण्यासाठी वाचन सुरू ठेवा. 'उपरवाल्या'शी झालेल्या संवादाद्वारे एकलव्याला जे ज्ञान प्राप्त झालं, ते आपल्याला लगेचच ग्रहण करता यावं, यासाठी ही कथा पुढे संवादरूपानेच प्रस्तुत केलीय.

या कथेत पुढे जिथे जिथे 'उपरवाला' शब्द लिहिला गेलाय, तिथे तिथे आपल्याला अमृतबिंदू, ज्ञानाचे मोती, अदृश्य रहस्याचे अंश, हास्याची कारंजी मिळतील. यासाठी कथेत दाखवलेल्या पात्रांच्या रंगरूपात गुंतून पडू नका. घर, बिल्डिंग, ऑफिस, बाजाराच्या वर्णनात कथेचा शोध घेऊ नका. कहाणीत गुंफलेला मूळ संदेश हेच 'आपलं लक्ष्य' बनवा.

...सरश्री

२
एक विलक्षण व्यक्तिमत्त्व

एकलव्य मध्यम बांध्याचा, हसतमुख आणि उत्साही तरुण होता. तो बुद्धिमान होताच, पण त्याचबरोबर इतरांशी मैत्रीचे, स्नेहाचे संबंध असायला हवेत, असं त्याला नेहमी वाटत असे. १९९२ मध्ये मुंबईच्या 'जे. जे. स्कूल ऑफ आर्ट्स'मधून त्याने आर्किटेक्टची पदवी संपादन केली होती. सात वर्षांपासून तो 'पॅरेडाइज कन्स्ट्रक्शन कंपनी'त चीफ आर्किटेक्टच्या पदावर काम करत होता. तो मध्यमवर्गीय कुटुंबातील असल्यामुळे इथपर्यंत पोहोचता पोहोचता जीवनात त्याला खूप संघर्ष करावा लागला होता. आपल्या योग्यतेच्या बळावर त्याने त्या कंपनीत विशेष स्थान निर्माण केले होते. आपले वरिष्ठ मिस्टर द्रोणनाथनना खुश ठेवण्यासाठी तो नेहमीच धडपड करीत असे.

एकलव्य एका छोट्या सोसायटीत राहात असे. त्याच्या घराचा जिना अरुंद आणि त्याचबरोबर तिथे अंधारही होता. एका बेडरूमच्या फ्लॅटमध्ये तो आपले आई-वडील आणि धाकटी बहीण यांच्यासोबत राहात होता. त्याच्या घराजवळ एक बाग होती, तिथे तो नेहमी मॉर्निंग वॉकसाठी जात असे. घराची बाल्कनी, ही त्याच्या दृष्टीने अशी जागा होती, जिथे तो रिलॅक्स होऊन बसत असे. तिथून दिसणारं वरचं मोकळं आकाश आणि खालची हिरवळ बघून त्याला निसर्गाच्या सान्निध्याची जाणीव होत असे. तिथे बसून घर आणि ऑफिसमधल्या वेगवेगळ्या समस्या आणि जीवनातील विविध पैलूंवर विचार करायला त्याला आवडत असे.

रोजच्या सवयीनुसार सकाळी सकाळी एकलव्य फिरायला बाहेर पडला. कालच्या प्रमाणेच आजही रस्त्यात त्याची भेट उपरवाल्याशी झाली. त्याला पाहून एकलव्य खुश झाला. दोघांनी हसून एकमेकांना अभिवादन केलं.

उपरवाला – ''कसा आहेस एकलव्य?''

"ठीक आहे !" आपली संभ्रमित अवस्था लपवत एकलव्य कसं तरी म्हणाला.

एकलव्याचं 'ठीक आहे' हे म्हणणंच अशा तऱ्हेचं होतं, की त्याच्या बाबतीत काही ठीक चाललेलं नाही, हे लक्षात येत होतं. त्याच्या दबक्या आवाजावरून उपरवाल्याला त्याच्या दुःखाची जाणीव झाली. त्याचं दुःख काहीसं कमी करण्यासाठी उपरवाला म्हणाला, "काय झालं? तुझं बोलणं आणि तुझ्या चेहऱ्यावरचे भाव यात काही ताळमेळ वाटत नाहीये. तुझे शब्द काही वेगळंच बोलताहेत आणि तुझ्या चेहऱ्यावरचे भाव काही वेगळंच दर्शवताहेत. जर तुला संकोच होत नसेल, तर तू मला तुझ्या मनातली गोष्ट सांगू शकतोस. त्यामुळे तुझं मनही थोडं हलकं होईल."

उपरवाल्याची आत्मीयता बघून एकलव्यालाही राहावलं नाही. आपला मनातील संकोच सोडून त्याने त्याला सांगायला सुरुवात केली.

"काल ऑफिसमध्ये आमच्या प्रमोशनची यादी लागली होती. माझं नाव यादीत असणार, याबद्दल माझी खात्री होती. पण प्रमोशनच्या यादीत माझं नाव नव्हतं. या गोष्टीचं मला खूप वाईट वाटलं. मिस्टर द्रोणनाथनचा खूप रागही आला. आजपर्यंत मी प्रामाणिकपणे आणि मन लावून काम केलं, त्याचं हेच फळ त्यांनी मला दिलं का?"

"माझ्या बाबतीतच असं का झालं? या विचाराने कालपासून मी उद्विग्न आहे. मला हेच कळत नाही, की अशा तऱ्हेने किती काळ मी असं त्रस्त जीवन जगत राहायचं?"

"जे काही होतंय, ते तुझ्या प्रार्थनेचं फळ आहे."

उपरवाल्याचं हे बोलणं ऐकून एकलव्याला धक्काच बसला. हा असा कसा बोलतोय, म्हणून थोडा रागही आला. त्याची अपेक्षा होती, की उपरवाला त्याच्या पाठीवर हात ठेवून त्याचं सांत्वन करेल. त्याच्या या समस्येवर काही उपाय सुचवेल. पण उपरवाल्याच्या या बोलण्याने त्याला धक्काच बसला. तो ताडकन म्हणाला

एकलव्य – हे काय बोलता आहात आपण?...मी तर ईश्वराकडे माझ्या उन्नतीसाठी प्रार्थना केली होती. पण माझी तर निराशाच झाली. मेहनत आणि मनःपूर्वक काम करण्याचं हेच का फळ ईश्वराने मला दिलं? याचा अर्थ असा आहे का, की मी ईश्वराजवळ चुकीची प्रार्थना केली?

उपरवाला – नाही. तू अगदी बरोबर प्रार्थना केलीस, पण तुझी प्रार्थना ईश्वर आपल्या पद्धतीने पुरी करेल. तू आपल्या उन्नतीची प्रार्थना केलीस, पण याचा अर्थ

असा नाही, की ती तुझ्या प्रमोशनच्याच मार्गे पूर्ण होईल. तुझं प्रमोशन न होणं, हीसुद्धा तुझ्या उन्नतीची पायरी असू शकेल.

उपरवाल्याचं असं वेगळं उत्तर ऐकून एकलव्याने कान टवकारले. तो सावध झाला. त्याला वाटलं, 'हे जे काही म्हणताहेत, त्यावर मी कधीच विचार केला नसता. त्यांनी माझ्या प्रमोशनच्या घटनेकडे बघण्याची एक वेगळीच दृष्टी दिलीय. एकलव्याच्या मनात एवढा वेळपर्यंत साचून राहिलेली चीड आता काहीशी कमी झाली. आपले बॉस मिस्टर द्रोणनाथन यांच्यावरचा रागही थोडासा कमी झाला आणि उपरवाल्याशी बोलणं पुढे चालू ठेवण्याच्या मनःस्थितीत तो आला.

एकलव्य - माफ करा. मी माझ्याच प्रश्नाने उद्विग्न झालो होतो. त्यामुळे काही ऐकून घेण्याच्या मनःस्थितीत नव्हतो. आत्ताच आपण म्हणालात, की जे काही घडतंय, ते तुझ्याच प्रार्थनेचं फळ आहे. याबाबत आपण सविस्तरपणे काही सांगू शकाल? प्रथम मला ही गोष्ट ऐकून काहीसं विचित्र वाटलं खरं, पण आता वाटतंय, यात निश्चितपणे असे काही पैलू सामावलेले आहेत, की जे समजून घेणं आवश्यक आहे.

उपरवाला - अगदी बरोबर बोललास तू ! एका कथेच्या आधारे मी ही गोष्ट विस्तारपूर्वक सांगतो ती ऐक. एक माणूस रोज देवाची प्रार्थना करायचा, 'देवा मला लॉटरी लागू दे. त्यामुळे माझ्या आर्थिक विवंचना दूर होतील आणि पैशाच्या कमतरतेमुळे निर्माण झालेलं दुःख संपेल.'

दररोज ईश्वराला प्रार्थना करूनही काहीच घडलं नाही, तेव्हा एक दिवस हताश होऊन तो म्हणाला, ''देवा तू माझी प्रार्थना ऐकत का नाहीस?'' त्याच वेळी आकाशवाणी झाली, की 'प्रथम लॉटरीचं तिकीट तरी घे !' रोज प्रार्थना करूनही त्याच्या लक्षातच आलं नव्हतं, की आपण अजून लॉटरीचं तिकीटच घेतलं नाही.

आकाशवाणी झाली, तसा तो दुकानाकडे धावतच गेला आणि लगेचच लॉटरीचं तिकीट विकत घेतलं. लॉटरीच्या निकालाचा दिवस आला आणि गेला, पण त्याला काही लॉटरी लागली नाही. तो पुन्हा निराश झाला. त्याने ईश्वराला विचारलं, आता का नाही मला लॉटरी लागली? त्याने प्रश्न विचारताच त्याला आवाज ऐकू आला, ''घरातून बाहेर तरी पड.'' घराबाहेर पडताच त्याला रस्त्यात एक टिफीन दिसला. त्याने टिफीन उघडून बघितलं, तर त्याला त्यात एक दिवा, कापसाची वात, तेल, काड्याची पेटी मिळाली. त्यात एक लॉटरीचं तिकीटही होतं. या सगळ्या गोष्टी पाहून तो खुश झाला.

त्याला वाटलं, 'आता ईश्वराने स्वतःच लॉटरीचं तिकीट पाठवलंय, तर मला लॉटरी नक्कीच लागणार,' पण नेहमीसारखीच लॉटरी उघडण्याची तारीख आली आणि गेली. त्याला लॉटरी काही लागली नाही. त्याला खूप वाईट वाटलं. कष्टी होऊन पुन्हा त्याने ईश्वराची करुणा भाकली. 'माझी लॉटरी का लागली नाही?' तो म्हणाला. पुन्हा आकाशवाणी झाली , 'आधी दिवा तरी लाव.' आकाशवाणी ऐकून दिवा लावण्यासाठी त्याने दिव्यात तेल घातलं. कापसाची वात केली आणि ती पेटवण्यासाठी काड्याची पेटी उघडली, तर त्यात एक हिरा होता. हिरा मिळाल्याने तो अतिशय खुश झाला. त्याला वाटत होतं, की लॉटरी लागल्यानेच त्याची समस्या सुटू शकेल. पण ईश्वराने त्याची प्रार्थना अगदी वेगळ्या रीतीने पूर्ण केली होती.

ही गोष्ट ऐकून तुझ्या लक्षात आलं असेल, की ईश्वर तुझी उन्नती कुठल्या तरी दुसऱ्या मार्गाने पूर्ण करू इच्छितोय. तेव्हा सर्वांत आधी या गोष्टीबद्दल दुःख करणं बंद कर. कदाचित काही दिवसांनी तुझ्याच कंपनीत तुला विशेष पद बहाल केलं जाईल किंवा कुठल्या तरी दुसऱ्या कंपनीत, उच्चपदावर तुझी नियुक्ती केली जाईल किंवा कदाचित तू स्वतःच एखादा नवीन व्यवसाय सुरू करशील. उन्नतीसाठी एक नाही, अनेक मार्ग आहेत.

एकलव्य – माझा स्वतःचा व्यवसाय? उन्नतीचे अनेक मार्ग...आपल्या विचारांबद्दल काय बोलावं?

उपरवाला – माझं बोलणं अजून पूर्ण कुठे झालंय? पुढे ऐक. माणसाकडून नेहमी ही चूक होते, तो ईश्वराला प्रार्थना करतो आणि त्यालाच आपल्या प्रार्थनापूर्तीचा मार्गही सांगून टाकतो...' या...या... पद्धतीने माझी अमुक तमुक समस्या सोडव.' ही कथा या गोष्टीकडे संकेत करते, की तुम्ही ईश्वराकडे फक्त दुःखमुक्त होण्यासाठी प्रार्थना करा...दुःखमुक्तीचा रस्ता दाखवू नका. ईश्वराला वाटेल त्या पद्धतीने तो तुमचे दुःख दूर करेल, कारण ईश्वराचा मार्गच सर्वोत्तम आहे. परिपूर्ण आहे.

एकलव्य – आपल्या बोलण्यामुळे माझी 'प्रमोशन'च्या बाबतीतील चिंता एकदम दूर झाली. आजपर्यंत मी समजत होतो, की प्रमोशन हेच माझ्या उन्नतीचं द्योतक आहे. पण, आज आपल्याबरोबर बोलून मला एक वेगळीच दृष्टी मिळाली. घटनेकडे बघण्याचा एक नवाच पैलू दृष्टोत्पत्तीस आला. मी फक्त ईश्वराकडे प्रार्थना करायची आहे. ती कशा तऱ्हेने पूर्ण होईल, याबद्दल मी विचार करायचा नाही. ही गोष्ट लक्षात आली.

उपरवाला – या कथेत आणखी एक संदेश लपला आहे. जेव्हा माणूस आपल्या

जीवनात ज्ञानरूपी खुशीचा दिवा लावतो, तेव्हा त्याला केवळ हिराच नाही, तर परीसही प्राप्त होतो. परीसरूपी ज्ञान मिळवून पुढे येणाऱ्या दुःखापासूनही तो मुक्त होऊ शकतो.

कोणत्याही परिस्थितीत आपण खुश राहायला हवं, हे नेहमी लक्षात ठेव, कारण खुशी आपला मूळ स्वभाव आहे. मूळ स्रोत आहे. पाण्याचा स्वभाव जसा ओलं राहण्याचा असतो, त्याचप्रमाणे, स्व, सत्य, ईश्वर, अनुभव, जे सर्वांमध्ये अंतर्भूत आहे, त्याचा स्वभाव आहे प्रेम, खुशी आणि आनंदात राहणे. आपण ही वस्तुस्थिती विसरून जातो. काही तरी चुकीच्या गोष्टी गृहीत धरतो; त्यातच हरवून जातो आणि मग दुःखी होऊन बसतो; पण खरं म्हणजे हे असं दुःखी होऊन बसणं अगदी खोटं आहे. ते स्वविस्मरण आहे.

एकलव्य - आपलं म्हणणं ऐकायला छान वाटतं, पण यातील शब्दांबाबत मी अनभिज्ञ आहे. आपलं बोलणं अगदी सरळ आहे, पण...दुःखात खुश राहायचं कठीण आहे.

उपरवाला - माणूस दुःखात खुश राहू शकत नाही, कारण त्याचं मन प्रत्येक गोष्ट आपल्या तराजूतून पारखून घेऊ इच्छितं. मन विचार करते, प्रथम मी हे पाहीन...प्रथम मी हे जाणून घेईन...प्रथम मी हे मिळवीन...प्रथम माझ्या समस्येचं निवारण व्हावं. जे सांगितलं जातंय, ते खरोखरंच सत्य आहे म्हणून मी ही गोष्ट नक्की करेन. मग मी नव्या पद्धतीने जगेन. मनाच्या या सवयीमुळेच माणूस खुश होण्यासाठी वाट बघत बसतो. जे लोक वाट न बघता लगेचच खुश होतात, त्यांना परिणाम दिसू लागतो. त्यांना सकारात्मक पुरावे मिळतात आणि खुश राहणं, त्यांच्या जीवनाचं अंग बनतं.

उपरवाल्याचं बोलणं ऐकून एकलव्य खूपच प्रभावित झाला. उपरवाल्याने सांगितलेल्यापैकी काही गोष्टी एकलव्याच्या समजण्यापलीकडच्या होत्या, तरी त्या गोष्टी त्याला खूप चांगल्या वाटल्या. आजपर्यंत तो जसा जगत आला, त्याचे परिणाम तर तो बघतच होता. आता त्याचा दृढ निश्चय होऊ लागला, की जीवनात काही नवीन बघायचं असेल, तर नव्या पद्धतीने विचार केला पाहिजे. एकलव्याने विनवणीच्या स्वरात उपरवाल्याला विचारलं...

एकलव्य - अशा तऱ्हेने रोज आपल्याला भेटता येईल का? आपण सांगितलेल्या गोष्टी ऐकून आज मला एक वेगळीच मनःशांती लाभल्यासारखं वाटतंय. माझी इच्छा आहे, की त्याप्रमाणे वागून आपल्या जीवनातील दुःख दूर करावी आणि इतरांसाठीही दुःखमुक्तीचं कारण बनावं.

उपरवाला - का नाही? सोमवार आणि शुक्रवार सोडून आठवड्यातील इतर दिवशी या वेळी जरूर भेटू शकू.

एकलव्य - या दोन वारी आपण कुठे बाहेर जाणार आहात का?

उपरवाला - नाही. बाहेरच्यांना आत बोलवायला जातो.

उपरवाल्याचं बोलणं एकलव्याच्या नीटसं ध्यानात आलं नाही. त्याने उपरवाल्याच्या बोलण्याकडे दुर्लक्ष करत म्हटलं,

एकलव्य - ठीक आहे. पण आपण बाकीचे पाच दिवस तरी याल ना?

उपरवाला - हो ! अवश्य ! पण आणखीही एक गोष्ट ऐकून ठेव. दर महिन्याच्या एक तारखेला आणि पंधरा तारखेला मी येऊ शकणार नाही.

वरील गोष्टीबद्दल फारसा विचार न करता उपरवाल्याने आठवड्यातील पाच दिवस येण्याचं आश्वासन दिल्यामुळे एकलव्याच्या आनंदाला पारावार राहिला नाही. त्याने उपरवाल्याला धन्यवाद दिले आणि म्हटलं,

एकलव्य - मी तुमचं नाव काय ठेवलंय माहीत आहे?

उपरवाला - काहीही ठेवलेलं असलंस, तरी द्रोणनाथन ठेवलेलं नसणार, याबद्दल माझी खात्री आहे.

एकलव्य - (हसत हसत) - मी आपलं नाव उपरवाला ठेवलंय.

उपरवाला - तुला योग्य वाटेल ते ठेव. मला तर वाटतं, तू एकपरवाला, दोपरवाला किंवा बाटलीवाला ठेवलंस तरी माझी काही हरकत नाही.

एकलव्य - खरंच ! आपल्याबद्दल काही बोलायलाच नको. आपलं तर नावही माहीत नाही. मग आपल्याला हाक कशी मारायची? पण ठीक आहे ! आपल्या बोलण्याबद्दल काय बोलावं, हे जरी मला कळत नसलं, तरी आपण जे काही सांगता त्याची मला गरज आहे. दररोज आपल्याशी बोलण्याची संधी मी जरूर साधीन !

एवढं बोलून उपरवाल्याला रोज भेटण्याच्या खुशीत एकलव्य आपल्या घरी परतला.

घरी जाऊन तो ऑफिसमध्ये जाण्याच्या तयारीला लागला. एकलव्याची आई डबे भरण्याच्या तयारीला लागली होती. वडील आरामात चहा पीत वर्तमानपत्र वाचत होते. त्याची बहीण अंकिता हिचा तयार होण्यात इतका वेळ गेला, की गडबडीत ती

आपला डबा विसरून कॉलेजमध्ये निघून गेली. त्यामुळे आई नाराज झाली. आज केलेली भाजी एकलव्याच्या आवडीची नव्हती. ती पाहून तो आईवर चिडला. आई मनातल्या मनात म्हणाली, 'मी घरातल्या सगळ्यांसाठी इतकी धडपडते, तरीही कुणीच खुश होत नाही.' तेवढ्यात तिला आठवलं, तिची औषधं संपली आहेत. तिने एकलव्याला विचारलं, 'माझी औषधं संपलीत. तू आणून देशील का?'

सकाळच्या घाईच्या वेळात आईने आणखी एक काम सांगितल्याने एकलव्य वैतागलाच. तो चिडून आईला म्हणाला,

एकलव्य – तुला काही काम सांगायचं असलं, तर संध्याकाळी नाही सांगता येत? मी संध्याकाळी औषधे आणीन. मला चिठ्ठी दे.

ऑफिसमध्ये जाण्यापूर्वी त्याने विचार केला, की वर्तमानपत्रातल्या महत्त्वाच्या बातम्यांवरून नजर टाकावी, पण बाबा वर्तमानपत्र हातातून सोडण्याचं नाव घेत नव्हते.

एकलव्याच्या घरात दररोज सकाळी याच प्रकारचं दृश्य दिसायचं. शेवटी तो कसाबसा घराच्या बाहेर पडला आणि त्याने ऑफिसकडे जाणारी बस पकडली. बसमध्ये बसल्यानंतर त्याने हुश्श केलं. मग आरामात बसून, सकाळी उपरवाल्याशी झालेलं बोलणं आठवू लागला. त्याने विचार केला, 'उपरवाल्याने म्हटलंय, कोणत्याही घटनेच्या वेळी खुश राहा. पण रोजच्या या कटकटीत कुणी कसा आनंदित राहू शकेल?'

अशा तऱ्हेने दिवसभर एकलव्याच्या मनावर नकारात्मक भावनाचाच पगडा होता. त्याची इच्छा असूनही तो या घटनांमध्ये खुश राहू शकला नाही. त्याला सारखी उपरवाल्याची आठवण येत होती. पण तो त्यांची शिकवण प्रत्यक्षात आचरणात आणू शकला नाही.

रात्री झोपताना त्याने विचार केला, की बरं झालं मी रोज उपरवाल्याला भेटण्याचा आग्रह धरला. रोजच अशा काही ना काही गोष्टी घडत असतात. त्यामुळे माझं मन दुःखी होतं. उद्याच मी आज घडलेल्या घटनांबद्दल उपरवाल्याशी बोलेन.

३
मस्तकाची केबिन
KBN - शक्तिशाली मंत्र

आधी ठरविल्याप्रमाणे एकलव्य व उपरवाला सकाळी फिरावयास बाहेर पडले. पहिल्या दिवशी एकलव्याने पाहिलेला उपरवाल्याच्या चेहऱ्यावरचा उत्साह, प्रसन्नता, तेज व ताजेपणा आजही तसाच दिसत होता. त्याला थोडं आश्चर्य वाटलं, की हा नेहमीच असा प्रफुल्लित कसा राहू शकतो? तेवढ्यात उपरवाल्याने एकलव्याला विचारलं, ''कसा गेला तुझा कालचा दिवस?''

एकलव्याने दुःखी स्वरात कालचा सारा वृत्तांत ऐकवला आणि म्हणाला, 'आता आपणच सांगा, अशा परिस्थितीत कुणी कसा खुश राहू शकेल?'

उपरवाला - तुझी इच्छा असेल, तर या सगळ्या परिस्थितीतदेखील तू खुश राहू शकतोस, कारण तू स्वतःच 'खुशी' आहेस.

उपरवाल्याचं हे बोलणं ऐकून एकलव्य चकित झाला.

एकलव्य - काय, मी स्वतःच 'खुशी' आहे? ते कसं काय?

उपरवाला - या वेळी तू 'खुशी'चा खरा अर्थ समजू शकणार नाहीस. परंतु, आपल्या रोजच्या गप्पा आणि चर्चेच्या दरम्यान 'खऱ्या खुशीचा' अर्थ तुला स्पष्ट होत जाईल. आज मी तुला एक मंत्र देणार आहे. त्यामुळे दैनंदिन जीवनातल्या छोट्या छोट्या गोष्टींमुळे तू दुःखी होणार नाहीस.

एकलव्य - अवश्य ! मला त्याची खूप गरज आहे.

उपरवाला - त्या मंत्राचं नाव आहे के. बि. न. (KBN) म्हणजे 'काही बिघडत नाही.'

एकलव्य - (आश्चर्याने) हा काय मंत्र आहे?

उपरवाला – ऐकताना ही साधी तीन अक्षरेच वाटतात. पण, त्यांचा अर्थ लक्षात घेऊन जाणीवपूर्वक त्यांचा उपयोग केला, तर ही साधीच तीन अक्षरं अतिशय शक्तिशाली मंत्र म्हणून सिद्ध होऊ शकतात. लक्षात येण्यासाठी तू या मंत्राला 'केबिन' म्हणू शकतोस. या मंत्रामुळे तू कोणत्याही नकारात्मक परिस्थितीचा स्वीकार करू शकशील आणि त्या परिस्थितीत दुःखीही होणार नाहीस. कुठल्याही दुःखद घटनेचा जर तू स्वीकार केलास, तर त्याचा अर्थ असा होईल, की ती घटना तू 'केबिन'मध्ये ठेवलीस. त्या परिस्थितीत तू 'काही बिघडत नाही'चा मंत्र उपयोगात आणलास.

एकलव्य – मी माझ्या जीवनात या मंत्राचा उपयोग कसा करू? काही उदाहरणं देऊन समजावू शकाल?

उपरवाला – समजा, कुणी तुला पाहून तोंड वेडंवाकडं करून निघून गेला, तर तुला थोडं दुःख होईल, पण अशा परिस्थितीत तू 'काही बिघडत नाही,' असं म्हणालास, तर तुला दुःख होणार नाही. तू समोरच्या माणसाच्या या वर्तनाचा स्वीकार करू शकशील. जर तुला कुणा व्यक्तीचा प्रतिसाद आवडला नाही, तर तू विचार करू लागशील, की 'त्याने असा चुकीचा प्रतिसाद का दिला? माझ्याशी तो असा का वागला ... केव्हा तरी त्याच्याकडे बघून घेईन' तर अशा स्थितीत 'काही बिघडत नाही' म्हणताना, एक नवा दृष्टिकोन, एक स्वीकृत वातावरण सुरू होईल आणि मनातली कोडी सुटू लागतील.

हे उदाहरण ऐकताना एकलव्याला आठवलं, की ऑफिसमधला त्याचा एक सहकारी अश्विन त्याच्याशी कधीच नीट बोलत नसे. त्याचे बॉस मिस्टर द्रोणनाथनची त्याच्यावर विशेष मर्जी होती. अश्विन नेहमीच एकलव्याच्या उणिवा दाखवण्याचा प्रयत्न करत असे.

जे लोक एकलव्याला योग्य प्रतिसाद देत नसत, ते सारे एकलव्याच्या नजरेसमोर तरळू लागले. त्याच्या लक्षात आलं, की इथेही के.बि. न. मंत्राचा उपयोग करायला हवा.

उपरवाला – KBN (केबिन) चा एक अर्थ आहे, ' किनारा ब्रोकन' म्हणजे किनाऱ्याविना. अर्थात, किनारा तोडून टाकला. जेव्हा आपण दुःखाचा स्वीकार न करता त्याला किनारा देतो, तेव्हा दुःखाची नदी खोल होत जाते आणि दुःखाचा

स्वीकार करून 'काही बिघडत नाही' म्हणून , हाच किनारा नष्ट केला, तर दुःख विलीन होत जातं.

असं बघ, कोणत्याही समस्येच्या बाबतीत आपण दुःखाचा स्वीकार केला नाही, तर दुःखाला किनारा दिल्यासारखं होईल. त्याची नदी निर्माण केली, असं होईल. पण जर त्याचा स्वीकार करून ते 'केबिन'मध्ये ठेवून दिलं, तर दुःखाचा किनारा नष्ट होईल आणि किनारा न मिळाल्याने दुःख विलीन होऊन जाईल.

एकलव्य – समस्या केबिनमध्ये ठेवण्याने दुःख फक्त विलीनच होईल, की समस्येची उकलही होईल?

उपरवाला – समस्या केबिनमध्ये ठेवल्यानेच तिची उकल होऊ शकेल.

मोठे मोठे संशोधक, ज्यांनी महान शोध लावले, त्यांनी त्या समस्या आपल्या मस्तकाच्या केबिनमध्येच ठेवलेल्या असत. अचानक एखाद्या दिवशी स्नान करताना बाथटबमध्ये किंवा स्वप्नात त्यांना त्या समस्येवरचा उपाय लक्षात येत असे, तेव्हा त्यांना युरेका इफेक्ट (सापडलं... सापडलं... चा बेभान आनंद) जाणवत असे. तेव्हा, केबिनमध्ये समस्येबाबत काहीच होत नाही, असं समजू नकोस. 'काही बिघडत नाही' असे म्हणताना त्या समस्येवर नव्या पद्धतीने काम सुरू होतं. मेंदू समस्येचं उत्तर शोधण्यासाठी सतत काम करत राहतो. अस्वीकार करण्याने मेंदू आपलं काम करणंच थांबवतो.

एकलव्य – अरे व्वा ! ही तर एक नवीनच गोष्ट कळली. आता हे सांगा, 'काही बिघडत नाही,' असं म्हणून समस्या केबिनमध्ये ठेवून सोडून द्यायला हवी, की ती सोडवण्याचाही प्रयत्न करायला हवा?

उपरवाला –'काही बिघडत नाही' या मंत्रामुळे तू दैनंदिन जीवनात घडणाऱ्या छोट्या – मोठ्या घटनांमुळे दुःखी होणार नाहीस. पण एखादी मोठी घटना घडल्यावर तुला 'काही बिघडत नाही' या मंत्राच्या उपयोगाबरोबरच निर्माण झालेल्या परिस्थितीवर उपाय शोधण्याचा प्रयत्न केला पाहिजे. 'काही बिघडत नाही' म्हणण्याने तू त्या परिस्थितीचा स्वीकार करू शकशील, त्याचप्रमाणे मनाच्या या स्थिर अवस्थेत कुणाचाही नकारात्मक व्यवहार बघून आत उत्पन्न झालेला विरोध विरघळून जाईल आणि समस्येवर उपाय शोधणं सोपं जाईल. यानंतर जर तुला कुणी विचारलं, की 'तुझ्या त्या समस्येचं काय झालं? तर तू त्यांना सांग, 'सध्या ही समस्या मी केबिनमध्ये

ठेवलीय, कारण केबिनमध्ये समस्येचा गुंता होत नाही, तर उकल होते.'

हे ऐकून एकलव्याला जाणीव झाली, की त्याने दुःखाची केवढी तरी नदी निर्माण करून ठेवली होती. 'काही बिघडत नाही' या मंत्राने त्या नदीचा किनारा नाहीसा होऊ शकतो. रोज दिवसभर घडलेल्या घटनांमध्ये जर के.बि.एन. मंत्राचा वापर केला, तर काय शिल्लक उरेल? आनंद, खुशी आणि शांतीच शिल्लक राहील. तरीही मनातली एक शंका त्याला अजूनही सतावत होती. त्या शंकेच्या निवारणासाठी त्याने उपरवाल्याला विचारले,

एकलव्य - समस्येला केबिनमध्ये ठेवणं, म्हणजे त्या समस्येपासून दूर पळण्यासारखं नाही का?

उपरवाला - मुळीच नाही. समस्येला 'केबिन'मध्ये ठेवणं, म्हणजे त्यापासून दूर पळणं नाही, उलट आपण आपल्या मनाला दिलेलं प्रशिक्षणच आहे. हे प्रशिक्षण म्हणजे पृथ्वीवरील आपले लक्ष्य (साध्य) गाठण्यासाठी मिळालेली एक संधी आहे. ती संधी साधून जर आपण दुःखात आनंदी राहण्याची कला आत्मसात केली, तर प्रशिक्षणाचा आपण योग्य लाभ घेतला, असं होईल.

बोलता बोलता दोघेही 'आनंद सोसायटी'च्या जवळ पोहोचले. बोलणं अचानकपणे तोडत उपरवाला म्हणाला,

उपरवाला - तुझ्या या महत्त्वाच्या प्रश्नाबद्दल आपण नंतर बोलू. आज एका अतिशय महत्त्वाच्या कामासाठी मला बाहेर जायचं आहे. त्यामुळे आजचं आपलं बोलणं आपण इथेच थांबवू !

एकलव्य - काही बिघडत नाही. चालेल मला.

असं म्हणता म्हणता एकलव्य आपल्याच बोलण्यावर हसू लागला. उपरवालाही हसत हसत आपल्या फ्लॅटकडे गेला. एकलव्यही आपल्या घराकडे वळला. एकलव्याला दिवसभर उपरवाल्याचं बोलणं आठवत राहिलं आणि तो घडणाऱ्या घटनांमध्ये 'केबिन'चा प्रयोग करत राहिला. दिवसभर कोणत्याही घटनेने तो दुःखी झाला नाही. प्रत्येक गोष्टीचा तो स्वीकार करू शकला. आजचा पूर्ण दिवस एकलव्य अगदी आनंदात होता आणि रात्रीही उपरवाल्याच्या बोलण्याचं मनन करत तो झोपला.

■ ■ ■

दुसऱ्या दिवशीची सकाळ. एकलव्याला थोडी उशिराच जाग आली. त्यामुळे फिरायला बाहेर पडण्याबाबत त्याची जरा घाईगडबडच उडाली. त्याने आपले प्रातर्विधी भरभर आवरले आणि घराबाहेर पाऊल टाकलं. उपरवाल्याने सांगितलेल्या गोष्टी त्याला आठवत होत्या. ड्रॉईंग पास न होणे, प्रमोशनच्या सूचीत नाव न येणे इ. घटनांकडे आधी तो कसा बघत होता? या सगळ्या घटनांच्या बाबतीत आधी त्याला वाटत होतं, जणू त्याचा अंगठा कापलाय. त्याच्या लक्षात आलं, की स्वीकार करण्यामुळे या नकारात्मक भावनेतून तो मुक्त होऊ लागलाय.

विचार करत करत तो खूप पुढे गेला, पण उपरवाला त्याला कुठेच दिसला नाही. परततानाही त्याची नजर उपरवाल्याला शोधत होती. एवढ्यात त्याला आठवलं, की आज शुक्रवार आहे. तो खिन्न मनाने घरी परतला. त्याला उपरवाला सोबत असण्याची सवय झाली होती. त्यामुळे त्याच्या अनुपस्थितीत त्याला एकटेपण जाणवत होतं.

आज एकलव्य रोजच्यापेक्षा जरा लवकरच घरी परतला. तयार होऊन ऑफिसमध्ये जाण्यासाठी तो बाहेर पडला. ऑफिसमध्ये पोहोचल्यावर त्याच्या लक्षात आलं, की त्याचा सहकारी अर्जुन अद्याप ऑफिसमध्ये आलेला नाही. अर्जुन त्याचा चांगला मित्र होता. ते दोघेही परस्परांची सुख-दुःखे वाटून घ्यायचे. एवढ्यात, चेहरा पाडून आत आलेला अर्जुन एकलव्याला दिसला. एकलव्याने विचारलं,

एकलव्य - काय झालं रे? आज उशीर का झाला?

अर्जुन - (चिंतीत स्वरात) काल आई-बाबा मावशीकडे जाण्यासाठी निघाले. रस्त्यात अचानक बसला अपघात झाला. दुर्घटना एवढी जबरदस्त होती, की अनेक प्रवाशांना आपले प्राण गमवावे लागले.

एकलव्य - काका - काकू ठीक आहेत ना?

अर्जुन - होय! माझ्या सुदैवाने आई - बाबा दोघेही वाचले. पण दोघेही गंभीररीत्या जखमी आहेत. त्यांना आत्ता हॉस्पिटलमध्ये भरती केलंय.

एकलव्य - तू मुळीच काळजी करू नकोस. आम्ही सगळे तुझ्याबरोबर आहोत.

अर्जुन - आत्ता तरी मला लगेचच हॉस्पिटलमध्ये जायला हवं! पण आज मला एक अहवाल ताबडतोब तयार करायचाय. बॉसला लगेच हवाय. प्लीज... तू तो पुरा

करून बॉसना देशील का? आणि संध्याकाळी हॉस्पिटलकडे एक चक्कर मार.

एकलव्य त्याला सांत्वना देत म्हणाला, 'हे काय सांगायला हवं? तू निश्चिंत राहा.'

अर्जुन घाईघाईने ऑफिसच्या बाहेर पडला. एकलव्याने अर्जुनच्या सांगण्यानुसार रिपोर्ट बनवून बॉसला दिला. संध्याकाळी ऑफिस सुटल्यावर तो हॉस्पिटलमध्ये जाऊन अर्जुनच्या आई-वडिलांना भेटला. अर्जुनला जी मदत हवी होती ती केली आणि घरी परतला.

रात्री झोपायच्या आधी एकलव्याने दिवसभराच्या घटनांचा आढावा घेतला. त्यावर मनन केलं. अर्जुनच्या आई-वडिलांची परिस्थिती बघून त्याला काळजी वाटली. या स्थितीतच त्याला उपरवाल्याचं बोलणं आठवलं. परिस्थितीचा स्वीकार करून त्याचं चित्त शांत झालं. आता त्याच्या मनात विचार येऊ लागले, कशा तऱ्हेने त्याला अर्जुन आणि त्याच्या आई-वडिलांना मदत करता येईल? दुसऱ्या दिवशी सकाळी उपरवाल्याच्या भेटीच्या उत्सुकतेत तो झोपेच्या आधीन झाला.

४
आनंदी दृष्टी

आज एकलव्य झोपेतून उठला, तो प्रसन्न मनःस्थितीतच. सकाळच्या ताजेपणाने त्याचं मनही टवटवीत झालं. सकाळी सकाळी मॉर्निंग वॉकसाठी बाहेर पडताना त्याला राहावलं नाही आणि तो उपरवाल्याच्या घरी जाऊन पोहोचला. दरवाजावर फ्लॅट नं १३ वाचून एकलव्य क्षणभर थबकला. त्याला वाटलं, १३ नंबर अशुभ मानला जातो, त्यामुळेच तर हा फ्लॅट कोर्ट-कचेरीच्या चक्रव्यूहात अडकला नसेल? काही का असेना, सगळं समोर आहे, याचाही निर्णय होईल, असा विचार करून एकलव्याने दरवाजाची घंटा वाजवली.

घंटा वाजवताच उपरवाल्याने दरवाजा उघडला. काहीशा उतावीळपणानेच एकलव्याने विचारले, "आज फिरायला जायचं नाही?"

उपरवाला (हसत) - फिरायला? अरे, फिरायलाच तर आपण या पृथ्वीवर आलो आहोत.

उपरवाल्याच्या या न कळणाऱ्या गोष्टी ऐकून एकलव्य विचारात पडला. त्याला वाटलं, याचं बोलणं कधी कधी सहजपणे समजत नाही. हा मला काय सुचवू इच्छितोय? असा विचार करत करतच तो म्हणाला,

एकलव्य - पृथ्वीवर फिरायला? ते कसं काय? मला काहीच कळलं नाही.

उपरवाला - पृथ्वीवर माणूस फिरण्यासाठीच तर आला आहे. फिरण्याचा आनंद मिळवण्यासाठी त्याने समज प्राप्त करून घेणं गरजेचं आहे. समजेच्या अभावीच तो आपलं सारं जीवन दुःखात घालवतो.

एकलव्य - मी किती नशीबवान आहे! आपण मला ते ज्ञान देत आहात.

आता मला माझं पुढचं जीवन किती आनंददायी असेल, ते स्पष्टपणे दिसू लागलंय.आपण सांगितल्याप्रमाणे काल दिवसभर मी के. बी. एन. (KBN) मंत्राचा प्रयोग केला. 'काही बिघडत नाही' म्हणताच प्रत्येक घटना मी स्वीकारू शकलो. या विचारानेच मी आनंदात आहे. त्यामुळे नकारात्मक घटनेतही मी विचलित झालो नाही.

उपरवाला – आत्तापर्यंत तू छोट्या छोट्या घटनेबाबत केबिनचा प्रयोग करून बघितला आहेस. एखाद्या मोठ्या घटनेबाबत या मंत्राचा उपयोग करून तू दुःखी झाला नाहीस, तर त्याचा अर्थ असा होईल, की प्रत्येक घटनेत या मंत्राचा उपयोग करण्याचा मूलमंत्र तुला सापडला.

एकलव्य – बरोबर बोललात आपण ! काल दिवसभरात अशी कोणतीही मोठी घटना घडली नाही, की ज्यामध्ये जाणीवपूर्वक या मंत्राचा उपयोग करता येईल. परंतु संध्याकाळी अशी घटना घडली, की ज्यामुळे घरातले सारे लोक दुःखी झाले. त्या घटनेबद्दल 'काही बिघडत नाही' म्हणताच माझं दुःख विलीन झालं आणि मी माझी जबाबदारी योग्य रीतीने पार पाडू शकलो. खाली गेल्यावर मी त्या घटनेबद्दल विस्ताराने सांगेन.

खाली गेल्यावर फिरता फिरता त्यांचं बोलणं पुन्हा सुरू झालं.

एकलव्य –गेल्या दोन–तीन दिवसांपासून माझ्या वडिलांची तब्ब्येत बरी नाही. त्यांना ताप आलाय. घरात आई–बहीण सगळे काळजीत आहेत आणि दुःखीही. वडिलांना लवकर बरं वाटावं, अशी सगळ्यांचाची इच्छा आहे. या घटनेच्या बाबतीत मी के. बी. एन. चा प्रयोग केला, त्यामुळे माझ्यावर काही परिणाम झाला नाही, पण एक नवीनच समस्या उभी राहिलीय. बाबा आजारी असताना मला दुःख झालं नाही, हे पाहून माझं बाबांवर प्रेमच नाही, असा घरातल्या सगळ्यांचा गैरसमज झालाय. दुसऱ्याच्या दुःखात सहभागी होऊनच प्रेम असल्याचं दर्शवता येत का?

उपरवाला – लोकांना असंच वाटतं, की दुसऱ्याचं दुःख पाहून आपणही दुःखी होऊन त्यांच्या दुःखात सामील झालं पाहिजे. कारण लोकांनी आजपर्यंत सगळ्यांना असाच व्यवहार करताना पाहिलंय. जर कुणी असं केलं नाही, तर लोकांना वाटतं, त्या माणसाच्या मनात, समोरच्याबद्दल प्रेम, करुणा, दया, आस्था अशा कोणत्याही भावना नाहीत. लोक समजतात, की तो निर्दयी, क्रूर, पाषाणहृदयी माणूस आहे.

त्यामुळेच, एकाच्या दुःखाने दुसऱ्याने दुःखी व्हायचं, ही चुकीची धारणा घेऊन, आजपर्यंत लोक जगताहेत. पण जेव्हा दोन अज्ञानी माणसांचं प्रेम एकत्र येईल, तेव्हा दुःख दुप्पट होईल. त्याच्या मागे कारण आहे, की जो दुःखी आहे, त्याच्या सुजाणतेचा, चैतन्याचा स्तर कधीच कमी झालेला असतो. अर्थात, त्याची मनःस्थिती नकारात्मक असते. अशातच दुसऱ्या कुणी त्याला भेटून त्याच्याशी नकारात्मक संवाद साधला, तर त्याचं दुःख वाढणारच ! त्याला या अवस्थेतून बाहेर काढण्यासाठी उच्च स्वरूपाची चेतना आणि सकारात्मक तरंगांची आवश्यकता असते. जो या सगळ्यातून वर आलाय, जो आनंदी आहे आणि ज्याच्या बुद्धीचा स्तर वरचा आहे, असाच माणूस त्याला यातून बाहेर काढू शकतो. समोरच्या माणसाच्या दुःखाने दुःखी होऊन, त्याचं दुःख कमी करण्याऐवजी आपण वाढवतच चाललो आहोत, याचा लोकांना पत्ताच नसतो. घरातला एखादा माणूस आजारी पडला किंवा एखादी दुर्घटना घडली किंवा कुणाचा मृत्यू झाला, तर त्या घरातले सारेच सदस्य दुःखी होतात. मग त्याकडे दुःखी नजरेने बघतात. त्यांना वाटतं, आपल्या बाबतीत असं घडायला नको होतं. झालं ते बरोबर की चूक, हे त्या माणसाला स्वतःलाच माहीत नसतं. माणूस जर समोरच्याचं दुःख पाहून दुःखी झाला, तर त्याचं समोरच्याबद्दलचं प्रेम आंधळं प्रेम आहे, आसक्ती आहे, अंधश्रद्धा आणि अज्ञान असंच म्हणता येईल.

एकलव्य - अशा स्थितीत समोरच्या माणसाला त्याच्या दुःखातून बाहेर काढण्यासाठी काय करता येईल?

उपरवाला - समोरच्या व्यक्तीला दुःखातून बाहेर काढण्याची इच्छा असेल, तर प्रथम त्याचं दुःख ऐकून घ्या, पण तुम्ही खुश राहा. समोरचा तुमची खुशी सहन करू शकत नसेल, तर तुम्ही बाहेरून केवळ दुःखी असण्याचा अभिनय करा, पण आतून खुश राहा. जर समोरचा समजदार असेल, तर तुमच्या खुशीने त्याला दुःख होणार नाही.

एकलव्य - आपलं बोलणं ऐकून माझं दुःख खूपच कमी झालंय, पण ते पूर्णपणे संपलेलं नाही. त्यासाठी काय करायला हवं?

उपरवाला - कुठल्याही घटनेच्या बाबतीत आपल्याला दुःख वाटतं, त्यामागे आपले परंपरागत विचार किंवा मान्यता आणि त्यातून आलेला अपराधबोध लपलेला असतो. तो शोधून काढून, प्रकाशात आणून, त्या विचारांना, मान्यतांना आतून काढून

टाकणं, हाच दुःखमुक्तीचा कायमस्वरूपी उपाय आहे. जेव्हा माणूस शोध घेईल, तेव्हाच त्याच्यापुढे वस्तुस्थिती प्रगट होईल व खऱ्या अर्थाने वास्तवात जगणं सुरू करेल. दुःख करणार नाही, तर वस्तुस्थितीवर प्रेम करू लागेल.

एकलव्य – दुःखाचा शोध म्हणजे निश्चितपणे काय काय करायला हवं?

उपरवाला – शोध घेणं म्हणजे, असं बघ, आजारी पडलं, तर असा विचार करायचा, की शरीर जर आजारी पडलं नाही, तर शरीराचं आयुष्य कमी होईल. शरीर स्वस्थ राहावं म्हणून आजारी पडणं हा एक संकेत आहे. हा संकेत लक्षात घेऊन माणूस शरीराचा इलाज करतो.

'आजारी पडल्यामुळे माणसाला कळतं, की हा आजार माझ्या शरीराला झालाय, मला नाही. अनुभवाच्या स्तरावर शोध घेतला, तर तिथे स्वास्थ्य आहेच. अनुभवाच्या जाणिवेचं शरीर हे माध्यम आहे, त्यामुळे शरीरप्रकृती सांभाळण्याची गरज आहे, असा संकेत वेगवेगळे रोग येऊन करतात.' असं मनन, चिंतन माणूस जेव्हा करू लागेल, तेव्हा त्याला आजारी पडल्याचं दुःख होणार नाही. मग तो खुश होऊन समोरच्याच्या किंवा आपल्या आजारावर औषधोपचार करेल, कारण आजारपण हे त्याच्यासाठी केवळ एक निमित्त बनलेलं असेल. नाही तर घरातल्या कुणाचा तरी त्रास बघून माणसाचं मन दुःख भावनेने भरून येतं आणि अजाणतेपणे, अज्ञानामुळे त्याच्या ही गोष्ट लक्षातच येत नाही, की मदत करण्याऐवजी तो समोरच्या माणसाचा त्रास, कष्ट वाढवतच चाललाय. अज्ञानामुळेच असं होऊ शकतं.

एकलव्य – आता मला कळलं, की दुःखद भावनेमुळेच दुःख निर्माण होतं. ही दुःखद भावना ताबडतोब बदलावी, म्हणून काय करता येईल?

उपरवाला – माणसाला जर त्याच्या अज्ञानाची जाणीव करून दिली, तर तो दुःखद भावनेपासून मुक्त होईल. 'आजच्या घडीला' माणसाला त्याचं अज्ञान दाखवता येत नाही, कारण आपल्या परंपरागत विचारांमध्ये गुंतत राहिल्याने तो आपली ग्रहणशक्ती हरवून बसलाय. 'आजच्या काळात' ही गोष्ट महत्त्वाची आहे. हा स्वसंवादाचा शुभ प्रभाव आहे. जेव्हा आपल्यापुढे एखादी समस्या येईल, तेव्हा आपण म्हणाल, 'आज माझ्यापुढे ही समस्या ठाकली आहे.' याचा अर्थ हाच, की पुढे ही समस्या राहणार नाही. थोड्याच काळात ती सुटू शकेल. अशा तऱ्हेने तुझ्यात सुखद भावना निर्माण होईल.

प्रत्येक समस्येचं उत्तर खुशीत आहे. खुशीमध्ये शक्ती आहे, म्हणूनच असं म्हटलंय, की 'जेव्हा आपण दुःखात असतो, तेव्हा तरी कमीत कमी आपण खुश असायला हवं.' कारण दुःखात उकल होत नाही. समस्या केवळ आनंदित अवस्थेतच सोडवता येतात. तेव्हा, दुःखात कुठल्याही परिस्थितीत खुश राहा. असं करून माणूस काही दुसऱ्या कुणावर उपकार करत नाही, तर आपलीच मूळ इच्छा पुरी करतो. वास्तवात माणसाचा स्वभाव आहे, खुश किंवा आनंदी राहण्याचा. जेव्हा माणूस दुःखी होतो, तेव्हा तो आपल्या मूळ स्रोतापासून, आनंदापासून दूर जातो. कोणीही व्यक्ती स्वतःपासून दूर होऊ इच्छित नाही, तर समस्या लवकर सोडवू इच्छिते. म्हणूनच समस्येकडे खुशीच्या नजरेने पाहा.

अशा तऱ्हेने बोलता बोलता आनंद निवास सोसायटी जवळ आली.

एकलव्य - आज आपण ही गोष्ट सांगितलीत की, कोणत्याही दुःखी माणसाच्या बाबतीत कसं वागलं असता, तो त्याच्या दुःखातून बाहेर येऊ शकेल. दुःखाचे सगळेच पैलू मी जाणून घेऊ इच्छितो. याबाबतीत लवकरच मार्गदर्शन मिळावं, असं मला वाटतं.

उपरवाला - का नाही? तुझ्या मनात विचार आला, तर तुझी इच्छा पूर्ण होण्याची ती पहिली पायरी आहे. पण आज आपण इथेच थांबू या. उद्यापासून दररोज आपण दुःखाची नऊ कारणे आणि त्याच्या निवारणाचे एकेक उपाय पाहू.

५
बेहोशीचे फळ

आज रविवार... सुटीचा दिवस...एकलव्य पूर्णपणे आळसात बुडालेला... अनेक वर्षांपासून त्याने घरातल्या लोकांना सांगून ठेवलं होतं, की रविवारी त्याला कुणीही उठवू नये. सुटीच्या दिवशी तो मनात येईल, तितका वेळ झोपून राहील. सकाळी आठ वाजता एकलव्याला जाग आली, पण आज त्याला उशिरा उठल्यामुळे खूप वाईट वाटलं, कारण उपरवाल्याबरोबर तो मॉर्निंग वॉकला जाऊ शकला नाही. त्यामुळे त्याला मॉर्निंग वॉक टॉकपासूनही वंचित राहावं लागलं. आजपासून उपरवाला दुःखाच्या नऊ कारणांविषयी विस्ताराने बोलणार होता.

एकलव्याने मनातल्या मनात विचार केला, आता पुढल्या रविवारपासून मी लवकर उठेन, नाही तर माझ्या उशिरा उठायच्या सवयीमुळे, रविवारी मी उपरवाल्याच्या अनमोल वचनांपासून वंचित राहीन. काही विचार करून तो लगेचच उठला आणि फ्रेश होऊन सरळ उपरवाल्याच्या घरी जाऊन पोहोचला. त्याच्या घराला लटकणारं कुलूप पाहून तो काहीसा नाराज होत परतला. दिवसातून तीन-चार वेळा उपरवाल्याच्या घरी तो जाऊन आला, पण प्रत्येक वेळी घराचं कुलूपच त्याला वेडावून दाखवत होतं.

एकलव्य आपल्या उशिरा उठायच्या सवयीवर चिडला. त्याला आठवलं, की उद्या सोमवार. त्यामुळे उद्याही उपरवाला फिरायला येणार नाही. ही गोष्ट लक्षात आल्यावर त्याला आणखीनच वाईट वाटलं. त्याने निश्चय केला, की आता मी रविवारीसुद्धा इतर दिवसांप्रमाणेच लवकर उठेन.

संध्याकाळी एकलव्य आपला मित्र अर्जुन याला भेटण्यासाठी इस्पितळात गेला. अर्जुनच्या आई-वडिलांचा इलाज कुशल डॉक्टरांच्या द्वारे होत होता, तरीही तो खूप चिंतेत होता. अर्जुन एकलव्याला म्हणाला, ''माझ्याच बाबतीत हे असं का झालं? मीच का? माझ्या आई-वडिलांनी कधीच कुणाचं वाईट केलं नाही... त्यांनी नेहमीच सगळ्यांना मदत केली. धार्मिक कर्मकांड करण्याच्या बाबतीतही ते कुठे कमी पडले नाहीत. ईश्वर त्यांच्या बाबतीत इतका निर्दय कसा होऊ शकतो? तो आपल्या भक्तांना कसा सतावू शकतो?''

एकलव्य - बस... बस... बस... आता पुरे ! सगळ्यात आधी तू समोर आलेल्या परिस्थितीचा स्वीकार कर. तरच नंतर मग पुढचा विचार करू शकशील.

अर्जुन - (नाराजीने) इतकी मोठी घटना घडली आणि तू मला स्वीकार करायला सांगतोयस? तुझ्याबाबतीत झालं असतं, तर तुला कळलं असतं. सांगणं सोपं आहे, निभावणं कठीण.

एकलव्य - नाराज होऊ नकोस. मी तुझी मनःस्थिती समजू शकतो, पण परिस्थितीचा स्वीकार करूनच तू तुझ्या दुःखातून बाहेर पडू शकतोस. (अर्जुनला पुस्तक देत) सध्या तू 'स्वीकाराची जादू' हे पुस्तक आपल्याजवळ ठेव आणि घरी गेल्यानंतर शांत मनाने ते वाच.

पुस्तक देऊन तो आपल्या घरी परतला. रात्री झोपण्यापूर्वी दिवसभरातील घटनांबाबत त्याने मनन केलं आणि तो झोपला.

दुसऱ्या दिवशी सकाळी एकलव्य रोजच्या प्रमाणे फिरायला बाहेर पडला. त्याला आठवत होतं, की आज सोमवार असल्याने उपरवाला फिरायला येणार नाही. परतताना अचानक त्याला उपरवाला कुठे तरी जाताना दिसला. एकलव्याच्या, मनात विचार आला, मला फिरायला येणार नाही, असं म्हणत हा कुठे निघालाय? याचा शोध घेण्यासाठी एकलव्य लपत - छपत त्याच्या मागे निघाला. उपरवाल्याने एका चर्चमध्ये प्रवेश केला, तेव्हा त्याला आश्चर्य वाटलं. त्याला वाटलं, उपरवाल्याचं चर्चमध्ये काय काम? तो तर हिंदू दिसतोय. उपरवाला बाहेर येण्याची त्याने काही वेळ वाट पाहिली. तो आला नाही, तेव्हा एकलव्य घरी परतला.

उपरवाल्याचा पाठलाग करण्याने त्याला आज परतायला उशीर झाला. घाई - घाईने तयार होऊन तो ऑफिसमध्ये पोहाचला. त्याचं मन आज ऑफिसच्या कामकाजात लागलं नाही. उपरवाला कधी भेटेल, असं त्याला होऊन गेलं होतं. उपरवाल्याला भेटल्याने असं काय होतं, की ज्यामुळे मन सकारात्मक तरंगांनी तरंगित होतं, याबद्दल त्याला आश्‍चर्य वाटत होतं. हे विचार मनात येत असतानाच तो उपरवाल्याला भेटण्यासाठी व्याकूळ झाला.

संध्याकाळी घरी पोहोचताच एकलव्य फ्रेश होऊन उपरवाल्याच्या घरी गेला. त्याच्या घराला कुलूप नव्हतं, हे पाहून एकलव्याने सुटकेचा निःश्‍वास सोडला. बेल वाजवताच उपरवाल्याने दार उघडलं.

उपरवाला - ये... ये... आत्ता कसा काय?

एकलव्य - आज आपण सकाळी चर्चमध्ये कशासाठी गेला होतात?

उपरवाला - (हसत) का जाऊ नये? पण तू बाहेर का उभा आहेस? आत ये !

एकलव्य आत येता येता -

एकलव्य - आपण ख्रिश्‍चन आहात का?

उपरवाला - मी सगळ्या धर्मांच्या पलीकडचा आहे. मी प्रत्येक धर्माची तत्त्वं जाणतो. माझा पाठलाग करू नकोस. माझ्याबरोबर चल.

एकलव्य अवाक्‌ होऊन उपरवाल्याकडे बघतच राहिला. क्षणभर आपण उपरवाल्याला काय विचारायला आलो आहोत, हेच तो विसरून गेला. त्याचे खांदे हलवून उपरवाल्याने त्याच्या तंद्रीचा भंग केला.

उपरवाला - प्रत्येक सोमवारी मी चर्चमध्ये फादर फ्रान्सिस (प्रीस्ट) ना भेटायला जातो.

एकलव्य - (आश्‍चर्याने) फादरना भेटायला?

उपरवाला - बरं ! ते जाऊ दे ! मला हे सांग, की गेल्या दोन दिवसांत तुझ्या बाबतीत काय काय घडलं?

एकलव्याने आपला मित्र अर्जुनच्या बाबतीत घडलेली घटना सांगितली.

त्याचप्रमाणे दोन दिवसांत उपरवाल्याच्या अनुपस्थितीमुळे त्याच्या मनाची काय स्थिती झाली, याचंही वर्णन केलं. एकलव्य म्हणाला –

एकलव्य – रविवारी उशिरा उठायच्या वृत्तीमुळे मी माझंच नुकसान करत चाललोय.

उपरवाला – होय ! सत्याच्या शोधाच्या बाबतीत – पॅटर्न ही सगळ्यात मोठी अडचण आहे. सर्वप्रथम यावरच काम करायला हवं. अच्छा ! आता बाकी सगळ्या गोष्टी आपण उद्या बोलूया.

एकलव्य उपरवाल्याचा इशारा समजून, त्याच्याकडून उद्या भेटायचं कबूल करून घेऊन आपल्या घरी परतला.

खंड १

दुःखाची नऊ कारणे- लक्ष्य प्राप्तीची संधी

६
ईश्वरापासून दूर होणे

आज एकलव्य पहाट फुटता फुटताच उठून बसला. दुःखाची कारणे जाणून घेण्याच्या उत्सुकतेपोटी त्याने सकाळची कामं भराभर आवरली. गेल्या दोन दिवसांपासून उपरवाल्याशी बोलणं-चालणं झालं नव्हतं, त्यामुळे तो उपरवाल्याला भेटायला अतिशय आतूर झाला होता. त्याने विचार केला, 'उपरवाल्याच्या चार गोष्टी ऐकल्या, तरी मला फुलासारखं हलकं झाल्याचं जाणवतं. जर सगळ्या गोष्टी समजून घेतल्या, तर मी आकाशात विहार करायला लागेन. असो. एकलव्या, आत्ता तरी तुला जमिनीवरच फिरायला जायचंय.'

समोरच त्याला उपरवाला जाताना दिसला. मग काय! दोघं बरोबरच निघाले.

एकलव्य - आज मी दुःखाची सगळी कारणे, खोलवर जाऊन समजून घेऊ इच्छितो. त्यामुळे माझ्या जीवनातला दुःख हा शब्दच मिटून जाईल.

उपरवाला - तुझा विचार खूपच चांगला आहे, पण त्याबरोबरच, मी सांगितलेल्या सर्व गोष्टींवर तुला प्रत्यक्ष कामही करायला हवं. त्यामुळेच हे ज्ञान तुझ्या जीवनाचं अभिन्न अंग बनेल.

एकलव्य - बरोबर !

उपरवाला - माणसाच्या दुःखाची अनेक कारणे असतात. आज आपण त्यातील पहिले कारण जाणून घेऊ या.

माणसाच्या दुःखाचं सर्वांत पहिलं कारण आहे, 'ईश्वरापासून विलग होणे, व्यक्ती बनणे व विपरीत होणे.

एकलव्य - (स्वतःशीच पुटपुटत) जे सांगितलं तेच मी ऐकलं का, काही वेगळंच ऐकलं?

उपरवाला - तू बरोबर ऐकलंस. मात्र, याचा अर्थ नीट समजून घे आणि त्यावर सखोल विचार कर. 'खुदा से जुदा होना, म्हणजे ईश्वरापासून वेगळं होणं. खुद बनना म्हणजे स्वतःला स्वतंत्र (व्यक्ती) मानणं. इथे खुदाचा अर्थ म्हणजे कुठली मूर्ती नाही, तर खुदाचा अर्थ आहे - स्रोत, स्वअनुभव, सेल्फ, स्वसाक्षी. हा प्रत्येकाच्या आत आहे. त्याच्या असण्यानेच ही सृष्टी निर्माण झाली आहे. माणूस आपला खरा स्वभाव विसरून सगळ्या दुःखांना आमंत्रित करतो आणि ती भोगतो. स्वतःला विसरल्याने सगळंच विपरीत घडतं, त्यामुळे दुःखाला सुरुवात होते. खुद (khud) शब्द उलटा केला, की दुःख (dukh) शब्द बनतो. माणसाच्या दुःखाचं पहिलं कारण तो स्वतःच आहे, पण तो हे मान्य करायला तयार होत नाही. तो नेहमी अशी तक्रार करतो, की माझ्या दुःखाचं कारण कुणी तरी दुसराच आहे.' जर तो आपल्या तक्रारीबद्दल नीट विचार करेल, तर त्याला कळेल, की त्याच्या तक्रारीतच त्याचं उत्तर लपलेलं आहे. दुःखाचं खरं कारण तो स्वतःच आहे.

एकलव्य - ही गूढ गोष्ट एखाद्या उदाहरणाने आपण मला स्पष्ट करून सांगाल का?

उपरवाला - नाही..., मी तुला एक नाही, तीन उदाहरणे सांगतो.

राजू आपल्या वडिलांना म्हणाला, ''आज मास्तरांनी मला खूप मारलं.'' त्यावर त्याचे वडील म्हणाले, ''तू काही तरी खोड्या काढल्या असशील.'' राजू ताडकन म्हणाला, ''मुळीच नाही. मी काही खोड्या वगैरे काढल्या नाहीत. उलट मी माझ्या वर्गात, माझ्या बेंचवर शांतपणे झोपलो होतो.''

यावरून तुझ्या लक्षात येईल, की राजूच्या तक्रारीतच त्याचं उत्तर लपलेलं आहे. जर कुणी वर्गात झोपला, तर मास्तर त्याला मार देतील, नाही तर काय करतील?

एकलव्य हसू लागला.

उपरवाला - माणूस दुसऱ्याला आपल्या दुःखाचे कारण कसे समजतो, याबद्दल आणखी एक किस्सा ऐक.

कुठल्याशा हॉटेलमध्ये एक पार्टी चालली होती. एका माणसाने पाहिलं, की

एक जाडजुड बाई आत येताना दरवाजातच अडकली आहे. त्याने आपल्या शेजारच्या माणसाला कोपरखळी मारत म्हटलं, ‘‘दरवाजात अडकलेली ही जाडजुड काळी बाई कोण आहे?’’ त्या बाईला पाहून शेजारचा माणूस रुक्षपणे म्हणाला, ‘‘ती दुसरी तिसरी कुणी नसून माझी पत्नी आहे.’’ हे ऐकून बोलणारा माणूस लज्जित झाला आणि घाबरून म्हणाला, ‘‘माफ करा. माझ्याकडून चूक झाली.’’ त्यावर तो इसम म्हणाला, ‘‘नाही. चूक तुझी नाही, माझी झालीय. तू उगीचच हैराण होतोयस.’’

एकलव्य – हा चुटका आहे, की टोला आहे?

उपरवाला – हा चुटका नाही, टोलाही नाही. हा सत्याचा शोध आहे. या शोधाचीच आजच्या दुःखी समाजाला खरी गरज आहे. जेव्हा माणूस दुःखाचे कारण शोधतो, तेव्हा त्याच्या लक्षात येतं, तो स्वतःच आपल्या दुःखाचं कारण आहे. पण माणूस कारण समजून न घेताच नेहमी असा विचार करतो, की ‘कुणी दुसऱ्याने सुधारावं, प्रथम दुसऱ्याने बदलावं, कुणी दुसऱ्याने सत्संग करावा, कुणी दुसऱ्याने डॉक्टरकडे जावं, तर मी दुःखमुक्त होईन.’

एकलव्य – आपण वर राहून हेच सगळं बघता का? आपल्याबद्दल काय बोलावं! तिसरं उदाहरण म्हणजेही चुटकाच आहे का?

उपरवाला – त्याचा निर्णयही तूच कर.

एका शिक्षकाने आपल्या एका खोडकर विद्यार्थ्याला म्हटलं, ‘‘मला तुझ्या वडिलांना भेटायलाच हवं.’’ यावर तो विद्यार्थी लगेच म्हणाला, ‘‘जरूर भेटा. माझे वडील मानसोपचार तज्ज्ञ आहेत. आपण त्यांना नक्कीच भेटायला हवं.’’

एकलव्य – (हसत हसत) आपण दुःखावरील औषध हसत हसत पाजता का?

उपरवाला – हा अगदी शाश्वत नियम आहे. पण प्रथम या चुटक्यामागील शिकवण समजून घे. चुटका विसरला तरी चालेल. वास्तविक शिक्षक विद्यार्थ्याच्या वडिलांना त्याच्यातील दोष,उणिवा याबद्दल सूचना देऊ इच्छित होते, पण विद्यार्थ्याला वाटलं, शिक्षक त्यांचा स्वतःचा इलाज करण्यासाठी त्याच्या वडिलांना भेटू इच्छितात. शिक्षक त्याला खूप रागावत होते, त्यामुळे त्याला वाटत होतं, की ‘शिक्षकांचं डोकं बिघडलंय. त्यामुळेच ते मला नेहमी रागावतात आणि मला दुःख भोगावं लागतं.’ त्याला हे समजत नव्हतं, की शिक्षकांच्या रागाचं कारण त्याच्यातील दोष, उणिवा हे

आहे, शिक्षकांचा वेडेपणा नव्हे. या तीनही उदाहरणांवरून तुझ्या लक्षात आलं असेल, की प्रत्येक जण आपापल्या घडणीनुसार, आपापल्या पद्धतीने दुःख भोगतो.

एकलव्य - याचा अर्थ असा झाला, की माणसाचं दुःख स्वनिर्मित आहे.

उपरवाला - प्रत्येक माणूस आपल्या कल्पनेनुसार - आपल्या विचारानुसार दुःखाची कथा बनवतो आणि त्याला ती खरी वाटते. दुःखातून बाहेर पडण्यासाठी त्याने वस्तुस्थिती जाणून घेणं गरजेचं आहे. मुलं आणि त्यांचे आई-वडील यांच्यात अनेकदा बेबनाव, वाद-विवाद होताना दिसतात. मुलांना काही हवं असतं, तर त्यांच्या आई-वडिलांना वेगळंच काही. आई-वडील आपल्या मुलांच्या विवाहाच्या वेळी जाती, वर्ण, आर्थिक स्थिती, शिक्षण, पदवी, इ. अनेक गोष्टी बघतात. परंतु, सगळ्यात महत्त्वाची गोष्ट म्हणजे 'सत्य.' त्याची ते उपेक्षा करतात. बाहेरच्या संपन्नतेबरोबर समोरच्या व्यक्तीमध्ये आंतरिक सात्त्विकता, नैतिकता, चारित्र्य या गोष्टी आहेत की नाहीत, इकडे ते लक्षच देत नाहीत. या साऱ्या गोष्टी दृष्टिआड करून माणूस समोरच्या व्यक्तीला आपल्या अपेक्षांच्या चौकटीत बसवू इच्छितो आणि अपेक्षाभंगाचं दुःख भोगतो.

या सगळ्या सद्गुणांच्या अभावात आणि अज्ञानानेही माणूस स्वतःच आपल्या जीवनात दुःख आणणाऱ्या आणि दुःख वाढवणाऱ्या साऱ्या गोष्टी आमंत्रित करतो. या नंतर दुःखाची परंपरा सुरू होते. तो स्वतः दुःखात राहू इच्छित नाही, पण त्याची जाणीव नसल्यामुळे, त्याला न दिलेलं दुःखही तो भोगतो. खरंतर त्याच्या वाट्याला ते आलेलं नसतं. अशा तऱ्हेने माणूस स्वनिर्मित दुःखाच्या जाळ्यात अडकत जातो. तो ही गोष्ट जाणत नाही. कुणी सांगितली, तर मानत नाही.

एकलव्य - वा ! फारच छान ! जाणत नाही... कुणी सांगितलं तर मानत नाही... माणसाच्या बाबतीत असंच होतं. आपल्या या बोलण्याने माझ्या मनात एक प्रश्न येतोय, बाबांचं आजारपण काय स्वनिर्मित होतं? त्यांनी तर असा कधीच विचार केला नव्हता, की त्यांना त्रास व्हावा, ते आजारी पडावेत.

उपरवाला - कुठलाही माणूस असा कधीच विचार करत नाही, की तो आजारी पडावा किंवा दुर्घटनाग्रस्त व्हावा, पण जेव्हा तो कुणा आजारी माणसाला पाहतो किंवा एखादी दुर्घटना होताना बघतो, तेव्हा त्याच्या मनात भीतीची भावना निर्माण होते. या भीतीच्या भावनेवर व्यक्ती जेव्हा गरजेपेक्षा जास्त लक्ष केंद्रित करते तेव्हा तो

अजाणतेपणे त्या घटना आपल्याकडे आकर्षित करून घेतो. चित्रपटातून नेहमी दाखवलं जातं, एखाद्याच्या बाबतीत दुर्घटना घडते. त्याला हॉस्पिटलमध्ये भरती केलं जातं. लोक पुष्पगुच्छ घेऊन त्याला भेटायला जातात. हे दृश्य पाहून व्यक्ती कल्पना करू लागते, 'मीही दुर्घटनाग्रस्त झालोय. मीही आजारी पडलोय. लोक माझ्यासाठी पुष्पगुच्छ घेऊन येताहेत... जर असं झालं असतं तर... किती चांगलं झालं असतं.' चित्रपटात हे सगळं बघायला चांगलं वाटतं, पण माणूस हे लक्षात घेत नाही, की हे दृश्य बघून तो कोणते विचार आपल्यात सामावून घेतोय. टीव्हीवरील बातम्या बघून तो अजाणतेपणे (बेहोशीत) नकारात्मक गोष्टींनाच आमंत्रित करतो. माणूस जेव्हा अज्ञानात असतो, तेव्हा त्याच्याकडून ही चूक नेहमीच होते. विवेक जागृत झाला की लक्षात येतं, याप्रकारे विचार करण्याची काही आवश्यकता नाही. लहान मुले अजाणतेपणी अशी ऑर्डर देत राहतात आणि पुढे कित्येक वर्षांनंतर त्याचा परिणाम दिसू लागतो, तेव्हा तो असंच म्हणतो, की 'माझ्या जीवनात ही घटना कुठल्या तरी दुसऱ्या कारणाने झाली.'

अशा तऱ्हेने माणूस स्वतःच बेसावधपणे दुःख निर्माण करतो. तो नेहमी जे काही बघतो, ज्या गोष्टींमुळे उगीचच भयभीत होतो, त्याच गोष्टी स्वतःकडे आकर्षून घेतो आणि तशाच त्या आपल्या जीवनात घडतानाही पाहतो.

एकलव्य - अरे ! ही गोष्ट म्हणजे मोठा चमत्कार वाटतोय. आजपर्यंत मी असा कधी विचारच केलेला नव्हता. दैनंदिन जीवनात किती तरी गोष्टी पाहून आपण भयभीत होतो. म्हणत राहतो, आपल्याबाबतीत असं घडू नये, तसं घडू नये. आता मला कळलं, भयाची भावनाच नको असलेल्या गोष्टींना निमंत्रण देते. मला भयमुक्त होण्यासाठी अधिक माहिती मिळू शकेल?

उपरवाला - ठीक आहे. आज तू माझ्या घरी चल. मी तुला 'भयाच्या स्फोटकापासून बचाव कसा करावा,' नावाचं पुस्तक देतो. ते वाचून तू भयाच्या भावनेबद्दल नीट समजून घेऊ शकशील.

बोलता बोलता ते घराजवळ येऊन पोहोचले. एकलव्य थोड्या वेळांतच उपरवाल्याबरोबर त्याच्या घरी पोहोचला. घराच्या दरवाजावर लावलेली नेमप्लेट पाहून त्याला आश्चर्य वाटलं. नेमप्लेटवर नावाच्या जागी लिहिलं होतं, 'आपण दुःखातसुद्धा खुश राहू शकता का?' एकलव्याने विचारलं, 'हे काय?' त्याने

उपरवाल्याला त्याचं कारण विचारलं, पण तेवढ्यात उपरवाल्याने मंद स्मित करत एक पुस्तक त्याच्या हातात ठेवलं आणि 'उद्या भेटू या'असं म्हणत दरवाजा बंद केला.

एकलव्य कधी नेमप्लेटकडे, तर कधी पुस्तकाकडे बघत राहिला. भानावर येताच तो खाली आला. घरी येताच तो आपल्या नित्याच्या कामाला लागला. त्याने दुसऱ्या दिवशी नेमप्लेटबद्दल उपरवाल्याला विचारायचं नक्की ठरवलं. दिवसभर जेव्हा जेव्हा वेळ मिळाला, तेव्हा तेव्हा एकलव्य उपरवाल्याच्या बोलण्यामध्येच हरवून गेला.

दिवसभराच्या धावपळीनंतर आणि रात्रीच्या जेवणानंतर एकलव्य त्याच्या प्रिय जागी, घराच्या बाल्कनीत जाऊन बसला आणि जीवनातील घटनांबद्दल विचार करू लागला. अचानक त्या घटना का घडल्या, याचे उत्तर त्याला स्पष्टपणे दिसू लागले. आपलं नाव प्रमोशनच्या लिस्टमध्ये का आलं नाही, याचं उत्तर त्याला मिळालं. त्याला असं जाणवलं, की मनातल्या मनात तो प्रमोशनबद्दल प्रार्थना तर करत होता, पण दुसऱ्या बाजूने त्याला हाही विचार सतावत होता, की प्रमोशन झाल्यावर एवढी जबाबदारी तो आपल्या खांद्यांवर पेलू शकेल का? या विचारामुळे आपण स्वतःच आपल्या प्रमोशनमध्ये अडथळा निर्माण केला, हे त्याला स्पष्ट झालं. आपल्या दुःखाचं खरं कारण आपणच आहोत, याची त्याला खात्री पटली. दुसऱ्या दिवशी दुःखाचे दुसरे कारण जाणून घेण्याच्या उत्कंठेमध्ये तो सहजपणे निद्राधीन झाला.

७
खुशी रोखण्याचं बटण

सकाळी चिमण्यांच्या चिवचिवाटाने त्याला जाग आली. प्रसन्न चित्ताने तो फिरायला बाहेर पडला. उपरवाला आपल्या आधी तर फिरायला बाहेर पडणार नाही ना, याची त्याला चिंता वाटत होती. त्याला आपली पाच मिनिटेही वाया घालवायची नव्हती. त्याने विचार केला, की उद्यापासून आपण घरातून बाहेर पडायची वेळच नक्की ठरवून घेऊ या, म्हणजे मग कुणी मागे – पुढे होणार नाही.

बिल्डिंगच्या गेटपाशीच दोघांची भेट झाली.

उपरवाला – आज तू अगदी प्रसन्न दिसतोयस !

एकलव्य – होय. काल रात्री मनन केल्यानंतर माझ्या असं लक्षात आलं, की मी स्वतःच माझ्या दुःखाचं कारण आहे. ही जाणीवच मला खुश करते आहे. मला आपल्याला एक प्रश्न विचारायचा आहे. आपल्या घरच्या नेमप्लेटवर आपण नाव लिहिण्याच्याऐवजी 'आपण दुःखात खुश राहू शकता का?' असं का लिहिलंय?

उपरवाला – कारण तेच माझं नाव आहे.

एकलव्य – ते कसं काय?

उपरवाला – कुठल्याही व्यक्तीचं काम हेच त्याचं नाव झालं पाहिजे. त्याचं काम हीच त्याची ओळख असली पाहिजे.

एकलव्य – म्हणजे दुःखात सुखी राहण्याच्या कलेशी आपण पूर्णपणे परिचित आहात तर !

उपरवाला एकलव्याचं बोलणं ऐकून हसू लागला. त्याच्या हास्यातच त्याचं उत्तर लपलेलं होतं.

एकलव्य - मीदेखील ही कला आपल्याकडून शिकू इच्छितो. मी नेहमी आपल्याजवळ राहू इच्छितो. आपण माझी साथ कधीच सोडू नका.

उपरवाला - साथ सोडण्याचा प्रश्नच कुठे येतो? मी तर नेहमीच तुझ्याबरोबर असतो. (हसत) तुझ्याच इमारतीत राहतो.

उपरवाल्याचं हे विचित्र बोलणं ऐकून एकलव्य कोड्यात पडला. त्याच्या मनात विचार आला, उपरवाला नेहमीच माझ्याबरोबर असतो, म्हणजे हा उपरवाला आहे तरी कोण? तो निश्चयपूर्वक असं का म्हणतोय?

एकलव्याची खात्री पटली, की उपरवाला इतरांपेक्षा वेगळा आहे. उपरवाल्याचं बोलणं त्याला खरं वाटलं. त्याने उपरवाल्याला विचारलं,

एकलव्य-आपण जर सतत माझ्याबरोबर आहात, तर मी जीवनात दुःख का मानत आलो?

उपरवाला-याचं उत्तरच दुःखाचं दुसरं कारण आहे. माणसाला दुःखात राहण्याची सवय झालीय आणि तो दुःखातून बाहेर पडूच इच्छित नाही. या सवयीमुळेच आजपर्यंत तू दुःख मानत आला आहेस. यासाठी मी तुला एक मजेदार उदाहरण देतो.

पतीने आपल्या पत्नीला खुश होऊन म्हटलं, की मला वेड्यांच्या इस्पितळात नोकरी लागली. त्यावर पत्नीनं पतीला विचारलं, 'तुम्हाला वेड्यांच्या इस्पितळात काम करण्याचा काही अनुभव आहे?' तेव्हा पती ताबडतोब म्हणाला, 'नाही. मला वेड्यांच्या इस्पितळात काम करण्याचा काही अनुभव नाही, पण गेली तीस वर्षे मी तुझ्यासोबत राहतोय ना !'

एकलव्य - (हसत) आपण काय चुटक्यांचं पुस्तक वाचताय की काय?

उपरवाला - नाही. मी चुटक्यांचं पुस्तक लिहितोय.

एकलव्य - म्हणजे आपण लेखकही आहात?

उपरवाला - सध्या मी तुला दुःखाचं दुसरं कारण समजावतोय. प्रथम ते ऐक.

आजपर्यंत दैवी शक्तीच्या म्हणा किंवा निसर्गाच्या द्वारे म्हणा, दुःख आणण्याची कोणतीही व्यवस्था झालेली नाही. सगळी व्यवस्था आनंद देण्यासाठीच केलेली आहे, पण अज्ञान जे काही करतं, ते कमीच म्हणायला हवं. ज्ञान मिळाल्यानंतर माणसाला हे समजतं, की आपल्या जीवनात जो अस्वीकाराचा अवरोध आहे, तो अवरोध,

म्हणजेच स्पीड ब्रेकर. खुशी, आनंद आपल्यापर्यंत पोचू नये, म्हणून हा स्पीड ब्रेकर त्यांना रोखून धरतोय. खुशी उपलब्ध आहे. ती अडवण्यासाठी, रोखून धरण्यासाठी माणसाने जी व्यवस्था करून ठेवलीय, ती तोडून टाकली पाहिजे; नष्ट केली पाहिजे.

एकलव्य – कसली व्यवस्था?

उपरवाला – असं बघ, प्रकाश आणणारं एक बटण असतं. बटण दाबताच चारी बाजूला प्रकाश पसरतो. काळोख पसरू शकेल, असं एकही बटण आजपर्यंत बनलेलं नाही. दुःखाच्याबाबतीतही असंच आहे. दुःख निर्माण करणारं असं कुठलंही बटण नाही. बटणं असतं, ते फक्त खुशी आणणारं. प्रकाश देणारं. हां ! असं मात्र होऊ शकतं, की बटण बंद करून माणूस आपल्या जीवनात प्रकाश आणि खुशी येणं रोखू शकतो. त्यामुळे त्याच्या जीवनात दुःख आणि अंधार येतो.

एकलव्य – मग काय, माणूस सवयीमुळे खुशीचं बटण बंद करतो?

उपरवाला – वास्तविक माणसाच्या आत सतत खुशीचा अनुभव येतच असतो. त्याच्या आत खुशीच्या लहरी विजेप्रमाणे धावत असतात. पण माणसाला खुशीचं बटण बंद करण्याची सवय झाली आहे. लहानपणापासून त्याचं तसंच प्रोग्रॅमिंग झालं आहे. त्यामुळे त्याचा हात एखाद्या यंत्राप्रमाणे खुशी रोखणारं बटण दाबतो. झोपेतही नाही का माणसं लाइटचं बटण चालू-बंद करू शकतात. त्यांना माहीत असतं, की बटण कुठे आहे, त्यामुळे अंधारातही त्यांचा हात नेमका तिथेच जातो. तसंच, अज्ञानामध्येही लोक दुःखाचं बटण, म्हणजे प्रकाश रोखणारं, खुशी रोखणारं बटण दाबतो. आता हे निश्चित झालं, की दुःख आणण्यासाठी निसर्गाने काही केलं नाही, पण दुःखात राहण्याच्या सवयीमुळे, माणूस त्यातून बाहेर येण्यासाठी काही करू इच्छित नाही.

एकलव्य – मला तर वाटतं, की प्रत्येक माणूस खुशी, आनंद मिळावा म्हणून बेचैन असतो. माणूस दुःखातून बाहेर येण्यासाठी काहीच करू इच्छित नाही, हे कसं शक्य आहे?

उपरवाला – असं बघ, कुणी त्याला सत्संगासाठी चल, असं म्हटलं किंवा एखादं चांगलं पुस्तक वाचण्याचा आग्रह धरला, तर तो सवयीनुसार म्हणतो, 'नाही. आज मला टीव्हीवर माझ्या आवडीचा कार्यक्रम किंवा खेळ पाहायचाय. दिवसभराच्या

कटकटीनंतर मी टीव्ही पाहतो, तेव्हा माझी दुःखातून थोडी सुटका होते. अशा तऱ्हेने त्याला दुःखात राहण्याची सवय झालीय. त्याला दुःखापासून फक्त सुटका हवी असते, मुक्ती नाही. अशा सवयीमुळे तो बेसावधपणे तीच ठराविक, पारंपरिक उत्तरे देतो. एका हवालदाराचं उदाहरण तुला सांगतो, म्हणजे ही गोष्ट तुझ्या नीट लक्षात येईल.

एका हवालदाराच्या पत्नीनं आपल्या पतीला झोपेतून जागं करत म्हटलं, 'बघा जरा... आवाज येतोय. घरात चोर घुसलेत वाटतं.' तेव्हा हवालदार आपल्या पत्नीला म्हणाला, 'झोप ! मला त्रास देऊ नकोस. या वेळी मी ड्युटीवर नाहीये.'

एकलव्य – ही...ही...ही... खरोखर कुणी इतका मूर्ख असू शकतो?

उपरवाला – अगदी असंच नाही, पण अशा तऱ्हेचा मूर्खपणा माणूस करतो. आता हे हवालदाराचं उदाहरण सांगण्याचं कारण लक्षात घे. अनेक हवालदारांची सवय अशी असते, की ते जे काही थोडं-बहुत काम करतात, ते फक्त आपल्या ड्युटीच्या वेळीच करतात. त्यामुळे पत्नीने उठवल्यानंतरही त्याच्या हे लक्षात आलं नाही, की त्याच्या घरात चोर घुसले आहेत आणि त्याच्याच घरात चोरी होत आहे. अशा तऱ्हेने आपल्या जुन्या सवयीमुळे तो आपलंच नुकसान करून घेतो. आपल्याच घरात चोराला चोरी करण्याची मोकळीक तो देतो. या वेळी तो ड्युटीवर आहे की नाही, हा प्रश्न नाही. त्याने आपली जबाबदारी ओळखायला हवी होती. अगदी अशाच तऱ्हेने दुःख झाल्यावर ताबडतोब कृती झाली पाहिजे. मनन झालंच पाहिजे. शोध घेतलाच पाहिजे. कुठलीही सबब सांगता कामा नये. कुठलाही बहाणा करता कामा नये.

एकलव्य – आपलं बोलणं बरोबर आहे, पण... (थोडा विचार करून) यापूर्वी कुणी या विषयावर काम केलंय किंवा मार्गदर्शन दिलंय?

उपरवाला – प्रत्येक युगात याचा शोध घेतला गेलाय. प्रत्येक युगात याबद्दल मार्गदर्शन दिलं गेलंय.

बुद्धाला जेव्हा दुःखाची जाणीव झाली, तेव्हा बुद्धाने काय केलं? त्या वेळी त्याने मी 'ड्युटीवर आहे की नाही,' असा विचार केला नाही. उलट त्याने असा विचार केला, की 'काय आपण असंच जगायचं? मीही कधी असाच आजारी पडेन? ... एक दिवस म्हातारा होऊन मीही असाच मरेन?... जीवन म्हणजे हेच काय?...

या सगळ्या गोष्टींवर काही तरी उपाय असेलच ना?' अशा तऱ्हेचे विचार, प्रतिपुष्टी किंवा प्रत्याभरण म्हणजे आंतरिक फिडबॅक, त्याला आतून मिळाला. तो इतका जोरदार होता, की तोच त्याच्या शोधाची शक्ती बनला.

एकलव्य – आपलं बोलणं ऐकून मला माझ्या ज्ञानाची पातळी उंचावल्यासारखी वाटतेय. एक प्रकारे शिफ्टिंग मिळालंय, असं वाटतंय. माणसाचं दुःखच त्याच्या शोधाची शक्ती बनेल. ...मी दुःखाकडे या नजरेने कधी बघितलंच नाही. मला एक गोष्ट लक्षात येत नाही, की जर बुद्धाने आपल्या शोधामध्ये आपले दुःख, हेच बळ, हीच शक्ती बनवली, तर आपण असं का करू शकत नाही?

उपरवाला – कारण माणूस आपल्या सवयीचा गुलाम आहे. माणसाला जेव्हा दुःख होतं, तेव्हा तो दुःखमुक्तीचा रस्ता शोधण्याच्याऐवजी, आपल्या सवयीनुसार म्हणतो, 'माझी ही वेळ टीव्ही बघायची आहे. माझी ही वेळ आराम करायची आहे... माझी ही वेळ वर्तमानपत्र वाचायची आहे... ही वेळ फिरायला जायची आहे... इत्यादी सवयीनुसार माणूस म्हणतो, दुःखाच्या शोधासाठी माझ्याकडे वेळ नाही, कारण त्याला दुःखात राहण्याची सवय झाली आहे. ज्या गोष्टींची सवय लागते, त्या गोष्टी बेसावधपणे तो वारंवार बोलत राहतो.

केवळ या सवयीमुळेच, घरात सगळं ठीक-ठाक चाललेलं असतानाही लोक एक-दुसऱ्याला चिडवून, भांडून दुःखाला आमंत्रण देतात आणि नंतर बसून ती सोडवतात. भांडण सोडविल्यानंतर सगळे बसून मोठ्या प्रेमाने हॉटेलमधून जेवण मागवून खातात, तेव्हा कुठे सगळ्यांना बरं वाटतं. यावरून तू ही गोष्ट लक्षात घे, की व्यक्तींद्वारे प्रथम दुःख निर्माण केलं जातं, मग ते दूर केलं जातं, कारण माणसाला दुःखाविना राहायला आवडतच नाही. सवयीमुळे तो विनाकारणच दुःखाला आमंत्रित करत राहतो.

एकलव्य – माणसाला दुःखाची सवय कशी लागते?

उपरवाला – माणसाला दुःखाची सवय एका दिवसात लागत नाही. लहानपणापासून, आसपासच्या लोकांकडून त्याला बरंच प्रशिक्षण दिलं जातं, तेव्हा कुठे त्याला दुःखाची सवय लागते. दुःखाची सवय लागायला अनेक वर्षं लागतात.

एकलव्य – आता मला ही सवय मोडायचीच आहे.

उपरवाला – तुला जर ही सवय सोडायची असेल, तर कोणता विचार तू करत असशील? ही सवय सोडायला तुला किती दिवस लागतील? २००८ ! १००८ ! की १०८ दिवस? ही सवय १०८ दिवसांतही सुटू शकेल. काही जणांच्या बाबतीत तर याहूनही कमी दिवस लागणं शक्य आहे. काही गोष्टी तर्कात बसत नाहीत, त्यामुळे लवकर विश्वास बसत नाही. पण जसजशा त्या गोष्टी तू अमलात आणशील, त्यांचा योग्य प्रकारे शोध घेशील, तेव्हा तुझ्या लक्षात येईल, की दुःखात राहण्याची तुझी सवय सुटली आहे.

एकलव्य – मला माझी दुःखात राहण्याची सवय लवकरात लवकर सुटायला हवी आहे. यासाठी मी १०८ दिवसांचा संकल्प करायला तयार आहे. आपण सांगितलेल्या सर्व गोष्टी मी अमलात आणेन.

एवढं बोलून एकलव्याने उपरवाल्याचा निरोप घेतला आणि घराकडे निघाला.

आज एकलव्य तसा आरामात होता, कारण त्याने आज एका दिवसाची रजा घेतली होती. आज भारत-पाकिस्तानमध्ये होणाऱ्या क्रिकेटच्या मॅचचा आनंद तो घेऊ इच्छित होता. घरी पोहोचल्यावर त्याला दिसलं, की त्याच्या लग्नाबद्दल त्याची आई आणि बहीण यांच्यात वाद-विवाद चाललाय. सध्याच्या परिस्थितीत लग्नाबद्दल निर्णय घेणं, एकलव्याला अवघड वाटत होतं. 'या विषयावर आपण पुन्हा कधी तरी बोलू या' असं म्हणून एकलव्याने शीळ घालायला सुरुवात केली. आई काही तरी म्हणण्यापूर्वी तो आपल्या खोलीत निघून गेला. नंतर काही काळ त्याला आईचा आवाज ऐकू येत होता.

त्याने सगळा दिवस क्रिकेटची मॅच पाहण्यात घालवला. भारताची हार झाल्याने तो उदास झाला. उपरवाल्याने केलेल्या उपदेशात तो आपल्या उदासीची कारणे शोधू लागला, पण त्याला उत्तर सापडलं नाही. उद्या सकाळी उपरवाल्याला याबद्दल विचारायचं, असा निश्चय करून तो झोपला.

८
आनंदाचे सहज-सरळ रहस्य

सकाळी उठताच आपल्या औदासीन्याचं निराकरण करण्यासाठी एकलव्य रोजच्यापेक्षा जरा लवकरच फिरायला बाहेर पडला. उपरवाल्याने त्याला खिडकीतून पाहिले, तेव्हा तोदेखील खाली उतरला.

उपरवाला - आज तू उदास दिसतोयस. का बरं?

एकलव्य - काल भारत आणि पाकिस्तान यांच्यामध्ये झालेल्या क्रिकेट मॅचमध्ये भारत हरला, त्यामुळे मी दुःखी आहे. मी माझ्या मित्राबरोबर पैज लावली होती, की भारतच जिंकेल, पण माझा अंदाज चुकीचा ठरला.

उपरवाला - कुठलाही देश क्रिकेट मॅचमध्ये हरला, तर त्या देशातील लोकांना खूप दुःख होतं. तू तुझ्या मित्राबरोबर पैज लावली होतीस, की भारत क्रिकेट मॅचमध्ये जिंकेल, पण तो हरला. आता जरा नीट विचार कर. तुझ्या दुःखाचं नक्की कारण काय आहे? पैज हरणं, हे तुझ्या दुःखाचं कारण आहे, की तुझा अंदाज चुकला, या गोष्टीचं दुःख तुला वाटतंय? आपल्या देशाबद्दल वाटणारं प्रेम, आसक्ती तुझ्या दुःखाचं कारण आहे, की शेजारी देशाचं सुख हे तुझे दुःख आहे?

एकलव्य - बाप रे ! इतका खोलवर विचार ! आपण तर दुःखाची पोथीच उघडलीत. मला या कारणांबद्दल खूप विचार करायला हवा.

उपरवाला - प्रामाणिकपणे विचार केल्यावर तुझ्या असं ध्यानात येईल, की पुष्कळदा शेजाऱ्याचं सुख हेच आपल्या दुःखाचं कारण असतं.

माणसाच्या दुःखाचं तिसरं कारण 'शेजाऱ्याचं सुख' हेच आहे. शेजाऱ्याचं सुख, याचा अर्थ कुणा तरी दुसऱ्याचं सुख. कुणा दुसऱ्याला सुख मिळतंय, हे बघून माणूस दुःखी होतो. माणसाला सुख मिळालं नाही, तर त्याला त्याचा फार त्रास वाटत

नाही, पण जेव्हा शेजाऱ्याला सुख मिळतं, तेव्हा त्याला त्याचा त्रास होऊ लागतो. जर शेजाऱ्याचं सगळं सुख संपून गेलं, तर माणसाचं पन्नास टक्के दुःख लगेचच नाहीसं होईल. अशा तऱ्हेने शेजाऱ्याचं सुख लोकांच्या मनात तिरस्कार, द्वेष निर्माण करतं. निसर्गाचा एक अतूट नियम आहे. जी गोष्ट बघून माणसाच्या मनात तिरस्कार, द्वेष उत्पन्न होतो, ती गोष्ट त्याच्याकडे येत नाही. शेजाऱ्याचं सुख पाहून तुमच्या मनात द्वेष, तिरस्कार निर्माण झाला, तर तुमच्या जीवनात आनंद, खुशी येणार नाही. शेजाऱ्याचा आनंद, खुशी पाहून तुम्ही खुश झालात, तर आनंद, खुशी तुमच्याकडे नक्कीच येईल.

एकलव्य – ही गोष्ट समजावून सांगायला आपल्याकडे आणखी काही उदाहरणे आहेत का?

उपरवाला – आहेत नं ! नफरतीलाल आहे.

एकलव्य – मला कळलं नाही.

उपरवाला – नफरतीलाल एक काल्पनिक पात्र आहे. तो तुला पुष्कळ काही शिकवेल.

नफरतीलाल नावाचा माणूस जेव्हा जेव्हा पैसा कमावण्यासाठी बाहेर पडतो, तेव्हा तेव्हा त्याच्या मागे रेडा लागतो. त्याला आश्चर्य वाटतं, की असं का होतं? तो विचार करू लागतो, जेव्हा जेव्हा मी इतर कामांसाठी बाहेर पडतो, तेव्हा काही रेडा मागे लागत नाही. पण मी जेव्हा जेव्हा पैसा कमवायला बाहेर पडतो, तेव्हा रेडा मागे लागतो. असं का होतं? नफरतीलालने मागच्या कारणांबद्दल खूप शोधाशोध केली. शेवटी त्याने आत्मपरीक्षण केलं आणि त्याच्या लक्षात आलं, की त्याचे विचारच या सगळ्या गोष्टींचे मूळ आहे.

एकलव्य – विचार? कुठल्याही गोष्टींचं विचार हे मूळ कसं असू शकेल?

उपरवाला – असं लक्षात घे. नफरतीलाल जेव्हा पैसे कमवायला बाहेर पडतो, तेव्हा त्याच्या मनात विचार येतात, 'शेजारच्याने कार खरेदी केलीय... मी अद्याप स्कूटरसुद्धा घेऊ शकलो नाही... त्या माणसाचा बंगला झाला... मी माझं साधं घरसुद्धा बांधू शकलो नाही. शेजाऱ्याला भेटायला मोठमोठे चांगले खानदानी प्रतिष्ठित लोक येतात... मला भेटायला माझी शान, प्रतिष्ठा वाढवणारं कुणीच माझ्याकडे येत नाही...' जेव्हा नफरतीलाल असा विचार करतो, तेव्हा तो पितळ बनतो. म्हणजे दुःखी बनतो.

आणि द्वेषाने लाली लाल होऊन जातो. आता तो लाल झाल्यावर मागे रेडाच लागणार ना? लाल रंग पाहूनच तर रेडा मागे येतो.

एकलव्य – आपलं काल्पनिक पात्र मोठ्या मजेदार समस्येत अडकलंय.

उपरवाला – हं! समस्या मजेदार आहे. पण कारण गंभीर आहे. या उदाहरणाने तुझ्या लक्षात आलं असेल, की ज्या गोष्टीमुळे माणूस दुसऱ्याचा द्वेष करतो, ती गोष्ट माणसाच्या जीवनात कधीच येत नाही. या द्वेषामुळे तो नकारात्मक भावनेने परिपूर्ण होऊन जातो. नकारात्मक भाव नकारात्मकतेलाच आकर्षित करतो. लाल रंगाला (नकारात्मक भाव) पाहून रेडा (नकारात्मक परिणाम) पुनःपुन्हा मागे लागतो.

हे सगळं ऐकून एकलव्याला कळलं, की तो स्वतःच रेड्याला आमंत्रण देतोय. शेजाऱ्याचं सुख (शेजारच्या देशाचा विजय, मित्राशी लावलेली पैज हरणं) हेच त्याच्यासाठी दुःख बनलंय.

एकलव्य – आपण मला हसवता हसवता गंभीर बनवलंत.

उपरवाला – ज्या माणसाच्या मनात द्वेष आहे, त्याला दुसऱ्या कुठल्याच शत्रूची आवश्यकता नाही. त्याला दुःखी होण्यासाठी केवळ द्वेषच पुरेसा आहे. दुसऱ्याविषयी आपल्या मनात द्वेष बाळगून माणूस अजाणतेपणे स्वतःच आपला शत्रू होऊन जातो. तुला स्वतःचा शत्रू बनायचं नाही. अजाणतेपणे माणूस दुसऱ्याच्या सुखाचा द्वेष करण्याने आपलंच सुख अडवतो. तेव्हा द्वेषाला ज्ञानाच्या, जाणिवेच्या मशालीने भस्म करायला हवं. द्वेष खुशी रोखण्याचं बटण आहे. ज्या दिवशी तू दुसऱ्याच्या खुशीने खुश, दुसऱ्याच्या आनंदाने आनंदी होण्याची सवय लावून घेशील, त्या दिवसापासून जीवनातील प्रत्येक खुशी, प्रत्येक सुख, आनंद तुझ्याकडे आलेला तुला आढळेल. तुझं सुख, तुझा आनंद, तुझी खुशी वाढत चाललेली तुला दिसेल.

एकलव्य – मग मी काय शेजाऱ्याला खुश होताना पाहून टाळ्या वाजवू? असं करण्याने माझ्या जीवनात खुशी येईल?

उपरवाला – टाळ्या किंवा शिव्या यामागील भावना; त्याला प्रभावी, परिणामकारक, मजेदार, निष्प्रभ किंवा अधिक वाईट बनवते. द्वेषाची भावना माणसाला 'पितळ' बनवते म्हणूनच माणसाच्या आतील द्वेषभावना मुळासकट नाहीशी व्हायला हवी. कुणी आपल्या शेजाऱ्याची वरवर प्रशंसा केली, की 'माझ्या शेजाऱ्यापाशी कार आहे, बंगला आहे, मोटार आहे, गाडी आहे, त्यामुळे मला खूप आनंद होतोय.' पण

वास्तवात मात्र तो आतून मत्सराने पेटून उठलाय. असं असेल, तर ही गोष्ट त्याला 'पितळ' बनवेल. मॅग्नेट नाही. जे मॅग्नेट बनतात, चुंबक बनतात, त्यांच्याकडे खुशी येते. जे पितळ बनतात, त्यांच्यापासून खुशी दूर पळते.

एकलव्य – दुसऱ्यांच्या खुशीने खुश झालं पाहिजे. हृदय ही गोष्ट मान्य करतं, पण बुद्धी अधिक तर्कसंगत उत्तराची अपेक्षा करते.

उपरवाला – हृदयाचा आवाज मोकळा होऊ दे. वाढू दे. तोपर्यंत तर्काला कुतर्क बनू देऊ नकोस. शेजाऱ्याच्या सुखाने जेव्हा तू खुश व्हायला शिकशील, तेव्हा खुशी तुझ्यापासून दूर राहणार नाही. शेजारी टेलिफोन आला, तर शक्य आहे, की भविष्यात तुझ्याकडे टेलिफोनची लाइन सहजतेने घेता येऊ शकेल.

एकलव्य – अरे ! या नजरेने तर मी आत्तार्यंत घडणाऱ्या घटनांकडे कधी पाहिलंच नव्हतं. शेजाऱ्याच्या घरी जर टेलिफोन लाईन आली, तर माझ्या घरी ती लवकर येऊ शकते. शेजाऱ्याच्या सुख–समृद्धीकडे जर मी खुशीच्या नजरेने बघितलं, तर सुख– समृद्धी माझ्या दाराशी जरूर येईल. मला ही गोष्ट आता सुतर्कपूर्ण वाटू लागलीय. बघा ना ! आपल्या संगतीत मीदेखील मोठमोठे शब्द वापरू लागलो.

उपरवाला – शब्द म्हणजे कुल्फीची दांडी. कुल्फी बोधाचं प्रतीक आहे. बोध ग्रहण करण्यासाठी शब्द मदत करणार असतील, तर मग काही हरकत नाही.

एकलव्य उपरवाल्याकडे एकटक बघत राहिला आणि कुल्फी व कुल्फीची दांडी दोन्हीचाही आस्वाद घेत राहिला.

एकलव्य – बरं ! मला हे सांगा, माझ्या जीवनात चांगल्या गोष्टी आकर्षित करण्यासाठी मी आणखी काय काय करायला हवं?

उपरवाला – कुठलीही गोष्ट माणसापर्यंत पोहोचण्यापूर्वी काही पावलं चालावी लागतात. ही पावलं कोणती, ते समजून घेऊ. सगळ्यात पहिली गोष्ट म्हणजे तुम्ही खुशीवर लक्ष ठेवा. जी गोष्ट तुम्ही पाहू शकाल तीच तुमच्याकडे येऊ शकेल ना? जर ती तुम्हाला दिसलीच नाही, तर जवळ कशी येणार? इथे एक कडी सुटलीय. ती नीट समजून घे. कुठल्याही गोष्टीकडे तुम्ही खुशीच्या नजरेने पाहिलंत, तर ती गोष्ट आपल्याकडे आणण्यासाठी तुम्ही शक्ती कामी लावलीत, असं होईल. जर त्या गोष्टीकडे दुःखीच्या नजरेने पाहिलंत, तर ती गोष्ट तुमच्याजवळ येण्यात तुम्ही अडसर निर्माण करताय, असं होईल. जीवनाचा नियमही हाच आहे. कुठल्याही

गोष्टीकडे दुःखाच्या नजरेने पाहण्याने ती तुमच्याकडे येत नाही. सुखाकडे दुःखाने पाहिलंत, तर ते तुमच्याकडे येणार नाही. सुखाला वाटतं 'तुम्ही त्याच्याकडे खुशीने पाहावं.' सुखप्राप्तीचा हा नियम आहे, की 'सुख पाहून खुश व्हायला सुरुवात करा. मग ते सुख कुणाचं का असेना... शेजारी असोत, नातेवाईक असोत, मित्र असो वा कुणी अनोळखी. कुणा खुश माणसाकडे पाहून तुम्ही खुश होणं सुरू केलंत, तर खुशी आपल्याकडे आणण्याचं ते पहिलं पाऊल ठरेल. आपल्या आसपास जे काही चांगलं चाललंय, त्याचं निरीक्षण करण्याची सवय विकसित कर. टीव्ही सिरियल बघतानाही हे बघ, की कोणती पात्रे खुश आहेत. सिरियलमध्ये खुश असलेली पात्रे कमीच असतात, हे खरं आहे. पण जेवढी म्हणून दाखवली आहेत, त्यांच्यावर आपलं लक्ष केंद्रित कर.

मनात द्वेष-तिरस्काराची भावना न ठेवता आपलं ध्यान खुश लोकांकडे लावल्याने तुझ्याकडे खुशी येऊ लागेल. खुशीचं साधं सरळ रहस्य आहे. 'चांगलं बघ. सी-ग्रेट इज सिक्रेट.'

एकलव्य - वा ! काय बोललात ! सी-ग्रेट इज सिक्रेट.

उपरवाला - बरोबर ! हे आपल्या जीवनाचं अंग बनवणं, त्याहूनही मोठी गोष्ट आहे. जेव्हा जेव्हा वेळ मिळेल, तेव्हा तेव्हा आपल्या आसपास जे काही चांगलं चाललंय, ते बघ. जर तू स्वतः चांगलं बघण्याचा प्रयत्न केला नाहीस, तर लोक टीव्ही, वृत्तपत्र, न्यूज चॅनेलच्या माध्यमातून तुला दुःख दाखवण्यासाठी बसलेच (टपलेलेच) आहेत. चुकीच्या बातम्या ऐकून, चुकीच्या गोष्टी पाहून, माणूस अजाणतेपणे चुकीच्या गोष्टींकडे आकर्षित होतो. म्हणून सावधपणे प्रत्येक गोष्ट योग्य रीतीने बघण्याचा प्रयत्न कर. टीव्ही असो, वा वर्तमानपत्र, त्यात खुश-खबरच बघ. अशा तऱ्हेने चारी बाजूला लोकांचे आनंद, त्यांची खुशी पाहा आणि त्या खुशीचा अनुभव घे.

जेव्हा तू लोकांसाठी मंगलमय भावनांची कामना करशील, त्यांच्यासाठी प्रार्थना करशील, त्यांच्या सुखाने आनंदित होशील, तेव्हा त्या भावनेच्या प्रभावाने तुझ्या जीवनातही खुशीचा अवश्य प्रवेश होईल.

एकलव्य - 'सी-ग्रेट इज सिक्रेट' या मोठ्या शक्तिशाली पावलाची आज आपण मला ओळख करून दिलीत. आता पुढचे पाऊल जाणून घेण्यासाठी मी अतिशय उत्सुक आहे.

उपरवाला - या पुढचं पाऊल आहे, 'दिखावटीपणापासून दूर राहणं.' माणसाला जोपर्यंत वाईट बनण्याची संधी मिळत नाही, तोपर्यंत तो चांगलाच असतो. देखाव्यासाठी तो खूपच भला बनलेला असतो. पण जेव्हा केव्हा त्याला समोरच्या व्यक्तीला खाली बघायला लावण्याची संधी मिळते, मग तो कुणीही असो, त्याचा भाऊ असो की बहीण, सासू असो की सून, मित्र असो की बॉस, तो संधिसाधू बनून जातो.

एक कर्मचारी आणि त्याचा वरिष्ठ अधिकारी यांच्यात झालेला संवाद तुला सांगतो. तुला सुरुवातीला वाटेल, की त्या कर्मचाऱ्याच्या मनात आपल्या वरिष्ठ अधिकाऱ्याबद्दल केवढी आदराची भावना आहे. परंतु, पूर्ण वार्तालाप ऐकल्यानंतर तुला काही वेगळंच चित्र दिसेल. अधिकारी कर्मचाऱ्याला बोलावतो.

अधिकारी - ये आत ये. खुर्चीवर बस.

कर्मचारी - नाही. मी आपल्यासमोर खुर्चीवर बसणार नाही. माझ्यासाठी स्टुलच ठीक आहे. मला आपल्याविषयी आदर आहे. मी आपली इज्जत करतो. अशा तऱ्हेने आपल्यासमोर खुर्चीवर बसून मी आपला अपमान करू इच्छित नाही.

कर्मचाऱ्याचं बोलणं ऐकून अधिकाऱ्याला स्वतःविषयी गर्व वाटू लागला आणि त्याला थट्टा करायची लहर आली.

अधिकारी - (थट्टेत चुटक्या वाजवत) अच्छा ! पण जर मी स्टुलावर बसलो, तर तू काय करशील?

कर्मचारी - तर मी कार्पेटवर बसेन.

अधिकारी - जर मी कार्पेटवर बसलो, तर तू काय करशील?

कर्मचारी - तर मी जमिनीवर बसेन.

अधिकारी-जर मी जमिनीवर बसलो, तर तू काय करशील?

कर्मचारी - मी खड्डा खणून त्याच्या आत जाऊन बसेन.

अधिकारी-जर मी त्या खड्ड्यात जाऊन बसलो, तर तू काय करशील?

कर्मचारी - मी तो खड्डा मातीने भरून टाकेन.

एकलव्य - हा... हा... हा...(काही क्षण हसल्यानंतर) आपण मनोवैज्ञानिकही वाटता.

उपरवाला - हे मनाचे विज्ञान नाही. अज्ञान आहे. या उदाहरणातून तू हेही

लक्षात घे, की केवळ देखाव्यासाठी तुला कुणाचं शुभचिंतक बनायचं नाही. लोकांच्या भल्यासाठी जेव्हा तुमच्या अंतर्मनातून प्रार्थना उमटते, तेव्हा तुम्ही सकारात्मक मॅग्नेट बनता. असं करून तुम्ही दुसऱ्यावर उपकार करत नाही, तर हे उपकार तुम्ही स्वतःच स्वतःवर करता. दुसऱ्यांची खुशी बघून तुम्ही खुश होणं सुरू कराल, तेव्हा तुमच्या असं लक्षात येईल, की तुमच्या अंगणात खुशीचं कारंजं थुईथुई नाचतंय !

तिरस्कार, द्वेष आणि नकारात्मक भावना यामुळे नको असलेल्या गोष्टी जीवनात मुंगीच्या पावलांनी येतात, त्यामुळे माणसाच्या हे लक्षात येत नाही, की या गोष्टी त्याच्याकडे हळूहळू सरकत येताहेत. तो जितका नकारात्मक गोष्टींकडे लक्ष देतो, तितक्या सहजतेने नकारात्मक गोष्टी त्याच्या जीवनात प्रवेश करतात. माणूस विचार करतो, 'मी अशी कल्पना कधीच केली नव्हती. तरीही अशी वाईट गोष्ट माझ्या बाबतीत कशी घडली?' त्याला माहीत नसतं, एक दिवस नव्हे, वर्षानुवर्षे नकारात्मक गोष्टी बघण्याची आणि त्याबद्दल विचार करण्याची त्याला सवय लागली आहे. त्यामुळे शेजाऱ्याचं सुख त्याला नेहमीच टोचत आलंय आणि जो आनंद त्याच्याकडे येऊ घातला होता, तो थबकलाय.

एकलव्य - अरेरे, मला हे जर आधी कुणी समजावलं असतं, की नकारात्मक विचारांमुळे मीच माझा खुशीचा रस्ता रोखून धरलाय, तर मी खुश होणं कधीपासूनच सुरू केलं असतं. मला हे माहीत नव्हतं, त्यामुळे मला लोकांचा आनंद, त्यांची खुशी पाहावत नव्हती. अश्विनची प्रगती, मिस्टर द्रोणनाथनचा अश्विनकडे असलेला कल, या सगळ्या गोष्टींकडे मी दुःखाच्या नजरेनेच बघत होतो. पण आता असं होणार नाही. कोणत्याही परिस्थितीमध्ये खुश राहणं कसं महत्त्वाचं आहे, हे आता मला कळलंय.

उपरवाला - होय ! खुश लोकांमुळेच तर या विश्वाची जगरहाटी चालू आहे. या जगात आजदेखील काही लोक खुश दिसतात. ही मोठीच कृपा आहे. जर कुणीच खुश दिसला नाही, तर लोकांकडे खुशी येण्याचा प्रश्नच उद्भवत नाही. ज्या दिवशी पृथ्वीवर एकही खुश असलेला माणूस नसेल, त्या दिवशी पृथ्वी नष्ट होईल. लोक अंदाज करतात, की 'अमुक अमुक दिवशी पृथ्वी नष्ट होईल.' पण अशा लोकांना सांगायला हवं की 'अजूनही पृथ्वीवर बरेच खुश लोक अस्तित्वात आहेत, त्यामुळे एवढ्यात जग संपुष्टात येण्याची शक्यता नाही.'

एकलव्य - (हसत हसत) आणि पुढे ही उरणार नाही, कारण खुश लोकच खुश लोकांची नवी फौज तयार करतील.

उपरवाला - खुश लोकांमुळे निसर्गनियमांचं पालन आपोआप होतं आणि सकारात्मक गोष्टी आपोआप वाढू लागतात. ईश्वर पृथ्वीला उच्चतम अवस्थेवर नेऊ इच्छितो. कुणी खेळणीवाला खेळणी बनवतोय. तो दर वेळी त्यात नवनवीन गोष्टी आणत राहतो. या खेळण्यात ही सुविधा असावी, ती व्यवस्था असावी, असा विचार करून तो तसे प्रयत्न करतो. आजच्या आधुनिक इलेक्ट्रॉनिक उपकरणांमध्ये नानाविध सुविधा उपलब्ध असतात. प्रत्येक नवीन गोष्टीत आपल्याला अधिकाधिक सुविधा दिसतात, कारण ईश्वराला वाटतं, पृथ्वीवर सतत काही तरी नवीन, अनोखं, अद्भुत घडावं आणि पुढचा विकास व्हावा. ईश्वराला वाटतं, की माणसाचं पुढचं संस्करण उच्चतम व्हावं. ईश्वर कधीही, कुठेही थांबू इच्छित नाही.

काही लोक ईश्वराचं कार्य करण्यासाठी तयार होतात, तेव्हा त्यांच्या द्वारे, बऱ्याच संभावना प्रकट होतात. त्यांच्या अंतरात स्पष्टता, म्हणजे दूरदृष्टी, तसेच विवेकदृष्टी तयार होते. ते प्रत्येक क्षणी खुश राहू लागतात. आसपास काही का घडेना, ते खुश राहायला शिकतात. असेच लोक व्यक्तिगत जीवन न जगता जगाची मोठी सेवा करतात.

एकलव्य - आपलं बोलणं ऐकल्यानंतर माझ्याही मनात अव्यक्तिगत सेवेचा भाव बळावू लागलाय. आत्तापर्यंत मी केवळ माझ्याच खुशीबद्दल विचार करत होतो. पण आता मला वाटतंय, सारं विश्वच आनंदाने भरून जावं. मी यासाठी काय करू?

उपरवाला - विश्व आनंदित करण्याची तुझी इच्छा खूपच चांगली आहे. त्यासाठी प्रथम लोकांकडे प्रेमाने बघ. त्यामुळे त्यांचं दुःख काहीसं हलकं होईल. ही पण एक मोठी सेवा आहे. त्याचप्रमाणे तुझ्या आत ही जाणीव निर्माण होईल, की आता तुला शेजाऱ्यांचं खुश होणं बघायला शिकायचंय. त्याचप्रमाणे दुसऱ्यांचं दुःख बघून त्यांना आठवण करून द्यायची आहे, की ते खुश राहू शकतील, अशा कोणकोणत्या गोष्टी त्यांच्याकडे आहेत. माणसं नेहमी आपल्याकडे असलेल्या गोष्टींकडे दुर्लक्ष करतात आणि जे असत नाही, त्यासाठी दुःख करतात. तेव्हा, आता तुझी ही जबाबदारी आहे, की तू प्रत्येकाला त्याची गुणवत्ता, कुशलता, विशेषता, श्रेष्ठता, सौजन्यशीलता यांची आठवण करून दे.

एकलव्य - प्रत्येक व्यक्तीत गुण असतातच का?

उपरवाला - प्रत्येक व्यक्ती, प्रत्येक वस्तूमध्ये गुण असतात. बंद घड्याळसुद्धा दिवसातून दोन वेळा अचूक वेळ दाखवते.

एकलव्य - वा ! आपल्याकडून मिळालेली शिकवण आणि ती देण्याची आपली पद्धत दोन्हीही लाजवाब आहे.

उपरवाला - खुश होण्यासाठी एवढं समजणंही पुरेसं आहे. निसर्गाचा हा सिद्धांत माणसाच्या ध्यानात आला, की तो खुश होणं सुरू करेल. तो तेव्हा असा विचार करणार नाही, माझं हे.. हे... काम आधी झालं पाहिजे...माझं लग्न ठरलं पाहिजे... माझा रिझल्ट आला पाहिजे... मी पास झालं पाहिजे... मला मुलगा झाला पाहिजे... घर झालं पाहिजे... कार आली पाहिजे... वाढदिवस किंवा नववर्ष आलं पाहिजे...मग मी खुश होईन.' जेव्हा माणसाला खुशीचं रहस्य समजेल, तेव्हा तो खुश होण्यासाठी सुखद घटनांची वाट पाहणार नाही. तर नेहमीच खुश राहील.

अशा तऱ्हेने बोलता बोलता घर कधी जवळ आलं, ते एकलव्याला कळलंच नाही. एकलव्याला आता ऑफिस डोळ्यापुढे दिसू लागलं. त्याच्या मनात विचार आला, की उपरवाल्याला कधी घरी जाण्याची घाई नसते. हा काही कामच करत नाही की काय?

एकलव्य-आपण कधी ऑफिसमध्ये जाताना दिसत नाही? आपण नाईट शिफ्टला कामाला जाता का?

उपरवाला-मी नाईट शिफ्टमध्येच नाही, तर सगळ्या शिफ्टमध्ये काम करतो. घरातच माझं ऑफिस आहे. मी सगळं काम घरातूनच करतो.

एकलव्याला हे उत्तर काहीसं असंबद्ध वाटलं. स्टाफ नाही... ऑफिसचं फर्निचर नाही. या सगळ्याशिवाय हा कसं आणि कोणतं काम करत असेल? जाऊ दे. मला याच्याशी काय करायचंय की तो काय करतो? तो जे काही करतोय, ते त्याने करावं. पण त्याचं बोलणं ऐकून माझ्या जीवनात परिवर्तन घडू लागलंय, हीच माझ्या दृष्टीने महत्त्वाची गोष्ट आहे.

एकलव्य-आत्तापर्यंत आपण दुःखाची इतकी कारणे सांगितलीत, त्यांच्यामुळे जीवनातील छोट्या-मोठ्या घटनांमधून मी सहजपणे बाहेर येऊ शकतोय. आता मी दुःखाचं पुढचं कारण ऐकायला उत्सुक आहे.

उपरवाला - होय. नक्कीच. पण आता त्यासाठी परवापर्यंत वाट पाहा.

९
दुःखाचे दुःख

आजची सकाळ एकलव्याला अतिशय प्रसन्न आणि सुखद वाटत होती. काल शुक्रवार असल्याने उपरवाल्याची भेट झाली नव्हती. त्यामुळे उपरवाल्याकडून पुढच्या गोष्टी आपण कधी ऐकतो, असं त्याला होऊन गेलं होतं. पहाटेच्या सुखद गारव्याचा आनंद घेत दोघेही एकदमच फिरण्यासाठी बाहेर पडले.

उपरवाला - परवा तू दुःखाचं पुढचं कारण जाणून घेण्यासाठी खूपच उत्सुक होतास. आता ते कारण न सांगून मी तुला मुळीच दुःखी करणार नाही.

एकलव्य - धन्यवाद ! मी त्याचीच तर वाट पाहतोय.

उपरवाला - चल ! मी तुझ्या प्रतीक्षेचा शेवट करतो. दुःखाचं चौथं कारण आहे, 'दुःखाचं दुःख करणं.'

एकलव्य - दुःखाचं दुःख करणं... हे काय कारण झालं?

उपरवाला- हो ! दुःखाचं दुःख करणं, हेच माणसाच्या दुःखाचं मोठं कारण आहे. मी तुला सर्कशीतल्या जोकरचं उदाहरण सांगतो. त्यामुळे तुला समजेल, की ज्याप्रमाणे सर्कशीत जोकर येणं, ही अगदी सामान्य गोष्ट आहे, त्याप्रमाणेच जीवनात दुःख येणं ही अगदी सामान्य गोष्ट आहे. हा बोध झाल्यावर माणूस दुःखाचं दुःख करणं बंद करतो, त्याचप्रमाणे दुःखाला या विश्वाच्या सर्कशीतला जोकर मानून हसणं शिकतो.

एकलव्य - अरे वा ! आपण तर दुःखाचं नावच बदललंत. दुःख - या विश्वाच्या सर्कशीतला जोकर ! कृपया ही गोष्ट आणखी स्पष्ट करून सांगा ना !

उपरवाला - जेव्हा तू सर्कस पाहतोस, तेव्हा जोकर पाहून तुला वाईट वाटतं

का? तुला दुःख होतं का? नाही. 'अरेरे! सर्कशीत जोकर का आला?' असं म्हणतोस तू?

एकलव्य - नाही.

उपरवाला - उलट सर्कशीत जोकर पाहून तू खुश होतोस आणि म्हणतोस, 'सर्कस आहे, तर जोकर येणारच.' ज्याप्रमाणे सर्कशीत जोकर येतोच, त्याचप्रमाणे पृथ्वीवरील या जीवनरूपी सर्कशीत दुःख येतंच. सर्कशीतला जोकर पाहून तुला वाईट वाटत नाही, तर पृथ्वीवरील जोकर म्हणजे दुःख पाहून तुला वाईट का वाटतं? पृथ्वीवर दुःख येणं सामान्य गोष्ट आहे. त्याला मृत्युशोकाची कळा येऊ देऊ नकोस. त्या जोकरवर रागावू नकोस. 'आम्हाला पाहून ते का हसतं? आमची थट्टा का करतं?' असं म्हणू नकोस. काही दुःख तुला बघून हसतात, त्याने तू वैतागू नकोस.

एकलव्य - पृथ्वीवर दुःख येणं ही जर स्वाभाविक गोष्ट आहे, तर आपण मला दुःखात खुश राहायला का सांगता?

उपरवाला – जर तू माझ्या बोलण्याचा असा अर्थ काढत असशील, तर तुला माझं म्हणणं नीटसं कळलं नाही असंच म्हणावं लागेल. मी जेव्हा 'दुःख' शब्द वापरेन, तेव्हा त्याचा अर्थ आहे, तथाकथित दुःख. माणूस ज्याला दुःख समजतो, ते वास्तवात दुःख नसतंच. ते दिखाऊ सत्य आहे. बळ आहे. विकास आहे. जोकर आहे.

एकलव्य-दिखाऊ सत्य, बळ, विकास हे सगळे काय जोकरचे नोकर आहेत?

उपरवाला –ही सगळी कथित दुःखांची वेगवेगळी नावे आहेत. कुठलाही एखादाच शब्द घेऊन गोंधळात पडू नकोस. माणसाच्या बाबतीत हीच चूक होते, की तो केवळ एकच एक उदाहरण घेऊन बसतो, त्यामुळे तथाकथित शब्द सांगणं आवश्यक ठरतं. कुणी असा विचार करू नये, की 'पृथ्वीवर दुःख आहेच, तर आता माणसाला त्यापासून मुक्ती मिळणं असंभव आहे. त्याला असंच रडत - कुढत राहायला हवं.' पण असं नाही. जेव्हा माणूस शोध घेईल, तेव्हा त्याच्या लक्षात येईल, तथाकथित दुःख मानून माणूस स्वतःच आपल्याकडे येणाऱ्या सकारात्मक गोष्टींना दुःखाच्या भावनेद्वारे अडवतो.

एकलव्य- आजपर्यंत मी ही गोष्ट समजू शकलो नाही, की दुःखाचं दुःख करणं

हेच माणसाच्या दुःखाचं कारण आहे. दुःखाची भावनाच येणाऱ्या भविष्याला दुःखद बनवते.

उपरवाला - ही चूक प्रत्येकाकडूनच होते. काही लोकांकडूनच ही चूक होत असेल, तर माणसाला कदाचित वाटू शकेल, की 'मी चूक करतोय. पण आसपासचे सगळेच ही चूक करताहेत, त्यामुळे माणसाला हे जाणवत नाही, की तो चूक करतोय. सगळ्यांच्या मनात हा विचार ठाण मांडून बसलाय, की दुःखात दुःखीच व्हायला हवं, पण सत्य याच्या अगदी उलट आहे. कमीत कमी दुःखाच्या वेळी तरी खुश राहायलाच हवं. जेव्हा दिखाऊ दुःख येईल, तथाकथित दुःख येईल, तेव्हा हसायला हवं.

एकलव्य - किती सोपं वाटतंय हे सगळं ऐकताना, पण हे निभावणं मात्र कठीण आहे. मात्र, आज मला आपल्याकडून दुःखात दुःखी न होण्याची प्रेरणा मिळालीय. आता मी नक्की ठरवलंय, की ऑफिसमध्ये द्रोणनाथनमुळे जे दुःख वाटतं, ते मुळीच वाटून घ्यायचं नाही.

उपरवाला - पृथ्वीवर दुःख येणं, ही स्वाभाविक गोष्ट आहे, याची जेव्हा तुला खात्री वाटेल, तेव्हा तुला ही गोष्ट कठीण वाटणार नाही. तू म्हणशील, 'दुःख आहे, पण मला आता दुःखाचं दुःख वाटत नाही.' शरीराला कष्ट, वेदना होतील, पण त्याचं दुःख होणार नाही ! अडचण किंवा संकट येणं ही गोष्ट वेगळी आणि दुःख वेगळं. दुःखाचं दुःख करशील, तेव्हा तुला हे कळेल, की पृथ्वीवर माणूस सोडून कुठलाही प्राणी दुःखी नाही.

एकलव्य - खरोखर कसली दुर्दशा ही ! आता मला हेही सांगा, की दुःख करण्याचं मूळ कारण काय?

उपरवाला - दुःखाचं, दुःख करण्याचं मूळ कारण आहे, माणसाचा अज्ञानयुक्त अहंकार. प्रत्येक वेळा घटना घडली, की माणूस त्याचं अज्ञानाद्वारे विश्लेषण करतो. अहंकाराला ठेच लागते, आणि तो दुःखी होतो. तो स्वतःला शरीर मानतो आणि वेदनेला दुःख समजतो. तो विचार करतो, 'कुठलं तरी बाहेरचं कारणच माझ्या दुःखाला जबाबदार आहे.' त्यामुळे जेव्हा माणसाला दुःख होतं, तेव्हा त्याने प्रामाणिकपणे स्वतःला विचारलं पाहिजे की, 'हे दुःख मला का झालं? त्या फलाण्या माणसाने मला शिवी दिली, म्हणून मला दुःख झालं? मला याच शिवीमुळे दुःख होतंय, की कुठलीही

शिवी दिली, तरी दुःख होतं? मला गाढव म्हटल्यामुळे दुःख झालं?' 'वाघ' म्हटलं असतं, तर दुःख झालं नसतं? जर असं असेल, तर गाढव आणि वाघ यांत फरक काय आहे? गाढवाचा चेहरा वाईट आहे? गाढव कोणत्या गोष्टीत कमी आहे? अखेर दोन्हीही जनावरंच ना? एकदा एक वडील आपल्या मुलाला म्हणाले, 'तू गाढव आहेस.' यावर मुलगा म्हणाला, 'मी गाढव नाही. वाघ आहे.' तेव्हा वडील गुपित सांगितल्यासारखं म्हणाले, 'तू गाढव असं, की वाघ. अखेर जनावरच आहेस ना !'

एकलव्य – आपण तर सरळ माझ्या अहंकारावरच दरोडा घातलात.

उपरवाला – तेच तर करायचंय मला. अहंकारावर दरोडा घालून रुढीने आपल्यापर्यंत चालत आलेले पूर्वग्रह, पारंपरिक विचार (मान्यता) यावर डाका घालून, त्यांची चोरी करायचीय.

एकलव्य – आपलं काम आपणच जाणो ! मला तर गाढव चांगलं वाटतं. माझे बाबासुद्धा कधी कधी प्रेमाने मला गाढव म्हणायचे.

उपरवाला (प्रेमाने) – तू आहेसच गाढव. केवळ एक उदाहरण म्हणून हा शब्द घेतला. यामागे जो बोध सांगितलेला आहे, तिकडे लक्ष दे. या उदाहरणावरून असं लक्षात घे, माणसाला गाढव किंवा दुसरा एखादा अपशब्द बोलल्यावर दुःख का होतं? यामागे काही तरी कारण निश्चितच असेल ना? त्याच्या लहानपणापासून आसपासच्या लोकांकडून त्याने काही ऐकलं असेल, त्यामुळे त्याची समजूत झाली असेल, की , 'गाढव म्हणजे वाईट... गाढव म्हणजे ओझी वाहणारा.. गाढव म्हणजे उकिरड्यावर लोळणारा...' या समजुतीत अडकल्याने त्याला त्याचे दुःख वाटते.

एकलव्य – म्हणजे आपल्याला असं म्हणायचंय का, की पारंपरिक समजुती हेच दुःखाचं कारण आहे?

उपरवाला – अगदी बरोबर ! यावर जर कुणी सखोल चिंतन केलं, तर त्याच्या मनात प्रश्न निर्माण होईल, 'माझ्या मनात गाढव या शब्दाबद्दल अशा कोणत्या समजुती आहेत, की ज्यामुळे गाढव म्हटल्याने मला वाईट वाटतं? जर कुणी गाढवाचा शेजारी, किंवा गाढवाचा मुलगा किंवा काका असं म्हटलं, तर मला तेवढंच दुःख होईल का?'

एकलव्य – नाही. शब्द बदलल्याने भावनाही बदलते. मग काय शिवी ऐकली, तर मी टाळी वाजवू?

उपरवाला - टाळी नको. पोस्टमार्टेम कर.

एकलव्य - आता हा काय नवीन बॉम्ब टाकलात आपण?

उपरवाला - ऐक तर ! प्रत्येकाने जर आपल्या बाबतीत घडलेल्या घटनेचं पूर्ण पोस्टमार्टेम (विश्लेषण) करून पाहिलं, की दुःखाची सुरुवात नक्की कुठून होते, तर त्याला आपल्या विचारांपेक्षा अगदी वेगळं असं उत्तर मिळेल.

खोलवर विचार केलास, तर तुझ्या लक्षात येईल, की प्रत्येक शब्दासोबत माणसाच्या कुठल्या ना कुठल्या समजुती किंवा भावना जोडलेल्या असतात. प्रत्येक घटनेच्या बाबतीत माणूस जर स्वतःची चौकशी करू लागला, तर त्याच्या लक्षात येईल, की जेव्हा कुणी शिवी देतं, तेव्हा त्याच्या आतली दुःखाची भावना जागी होते, कारण ते शब्द ऐकताच त्या शब्दासोबत जोडलेल्या भावना वर उफाळून येतात आणि दुःखाला सुरुवात होते. म्हणजे माणसाच्या आठवणीत त्या शब्दाबाबत जे जुनं रेकॉर्डिंग झालेलं असतं, ते सुरू होतं.

एकलव्य - आता हे जुनं रेकॉर्डिंग नाहीसं कसं करायचं?

उपरवाला - ते जाणीवपूर्वक हातोड्याने तोडायला हवं. ते डि-लीट करायला हवं. त्या जागी नवी भावना घालायला हवी. माणसाला गाढव म्हटल्यावरही त्याच्या मनात खुशीच्या भावनाच निर्माण व्हायला हव्यात, यासाठी नव्याने प्रोग्रॅमिंग करायला हवं. किमान त्याला दुःखाचं दुःख तरी व्हायला नको. याप्रमाणे त्याला आपली जुनी फाईल री-प्लेस करायला हवी. गाढव या शब्दावर इतक्या सगळ्या नव्या गोष्टींचा विचार तो करेल, तेव्हाच हे सगळं होईल. गाढव हा शब्दच ऐकून तेव्हा तो हसू लागेल. गाढव शब्द ऐकूनही नकारात्मक भावना निर्माण झाल्या नाहीत, तर तू म्हणू शकशील, की आता मी या दुःखातून मुक्त झालो. या गोष्टीचा परिणाम आता माझ्यावर होत नाही. माझी फाईल आता री-प्लेस झाली.

एकलव्य - अरे वा ! म्हणजे खरं लक्ष्य साध्य व्हावं, म्हणून पृथ्वीवर दुःखाच्या द्वारे संधी निर्माण केली गेलीय. फाईल रिप्लेस करण्याची संधी मिळाली.

उपरवाला - हीच तर पृथ्वीची अतिशय सुंदर व्यवस्था आहे. दुःख आलं, तर तू काही वेगळा विचार करशील, नाही तर रोजच्या कामांशिवाय तू दुसरा कुठला विचारच करू शकणार नाहीस.

एखाद्या माणसाने शिवी दिली, तर ती समस्या नाही. त्यासोबत जे दुःखाचे विचार येतात, ते दुःख आहे. दुःखाचं दुःख मानणं, आपली खुशी अडवतं. म्हणूनच आपल्याला हे माहीत असायला हवं, की दुःख येणं ही स्वाभाविक गोष्ट आहे. दुःखाचं दुःख करणं, ही कला फक्त माणसालाच अवगत आहे. कुठल्याही प्राण्याजवळ ही कला नाही.

एकलव्य - ही कला विसरण्यासाठी मी काय करू?

उपरवाला - जेवढं दुःख तुझ्या वाट्याला आलंय, तेवढ्याच दुःखाला सामोरा जा. त्यापेक्षा जास्त दुःख भोगू नको. कुठल्याही दुःखासाठी तुला दोन मिनिटं रडायचं असेल, तर दोन मिनिटं रडून घे, पण दोन मिनिटांनंतर पूर्ववत् हो. मुलं नाही का, एका क्षणात भांडणं करतात आणि दुसऱ्या क्षणी पुन्हा खेळू लागतात, अगदी तसंच.

एकलव्य - आपलं बोलणं ऐकून मला खूप बोध झालाय. घरात निर्माण झालेल्या एका समस्येचं उत्तर मला लगेच मिळालंय.

उपरवाला - कोणती समस्या?

एकलव्य - माझ्या बहिणीने, अंकिताने कॉलेजमध्ये प्रवेश मिळावा म्हणून एक प्रवेश परीक्षा दिली होती. त्यात काही ती उत्तीर्ण झाली नाही. गेले पाच-सहा दिवस मी तिला समजावण्याचा खूप प्रयत्न करतोय, पण तिचं रडणं काही थांबत नाही. या दुःखामुळे अन्य कॉलेजच्या प्रवेश परीक्षाही ती देऊ शकली नाही. आता माझ्या लक्षात येतंय, की दुःखाचं दुःख करण्याने माणूस स्वतःची हानी करून घेतो. मी तिला आणखी कसं समजावू, मला जरा मार्गदर्शन करा.

उपरवाला - तुला जे ज्ञान दिलं जातंय, ते तू आपल्या जीवनाशी जोडू पाहतोयस, हे बघून मला अतिशय आनंद होतोय. आपल्या बहिणीला, अंकिताला सांग. दुःख झाल्यावर स्वतःलाच विचार, की मला किती दुःख झालंय आणि त्यावर मी किती वेळ रडायला हवं? त्यानंतर जे उत्तर येईल, अर्धा तास, एक तास, एक दिवस... दोन दिवस... काळजी करा... चिंता करा... त्रास सोसा. जसं कुणी एक दिवस उपवास करतं आणि घरात सांगतं, की 'आज माझा उपवास आहे.' मग खाणं - जेवण घेऊन त्याच्यापुढे कुणी येत नाही. त्याचप्रमाणे तूही घरातल्यांना सांग 'आज मी दुःखात राहणार आहे. मग घरातल्यांच्या लक्षात येईल, की आज तुझ्याशी जास्त बोलायला

नको. एक दिवस दुःखी राहिल्यानंतर, दुसऱ्या दिवशी तू पूर्ववत् ताजातवाना, तरतरीत उत्साही होशील आणि दुःखाचं दुःख करण्याऐवजी योग्य निर्णय घेशील.'

एकलव्य – अरे वा ! आपण तर उदाहरणासहित माझ्या प्रश्नाचं उत्तर दिलंत. आपलं बोलणं ऐकून वाटतंय, की माणूस वर्षाचे ३६५ दिवस खुश राहू शकेल.

उपरवाला – होय. माणूस वर्षाचे ३६५ दिवस खुश राहू शकेल. पण प्रथम तो सध्या ज्या स्थानावर आहे तेथून उच्च स्थानाकडे जायला हवे, नाही तर दररोज खुश राहण्याच्या प्रयत्नात तो एकही दिवस खुश राहू शकणार नाही. काही जण खूप मोठमोठ्या गोष्टी बोलतात, पण त्या कृतीत उतरवू शकत नाहीत. म्हणून प्रथम काही पावलं उचलायला सुरुवात कर. म्हणजे जेवढं दुःख तुझ्या वाट्याला आलंय, तेवढंच भोग, त्यापेक्षा जास्त नको. अशा तऱ्हेने जर वर्षातल्या ३६५ दिवसांपैकी काही दिवस जरी दुःखाचे गेले, तरी उरलेले सगळे दिवस तो खुश राहील. वर्षात १००-१५० दिवस जरी माणूस खुश राहिला, तरी त्याच्यासाठी ते खूप चांगलं असेल. नाही तर जे दुःख त्याच्या वाट्याला आलं नाही, त्याच्या किती तरी जास्त प्रमाणात दुःख भोगण्याने तो वर्षातले ८-१० दिवसच खुश राहू शकतो. काही निवडक-मोजक्या सणांच्या -समारंभाच्या वेळीच तो आनंदात असतो. तेव्हा जेवढं दुःख वाट्याला आलंआहे, तेवढंच भोगण्यात शहाणपण आहे.

एकलव्य – वर्षाचे ३६५ दिवस खुश राहणाऱ्या व्यक्तीचं जीवन कसं असतं हे जाणून घेण्याची माझी उत्सुकता वाढलीय.

उपरवाला – वर्षाचे ३६५ दिवस खुश राहणारी अशी अनेक मनोशरीर यंत्र म्हणजे व्यक्ती पृथ्वीवर होऊन गेल्या आहेत. अर्थात, त्यांनी स्वानुभव प्राप्त करून घेतला होता. त्यांच्याद्वारे ईश्वरीय अनुभव प्रकट होतो. बाकी सगळे आपल्या जीवनात पुनःपुन्हा दुःखालाच आमंत्रण देतात. आजपर्यंत दुःखाचे जे जे म्हणून अनुभव घेतलेले आहेत, त्यांची आठवण वारंवार काढून ते जीवनभर दुःखी राहतात. ज्या शरीरात स्वअनुभव असतो, त्या शरीरातच नव्या, वेगळ्या आणि ईश्वरी गोष्टी अवतरतात. अशा अवस्थेतील लोक पूर्णपणे दुःखमुक्त होऊन आनंदाने जगतात. ही अवस्था प्रत्येकाला मिळू शकते, कारण हेच सत्य आहे आणि त्यात तथ्य आहे.

एकलव्य – आपलं बोलणं ऐकून माझं मन अंतःप्रेरणेने भरून उठलंय. आता असा विश्वास वाटू लागलाय, की माझ्या शरीरातदेखील दुःखमुक्त अवस्था येणं

संभव आहे. मी असा विचार करत होतो, की आत्मसाक्षात्कार (स्वअनुभव) आमच्यासारख्या लोकांसाठी दुर्लभच आहे. ही गोष्ट काही मनोशरीर यंत्रांपर्यंतच सीमित आहे. आता माझी खात्री पटलीय, की माणूस पूर्णतः दुःखमक्त व्हावा, हेच लक्ष्य किंवा ध्येय साध्य करण्यासाठी माणूस पृथ्वीवर आलाय.

उपरवाला – ठीक आहे ! आता उरलेल्या गोष्टी उद्या बोलूया. आज जे बोलणं झालं, त्यावर मनन कर. तोपर्यंत हार्दिक शुभेच्छा.

इतकं बोलून उपरवाला आपल्या घराकडे निघून गेला. एकलव्याला वाटत होतं, त्याच्या बोलण्यावर उपरवाला काही ना काही प्रतिक्रिया व्यक्त करेल. पण तो असा अचानक निघून गेल्याने एकलव्य काही क्षण तसाच उभा राहिला. एकलव्याला उपरवाल्याचं व्यक्तिमत्त्व अपूर्व, विलक्षण असं वाटू लागलं. त्याची स्थिरता, अनासक्ती, स्थितप्रज्ञता, पाहून त्याला आश्चर्य वाटलं. त्याला वाटलं, उपरवाला माझ्याबरोबर असूनही माझ्याबरोबर नसतो आणि माझ्याबरोबर नसूनही माझ्याबरोबर असतो.'त्याचं असणं' सर्वव्यापी आहे. या विचारांबरोबरच एकलव्याची पावले आपल्या घराकडे वळली.

■ ■ ■

सकाळी एकलव्य गडबडीने उठला. सूर्याची किरणे एकलव्याच्या चेहऱ्यावर पडली होती. 'अरे ! दिवस उजाडला आणि मी आपला अजून तसाच झोपलोय.' एकलव्य बडबडला. 'गजर झाला नाही की काय?'

आज रविवार असूनही एकलव्याची लवकर उठण्याची इच्छा होती, कारण उपरवाल्याच्या बरोबर मॉर्निंग वॉकला जाण्याची एकही संधी त्याला सोडायची नव्हती. पण, आपल्या नेहमीच्या सवयीमुळे एकलव्य गजर होऊनही लवकर उठू शकला नाही. त्यामुळे त्याला खूप दुःख झाले.

एकलव्याने मनातल्या मनात विचार केला, की मी माझ्यात स्वयंशिस्त कधी बाणवून घेईन? की सगळं आयुष्य असंच निघून जाईल? मागल्या रविवारीही मी हीच चूक केली होती. आपल्या उशिरा उठायच्या सवयीबद्दल एकलव्याला खूप पश्चात्ताप झाला. मग त्याने निश्चय केला, की आज सुटीचा दिवस आहे, तर मी आत्तापर्यंत सांगितलेल्या चार कारणांवर मनन करून ती डायरीत लिहून ठेवेन आणि त्याने तसंच केलं.

दुसऱ्या दिवशी नेहमीप्रमाणे एकलव्य फिरण्यासाठी बाहेर पडला. त्याला माहीत होतं, की आज उपरवाला येणार नाही. रस्त्यात तो आपला मित्र अर्जुन याच्याबद्दल विचार करू लागला. त्याला त्याच्या दुःखातून कसं बाहेर काढावं, याचा तो विचार करू लागला.

ऑफिसमध्ये पोचताच त्याला अर्जुन भेटला. एकलव्याने अर्जुनला विचारलं –

एकलव्य – काका – काकी कसे आहेत? त्यांच्या प्रकृतीत काही सुधारणा झालीय?

अर्जुन – ठीक आहेत. हॉस्पिटलमधून त्यांना घरी पाठवलंय, पण अनेक ठिकाणी प्लॅस्टर घातलेलं आहे. म्हातारपणात या असल्या यातना...मला काही बघवत नाही. त्यांच्या दिवसभराच्या देखभालीसाठी मी एक परिचारिका (नर्स) ठेवलीय. या खर्चाचीसुद्धा मला चिंता लागून राहिलीय. मला जाणवतंय, अडचणींनी मला चारी बाजूंनी घेरलंय.

एकलव्य – प्रथम मला हे सांग, की मी दिलेलं 'स्वीकाराची जादू' हे पुस्तक तू वाचलंस का?

अर्जुन – तू पुस्तक वाचण्याबद्दल बोलतोयंस. मला औषधांची चिठ्ठी वाचायलासुद्धा फुरसत नाही.

एकलव्य त्यावर काही बोलला नाही. त्याला जाणवलं, की या वेळी तो काहीही ऐकायच्या मनःस्थितीत नाही. त्याला आत्ता काय सल्ला देणार? तो विचार करण्याच्या मनःस्थितीत तरी असला पाहिजे. त्याच्याबद्दल मला उपरवाल्याला विचारायलाच हवं.

अर्जुनचं दुःख बघून त्याला आपला संकल्प आठवला. त्याला जाणवलं, अर्जुनचा त्रास, कष्ट पाहूनही आपलं मन अविचल आहे. पहिल्याप्रमाणे दुसऱ्याच्या दुःखाने दुःखी होणं कमी झालंय. आपल्यात झालेलं हे परिवर्तन पाहून त्याला सुखद आश्चर्य वाटलं. थोडेच दिवस उपरवाल्याचं बोलणं आपण ऐकलं, पण त्यामुळे इतका फरक पडलेला पाहून त्याला अतिशय प्रसन्न वाटलं. एवढ्यातच इतका बदल झाला, तर १०८ दिवसांत काय काय होईल? मनातल्या मनात उपरवाल्याचे आभार मानून तो ऑफिसच्या कामाला लागला.

१०
ध्येयावर लक्ष

आज सकाळी सकाळी एकलव्य गुणगुणतच जागा झाला. आपोआपच त्याच्या तोंडून शब्द बाहेर पडले,

माझा केवळ उपरवाला, दुसरे कुणी नाही.

मुखातून त्याच्या जशी प्रगटते, ज्ञान - वाणी माझी होई.

एकलव्याला आपल्या रचनेचं हसू यायला लागलं. आज तो अगदी प्रसन्न होता. कालच्या घटनेमध्ये आपण कसे स्थिर राहिलो, हे त्याला उपरवाल्याला सांगायचं होतं. लवकरात लवकर दुःखमुक्त होण्याची अभिलाषा त्याच्या मनावर आच्छादून राहिली होती. त्यामुळे तो बेचैन झाला होता आणि त्या बेचैनीतच दुःखाचं पुढचं कारण समजून घेण्यासाठी तो बाहेर पडला.

बाहेर उपरवाल्याला पाहून तो जवळ जवळ धावतच उपरवाल्याकडे गेला आणि अगदी मनापासून त्याला अभिवादन केलं. उपरवाल्याने विचारलं -

उपरवाला - आज तू अतिशय आनंदी आणि प्रसन्न दिसतोयंस.

एकलव्य - प्रत्यक्ष आनंद, खुशी माझ्यासोबत असताना मला ऊर्जेची काय कमी?

उपरवाला - अगदी बरोबर बोललास ! पण हा आनंद उच्चतम आनंद आहे, असं मानण्याची चूक मात्र करू नकोस. जसजसा आनंदित राहण्याकडे, खुश राहण्याकडे तुझा कल वाढत जाईल, तुझी शक्ती वाढत जाईल, तसतसा महान आनंद, महान खुशी तुझ्या दरवाजावर टकटक करेल.

एकलव्याला उपरवाल्याचं हे बोलणं नीट समजलं नाही आणि त्याला या गोष्टीवर

विचार करायला वेळ तरी कुठे होता? तो आनंदानं आनंदाचा शोध घेऊ इच्छित होता. त्याने आपली शंका बाजूला ठेवून उपरवाल्याला विचारलं,

एकलव्य - आज आपण दुःखमुक्तीचं (दुःखाचं) पुढचं कारण सांगणार आहात ना?

उपरवाला - होय ! आजचा विषयही हाच आहे. काल तू 'आपलं लक्ष्य' याबद्दल जे बोलत होतास की, 'पृथ्वीवर माणूस याचसाठी आलाय, की तो पूर्णतः दुःखमुक्त व्हावा,' तर या तुझ्या बोलण्यातच दुःखाचं पाचवं कारण लपलेलं आहे.

एकलव्य - ते कसं काय?

उपरवाला - माणसाचं लक्ष, जेव्हा आपल्या लक्ष्यापासून, मूळ उद्दिष्टापासून विचलित होतं, तेव्हा त्याला दुःख दिसू लागतं. आपल्या लक्ष्यापासून लक्ष विचलित होणं, लक्ष दुसरीकडे जाणं, हेच माणसाच्या दुःखाचं पाचवं कारण आहे.

एकलव्य - मला काही कळलं नाही.

उपरवाला - असं बघ, माणूस दोन गोष्टींचा एकत्र विचार करू शकत नाही. जेव्हा तो एका गोष्टीवर लक्ष केंद्रित करतो, तेव्हा दुसरी गोष्ट तशीच थांबून राहते. पहिल्या गोष्टीवरून मन बाजूला हटलं, की त्याचं लक्ष दुसऱ्या गोष्टीकडे वेधतं. या नियमाप्रमाणे माणसाचं लक्ष जेव्हा आपल्या लक्ष्यापासून म्हणजे मूळ ध्येयापासून बाजूला जातं, तेव्हा त्याला दुःख दिसू लागतं. अशा वेळी व्यक्तीने स्वतःच आठवायला हवं, की 'आपलं लक्ष्य काय आहे?'

एकलव्य - होय. आपलं लक्ष्य काय आहे?

उपरवाला - अपना.

एकलव्य - म्हणजे?

उपरवाला - आपलं लक्ष्य आहे, 'अपना '.

एकलव्य -आपण तर कोड्यातच बोलू लागलात.

उपरवाला - हे कोडं नाही, हे तर तुझ्या प्रश्नाचं एका शब्दांत दिलेलं उत्तर आहे.

एकलव्य - ते कसं काय?

उपरवाला - 'अपना'चा अर्थ आहे, अ. प. ना. आ. (APNA)

अ –	A	:	चा अर्थ आहे, अकंप. म्हणजे मनाला अकंप बनवणे.
प –	P	:	चा अर्थ आहे 'प्रेममय' म्हणजे, मन प्रेममयी बनवणे.
न –	N	:	चा अर्थ आहे निर्मल. मनातून तिरस्कार, द्वेषाचा मळ काढून टाकणे.
आ–	A	:	चा अर्थ आहे, अखंड आज्ञाधारी. म्हणजे आपल्या मनाला धैर्यपूर्वक आज्ञाधारी बनवणे.

अशा तऱ्हेने मनाला 'अपना' बनवणे हेच आपलं खरं लक्ष्य आहे. मन जेव्हा अखंड बनेल, अर्थात त्याचे भाव, विचार, वाणी, कृती जेव्हा एक होतील, तेव्हाच ते अकंप, प्रेममय, निर्मल आणि आज्ञाधारी बनेल आणि असं मन घेऊन जेव्हा माणूस पृथ्वीवरून परत जाईल, तेव्हा पुढच्या प्रवासात महानिर्वाण निर्माण म्हणजे उच्चतम चेतनेच्या स्तरावर कार्य करू शकेल.

एकलव्य - मनाला 'आपलं' बनवणं इतकं महत्त्वाचं आहे, याचा तर मी विचारच केला नव्हता. माणूस आजपर्यंत भौतिक सुखसुविधांमध्येच गुंतून पडलाय. त्यातच आपली खुशी, आनंद तो शोधतोय.

उपरवाला - तू बरोबर बोललास. आज माणसाला वाटतंय, की पैसे कमावणं, हेच त्याचं परम लक्ष्य आहे. त्यामुळेच त्याचं लक्ष आपल्या उद्दिष्टावरून बाजूला हटलंय. पैसा हा रस्ता आहे, अंतिम मुक्कामाचं ठिकाण नाही, ही गोष्ट त्याच्या लक्षातच येत नाही. पैसा म्हणजे सुविधा. केवळ करिअर करून, लग्न करून, मुलं जन्माला घालून, मुलांची भवितव्य घडवून, त्यांच्या मुलांचं संगोपन करून मरून जाणं, हे काही आपलं लक्ष्य नाही. जीवनात या घटनांसोबत माणसाचं मन अकंप, प्रेममय, निर्मळ आणि आज्ञाकारी बनलं नाही, तर खरं लक्ष्य साध्य केल्याशिवायच, दुःखी राहून तो या पृथ्वीवरून निघून जाईल.

एकलव्य - आसपासच्या लोकांकडून 'आपल्या' लक्ष्याबद्दल बोलताना मी कधी ऐकलं नाही.

उपरवाला – तुझं बोलणं बरोबर आहे. लोकांमध्ये सर्वेक्षण करून बघितलं, तर तुझ्या लक्षात येईल, की लोकांनी जीवनाचं हे लक्ष्य कधी ठरवलंच नाही. तेव्हा तू मात्र आजपासूनच 'आपलं लक्ष्य' आपलंसं कर. दुसऱ्यांच्या चांगल्या गोष्टींवर झोत टाकून आपल्यामध्ये चांगले गुण वाढीला लाव. मग सत्य हाच तुझा चांगुलपणा असेल आणि चांगुलपणा हेच तुझे सत्य असेल.

एकलव्य – वा ! आपल्या बोलण्याबद्दल काय बोलावं? आपलं लक्ष्य, पैसा हा रस्ता आहे, मुक्कामाचं अंतिम स्थान नव्हे. सत्य तेच चांगलं आणि चांगलं ते सत्य. हे ऐकून मी तर अगदी निःशब्द झालो.

उपरवाला – (काही काळाच्या मौनानंतर) तुझं लक्ष्य तुझ्यासमोर आहे आणि तू गप्प आहेस.

एकलव्य – (अश्रूंना थोपवत) सगळी आपली कृपा आहे.

उपरवाला – चल ! या झाडाखाली थोडा वेळ शांतपणे बसून, मौन मनन ब्रेक घेऊ या.

झाडाखाली एकलव्य आपल्या अवस्थेत शांत बसला. त्याला आपल्या या अवस्थेचं आश्चर्यही वाटत होतं. आपल्या लक्ष्याबद्दलचा साक्षात्कार त्याला आत्ता पहिल्यांदा होत होता. दुसरीकडे उपरवाला डोळे बंद करून कोणत्या अवस्थेचा साक्षात्कार अनुभवत होता कुणास ठाऊक ! एकलव्य जेव्हा बोलण्याच्या स्थितीत आला, तेव्हा तो म्हणाला –

एकलव्य – लक्ष्य आणि दुःख यांचा संबंध आज मला समजला.

उपरवाला – (डोळे उघडून) तू जेव्हा तुझ्या लक्ष्यावर ध्यान केंद्रित करशील, तेव्हा तू स्वतः तर दुःखमुक्त होशीलच, पण इतरांनाही दुःखमुक्त करण्यासाठी निमित्त बनशील.

एकलव्य – माझ्यात स्वतः दुःखमुक्त होऊन इतरांसाठी निमित्त बनण्याची अभिलाषा निर्माण झालीय. त्यासाठी मी काय करू?

उपरवाला – त्यासाठी तुला अपल्या ध्येयावर ध्यान केंद्रित करायला हवं. जेव्हा माणसाची नजर आपल्या लक्ष्यावरून दूर हटते, तेव्हा त्याला दुःख दिसू लागतं. लहान मुलांना खेळताना–बागडताना पाहून त्यांच्या आई-वडिलांना अतिशय आनंद

होतो. मग काही वेळाने त्यांचं लक्ष आपल्या मुलांपासून दूर हटतं. त्यांना आसपासचा केर-कचरा, घाण दिसू लागते आणि ते दुःखी होतात. त्याचप्रमाणे माणसाची नजर आपल्या लक्ष्यावरून दूर हटते, तेव्हा त्याला दुःख दिसू लागतं. म्हणून 'आपलं लक्ष्य' दूर सारू नकोस. आपली दृष्टी सतत आपल्या लक्ष्यावर ठेव. स्वतः दुःखमुक्त झाल्यानंतरच तू इतरांसाठी खऱ्या अर्थाने निमित्त बनू शकशील.

एकलव्य -आजच्या आधुनिक युगात टीव्ही, इंटरनेट, वर्तमानपत्रे, मीडियावाले हिंसा आणि अपराधाच्या बातम्या वारंवार दाखवून गुन्हे करण्यासाठी प्रोत्साहनच देतात. त्यांना वाटतं, अशा कार्यक्रमाद्वारे ते समाजातील हिंसा आणि अत्याचार संपुष्टात आणतील. पण मला नाही वाटत, प्रत्यक्षात असं घडतं. हे कार्यक्रम पाहून लोक आणखीनच भ्रमित होतात. याबद्दल आपल्याला काय वाटतं?

उपरवाला - तू अगदी सोळा आणे सत्य बोललास ! निसर्गाचा नियमच आहे, 'ज्या गोष्टीकडे तुम्ही लक्ष केंद्रित कराल, ती वाढत जाईल.' माणसाला हे ठरवायला हवं, की त्याला जीवनात कोणत्या गोष्टीला महत्त्व द्यायचंय. जर तो मायेकडे आकर्षित झाला, तर तो आपल्या लक्ष्यापासून दूर जाईल. ज्याप्रमाणे गुण दाखवून, चांगल्या गोष्टींवर झोत टाकून गुणवर्धन करता येतं, त्याचप्रमाणे टीव्ही, वर्तमानपत्रातून गुन्हे दाखवून दाखवून गुन्ह्यांनाच प्रोत्साहन दिलं जातंय. त्याला वाटतं टीव्ही, इंटरनेट, वर्तमानपत्रे यांच्याद्वारे तो बसल्या जागी साऱ्या विश्वाची माहिती मिळवू शकतो. मात्र, ते सगळं पाहून, ऐकून तो आपल्या आसपासच्या लोकांमध्ये, सोसायटीमध्ये, घरामध्ये नकारात्मक गोष्टींचाच प्रसार करतो आणि याची जाणीव त्याला स्वतःलाच नसते. तासन्‌तास नकारात्मक गोष्टी पाहून माणूस अजाणतेपणे त्या गोष्टीच आपल्या जीवनात आकर्षून घेतो. जर असं कुणी वर्षानुवर्षे करत असेल, तर त्याला निश्चितपणे पितळ म्हणजे दुःखी व्हायला वेळ लागणार नाही. म्हणून प्रथम स्वतःला सकारात्मक मॅग्नेट बनवायला शिक. म्हणजेच प्रत्येक घटनेकडे खुशीच्या नजरेने बघायला शिक.

एकलव्य - 'सकारात्मक मॅग्नेट' बनण्यासाठी मला आणखी कोणकोणत्या गोष्टींकडे लक्ष पुरवायला हवं, हे मला जरा विस्ताराने सांगाल का?

उपरवाला - सकारात्मक मॅग्नेट बनण्यासाठी प्रथम दुःखी होणं बंद करायला हवं, त्याचप्रमाणे मनाला 'अपना' बनवायला हवं. नेहमी असं दिसतं, की लोक दुःखी होऊन समस्या सोडवायला बघतात, परंतु समस्या मुळापासून संपत नाही.

काही काळानंतर समस्या पुन्हा मूळ धरू लागते. समस्या समूळ नष्ट करण्यासाठी तुला खुशीचा चुंबक बनावं लागेल. खुशीचा चुंबक बनून आपल्या आणि इतरांच्या जीवनातलं दुःख दूर करावं लागेल.

एकलव्य – खुशीचा चुंबक, सकारात्मक मॅग्नेट या शब्दांनी मला प्रेरणा मिळू लागलीय. यांचा वास्तव अर्थ काय आहे? खुशीचा चुंबक कसं बनता येईल?

उपरवाला – आपलं मन निर्मळ बनवून तू स्वतःच खुशीचा चुंबक बनू शकशील. तुझ्या जीवनात रोज मळ काढून टाकण्याच्या, म्हणजेच मन निर्मळ, प्रेममय, अकंप बनण्याच्या संधी येतात. दैनंदिन जीवनात घडणाऱ्या घटनांना संधी समज. ज्याप्रमाणे एखाद्या टाकीत साठवलेलं पाणी वरून पाहिलं, की माणसाला ते स्वच्छ दिसतं, पण पाणी हलवलं, की तळात साठून राहिलेली घाण वर उसळते आणि सारं पाणी गढूळ होऊन जातं. मग माणसाला कळतं, प्रत्यक्षात पाणी स्वच्छ नव्हतं. ते स्वच्छ करण्यासाठी घाण काढून टाकायला हवी. मगच पाणी खऱ्या अर्थाने निर्मळ होईल.

एकलव्य –अच्छा ! म्हणजे जीवनात काही दुःख नसलं, सगळं मनासारखं चाललेलं असलं, तरी वास्तवात कचरा तळाशी बसलेला असतो.

उपरवाला – बरोबर ! अशा अवस्थेत माणूस म्हणतो, की माझ्या जीवनात काही मलीन नाही. माझं मन निर्मळ आहे. पण ही मोठी धोकादायक स्थिती आहे. तुला असं धोकादायक स्थितीत राहून तळात साठलेल्या कचऱ्याकडे दुर्लक्ष करून चालणार नाही. दुःखद घटनांचं वादळ आलं, की सारा कचरा दृष्टिपथात येतो. तेव्हा या घटना म्हणजे कचरा काढून टाकण्याच्या संधी आहेत असं समज.

एकलव्य – आता माझ्या लक्षात येतंय, की माझ्या आत किती कचरा भरून राहिलाय ते. तो काढून टाकायला किती काळ जावा लागेल, कुणास ठाऊक?

उपरवाला – एकलव्या, इतका अधीर होऊ नकोस. हा कचरा काढून टाकण्यासाठीच तर तू पृथ्वीवर आला आहेस. पृथ्वीवर यासाठीच माणसाला वेळ आणि संधी दिली गेली आहे. माणसाला जे काही आयुष्य दिलं गेलंय, त्याच्या एक चतुर्थांश काळातच हा कचरा निघू शकतो. याचा अर्थ माणसाला चौपट वेळ जास्त दिला गेलाय. पण, माणूस त्यासाठी प्रयत्न करत नाही. त्याची जाणीव नसल्यामुळे त्याच्या आतली मलीनता जशीच्या तशीच राहते. माणसाच्या जीवनात आलेली

प्रत्येक संधी 'अपना लक्ष्य' चा भाग आहे. प्रत्येक संधीच्या वेळी काम करण्यासाठी आपलं मन अकंप, प्रेममय, निर्मल आणि आज्ञाकारी बनवायला हवं. हेच आपले लक्ष्य आहे. अशा तऱ्हेने आपले लक्ष्य साध्य करून माणूस दुःखापासून मुक्त होऊ शकतो.

एकलव्य - मला आत्तापर्यंत असं वाटत होतं, की करिअर करणं, नोकरीत उच्च पद मिळवणं हेच माझं प्रमुख लक्ष्य आहे. हे 'आपलं लक्ष्य' नाही?

उपरवाला - माणसाचं एक 'अपना लक्ष्य' असतं आणि एक व्यक्तिलक्ष्य असतं, ही गोष्ट नीट ध्यानात ठेव. उपजीविका चालवण्यासाठी वेगवेगळे व्यवसाय... उदा. डॉक्टर, कार्पेंटर, इंजिनिअर, चित्रकार, प्रोड्यूसर इ. करणं, हे व्यक्तिलक्ष्य आहे. उपजीविका चालवण्यासाठी माणूस जे लक्ष्य डोळ्यापुढे ठेवतो, ते पूर्ण होईलच. पण त्याचं मूळ लक्ष्य, उद्देश आहे, 'आपलं लक्ष्य' प्राप्त करून घेणं ते म्हणजे मन 'अपना' बनवणं.

एकलव्य - 'अपना लक्ष्य' साध्य करून माणूस धन-दौलत, बंगला-गाडी यांचाही मालक बनू शकतो?

उपरवाला - जर माणसाने मनाला 'अपना' बनवलं, तर तीच त्याची सगळ्यात मोठी दौलत असेल. त्याच्यापुढे कुठलीही दौलत फिकीच आहे. ज्यांनी आपलं लक्ष्य 'अपना' बनवलंय, ते पूर्णपणे यशस्वी झाले, असं म्हणायला हरकत नाही. लोक त्यांची क्षणोक्षणी प्रशंसा करताना दिसणार नाहीत किंवा त्यांना मोठं पद, कीर्ती, बंगला, गाडी मिळालेलीही पाहणार नाहीत. त्यामुळेच त्यांचं बाह्य जीवन पाहून 'अपना लक्ष्य' प्राप्त करावं, अशी प्रेरणा मिळत नाही, पण ज्यांना दूरदृष्टी आहे, ते सांगू शकतील, की भविष्यात याच गोष्टी उपयोगी पडणार आहेत.

एकलव्य - पण माझा या गोष्टींवर फारसा विश्वास बसत नाहीये.

उपरवाला - जे दिसतं, त्यावर विश्वास ठेवणं, ही काही फार मोठी गोष्ट नाही. हे तर कुणीही करू शकेल. जे अदृश्यात घडतंय, त्यावर विश्वास बसण्यासाठी आणि ते दाखवण्यासाठीच मार्गदर्शकाची (गुरूची) आवश्यकता आहे. मार्गदर्शकच अदृश्याचं दर्शन घडवू शकतात, दूरदृष्टी ठेवायला शिकवतात. माणसाच्या आसपास जे प्रत्यक्षात असतं, तेवढंच बघण्याची मानवाची क्षमता आणि बुद्धी असते. मार्गदर्शक त्याला अदृश्य बघण्याची दृष्टी प्रदान करतो.

एकलव्य - अदृश्य पाहू न शकल्याने काय होतं?

उपरवाला - अदृश्य पाहू न शकल्याने माणूस अकारण दुःख भोगतो. तो पृथ्वीवर जे करण्यासाठी आला आहे, ते तो करू शकत नाही. उदाहरणार्थ- तू राष्ट्रपती बनण्यासाठी पृथ्वीवर आला नाहीस, पण तू राष्ट्रपती बनलास, तर तू जगातील सगळ्यात दुःखी राष्ट्रपती होशील, कारण जे करण्यासाठी तू आलेला नाहीस, ते करू लागलास, तर दुःखच होणार! जे करण्यासाठी तू आलेला आहेस, ते तुझ्याकडून होऊ लागलं, की खुशी मिळेल. तुला आनंद प्राप्त होईल.

एकलव्य - आपलं बोलणं थोडं थोडं माझ्या लक्षात येऊ लागलंय, पण आपण काय करण्यासाठी पृथ्वीवर आलोय आणि काय नाही, हे कसं कळणार?

उपरवाला - माणसाच्या शरीरात निसर्गाने अशी व्यवस्था केलेली आहे, की ज्यामुळे त्याला स्वतःबद्दल निरंतर फिडबॅक (प्रत्याभरण) मिळू शकतं. माणूस आनंदात वा दुःखात असताना, दोन्ही अवस्थेत त्याला फिडबॅक मिळत राहतो. जे काम करत असताना तुम्हाला सुखद वाटेल, तेव्हा तुम्ही खुशाल समजा, की जे काम तुम्ही करता आहात, तेच करायला तुम्ही आला आहात. तेव्हा जागृत अवस्थेत प्रत्येक फिडबॅक किंवा संकेत ऐकायला शिक. जेव्हा तुला दुःखद भावनेद्वारा फिडबॅक मिळेल, तेव्हा विचार कर, की ईश्वरासोबतचा ताळमेळ तुटला तर नाही? जेव्हा ईश्वराबरोबरचा ताळमेळ जोडलेला राहतो, तेव्हा माणसाला चांगलं वाटतं.

जेव्हा तुम्ही झोपता, त्या वेळी शरीराशी असलेलं नातं, काहीसं धूसर बनतं, तरीही आपलं शरीर काम करत राहातं. अशा वेळीही माणसाला फिडबॅक मिळत राहतो. पण, प्रथम जागृतावस्थेतील फिडबॅक ऐकायला शिक, नंतर निद्रावस्थेतील फीडबॅकही तू ऐकू शकशील.

एकलव्य - (आश्चर्याने) फिडबॅक ऐकण्याचा खूपच फायदा आहे म्हणायचा!

उपरवाला - निसर्गाच्या संकेताचा म्हणजे फिडबॅकचा केवळ एवढाच नाही, तर आणखीही खूप फायदा आहे. प्रत्येक फिडबॅक योग्य पद्धतीने ऐकल्यामुळे तू सकारात्मक मॅग्नेट बनू शकशील आणि त्याचा तुला भविष्यात फायदा होईल. त्या वेळी तुझ्या लक्षातही येणार नाही कदाचित, पण त्याचे परिणाम तुला लवकरच दिसू लागतील. मग एक वेळ अशी येईल, की तू म्हणशील, 'आता माझ्या शरीरासोबत जे

काही उर्वरित जीवन आहे, त्यात मला खुश राहायचंय.'

एकलव्य - आजच्या आपल्या बोलण्याचा माझ्यावर खूप खोलवर प्रभाव पडलाय. असं वाटू लागलंय, की जसं आपण सांगितलं तसंच जगावं. पण यासाठी मला प्रबळ प्रेरणेची आवश्यकता आहे. मी अनेकदा असा विचार करतो, पण माझ्या विचारांवर मी अटळ राहात नाही. मला अशी काही कार्य - योजना सांगा, की ज्यामुळे मला हे लक्ष्य प्राप्त करून घेता येईल.

उपरवाला - अवश्य ... आज तू असा दृढ संकल्प कर, की आपलं लक्ष्य पूर्ण करूनच तू या पृथ्वीवरून जाशील. ज्याप्रमाणे चुकीच्या गोष्टींची सवय होते, त्याचप्रमाणे चांगल्या, योग्य गोष्टींची सवयही निर्माण करता येते. स्वतःला ही सवय जडवून घेण्याचा संकल्प करून तुला जीवनात कार्य करायला हवं. त्यासाठी प्रथम छोटे छोटे संकल्प घेऊन ते पूर्ण कर. त्यामुळे तुझा आत्मविश्वास वाढेल. त्याचप्रमाणे आपल्या लक्ष्यावर मन केंद्रित करण्याचं प्रशिक्षणही मिळेल. दुःखमुक्त होण्यासाठी १०८ दिवसांची मुदत यासाठीच दिलीय, की तुला खुश राहण्याची सवय व्हावी. त्यासाठीच हा सगळा प्रयास आहे.

एकलव्य - (कृतज्ञतेने) आज आपण मला देवतुल्य वाटता आहात. आमचं दुःख दूर करण्यासाठी सदैव तत्पर असे आपण कोण आहात? आपल्यापुढे नतमस्तक व्हावंसं वाटतंय. आपल्याला अनेक अनेक वेळा धन्यवाद !

उपरवाला - जर तू दुःखमुक्तीचा संकल्प घेत असशील, तर तीच भावना तुझं नतमस्तक होण्याचा परिचय असेल. जर तू दुःखाची कारणे नीटपणे जाणून घेतलीस, तर तुझे धन्यवाद माझ्यापर्यंत पोहोचले, असं समज.

उपरवाल्याचं बोलणं ऐकून एकलव्याचं मन असीम कृतज्ञतेने भरून उठलं. त्याच्या डोळ्यांत पाणी तरळलं. त्याला उपरवाल्याच्या डोळ्यांत दिव्य प्रेमाची झलक दिसू लागली. एकलव्याला वाटलं, स्वतःसाठी नाही, तरी उपरवाल्याच्या प्रेमासाठी मी १०८ दिवसांचा संकल्प अवश्य करेन. एकलव्याने उपरवाल्याच्या समोर आपल्या संकल्पाचा पुनरुच्चार केला आणि तो आपल्या घरी जायला निघाला.

११
ज्ञानयुक्त कर्म

आज एकलव्य रोजच्यापेक्षा लवकर उठला. १०८ दिवसांत दुःखमुक्तीचा संकल्प पूर्ण करण्यासाठी त्याने मनातल्या मनात एक योजना बनवली होती. त्याचं पहिलं पाऊल असं होतं, की दिवसभरात घडलेल्या घटना त्याचप्रमाणे उपरवाल्याशी होणारा संवाद रोजच्या रोज डायरीत लिहून ठेवायचा. तसा विचार करून तो डायरी लिहिण्यासाठी बसला. दिवसभरात घडलेल्या घटना डायरीत लिहिता लिहिता त्याला आपल्या मित्राची समस्या आठवली. फिरायच्या वेळी त्याच्या समस्येबाबत उपरवाल्याशी चर्चा करायची, असं ठरवून तो जाण्याची तयारी करू लागला. खाली उतरून त्याने उपरवाला खाली येण्याची वाट बघितली. वाट बघणं संपतच नव्हतं. उपरवाल्याला जाऊन बोलवावं का, असा विचार मनात येत असतानाच त्याला उपरवाला खाली येताना दिसला. त्याने लगेचच विचारलं,

एकलव्य – काय झालं? आज आपल्याला उशीर झाला?

उपरवाला – उशीर झाला... अंधार दूर करण्यासाठी...

एकलव्य – म्हणजे?

उपरवाला – तुझं घड्याळ बघ. ते पाच मिनिटं पुढे आहे. मी अगदी बरोबर वेळेवर खाली उतरलोय.

एकलव्य – सॉरी. मी माझं घड्याळ बरोबर लावून घेतो.

उपरवाला – काही बिघडत नाही. (KBN) तसा ना उशीर ना अंधार. सगळा समजुतीचा फेर आहे. पण तू आज जरा जास्तच उतावळा झालेला दिसतोयंस.

एकलव्य – होय. आज मला आपल्याला एक गोष्ट सांगायची आहे.

उपरवाला – हो. हो. जरूर सांग.

एकलव्य – माझ्या एका मित्राला जीवनात आर्थिक प्रश्नांशी सामना करावा लागतोय. त्याला वाटतं, लवकरात लवकर आर्थिकदृष्ट्या सक्षम व्हावं. त्यामुळे कुटुंबीयांना आरामात ठेवता येईल. त्यासाठी त्याने खूपसा पैसा शेअरबाजारात, शेअर खरेदी करण्यात घालवला. पण त्यात तो तोंडघशी पडला. त्याचा सारा पैसा बुडाला. आज त्याची परिस्थिती पहिल्यापेक्षाही वाईट आहे. या घटनेबाबत आपण काय सांगाल?

उपरवाला – बरं झालं, तू स्वतःच विषय काढलास. आज मी तुला याबद्दलच सांगणार होतो. अज्ञानात केली जाणारी कामंच माणसाच्या दुःखाचं सहावं कारण आहे. तुझ्या मित्राच्या बाबतीत असंच घडलंय. अज्ञानात उचलली गेलेली पावलं नेहमी दुःखच देतात. तुझ्या मित्राने कुठलाही विचार न करता, त्या विषयाची माहिती न घेता अज्ञानयुक्त कर्म केलंय, त्यामुळे त्याला यश लाभलं नाही. म्हणून माणसाने आपलं अज्ञान दूर करणं अत्यंत आवश्यक आहे.

एकलव्य – अज्ञानयुक्त कर्म? आपण हे आणखी स्पष्ट कराल का?

उपरवाला – का नाही? एका पोस्टमनच्या उदाहरणाने मी तुला ही गोष्ट स्पष्ट करून सांगतो.

एकदा एक पोस्टमन एका गावात एका माणसाला पत्र देण्यासाठी गेला. त्या माणसाला पत्र देता देता पोस्टमन म्हणाला, "तुमच्या एका पत्रासाठी मला चार मैल दूर चालत यावं लागलं." त्यावर तो खेडवळ म्हणाला, "यासाठी आपण इतके कष्ट का घेतलेत? तिथेच कुठे तरी आसपास पोस्टाची पेटी बघून त्यात पत्र टाकायचं." आता त्या खेडवळ माणसाला आपण काय बोलतोय, हेच कळत नव्हतं.

एकलव्य – हा तर अज्ञानाचा अतिरेक झाला.

उपरवाला – म्हणून तर म्हटलंय, अज्ञान जे सुचवेल ते कमीच ! अज्ञानात माणूस विचार करतो, 'असं झालं असतं, तसं झालं असतं.' मात्र तो जे काही म्हणतो, त्यातून त्याचं अज्ञानच प्रकट होतं. म्हणून सगळ्यात आधी माणसाचं अज्ञान दूर करणं गरजेचं आहे.

एकलव्य – बरं ! आता हे सांगा, की हे अज्ञान कशाने दूर होऊ शकेल?

उपरवाला – ज्ञानाच्या प्रकाशानेच अज्ञान दूर होऊ शकेल.

एकलव्य – (संभ्रमितपणे) आपलं बोलणं मला नीटसं कळलेलं नाही. मी निश्चितपणे काय करायला हवं, हे आपण सांगा.

उपरवाला – तुला फक्त इतकंच करायचंय, कर्म करताना ही काळजी घ्यायचीय, की कर्म ज्ञानयुक्त आहे ना. ज्ञानयुक्त कर्मच भक्ती आहे आणि भक्तीमध्ये खुशी आहे. ज्ञानयुक्त कर्मातच आतापर्यंतचे ज्ञानमार्ग, भक्तिमार्ग आणि कर्ममार्ग हे तीनही राजमार्ग एकवटले आहेत. ज्ञानयुक्त कर्मात भक्ती हवी, बुद्धी हवी, विवेक हवा. जे कर्म केलं जातंय, ते ज्ञानपूर्वक केलं जातंय, की अंधभक्तीने केलं जातंय आणि त्याचा परिणाम काय दिसतोय, हेही जरूर बघ. कुठलीही कृती बाह्यतः कितीही योग्य वाटली, तरी ती ज्ञानयुक्त आहे, की नाही, हे तपासून घेणं अत्यंत गरजेचं आहे.

एकलव्य – एखादं काम अंधभक्तीनं होतंय, की ते ज्ञानयुक्त कर्म केलं जातंय, हे कसं कळणार? आपण एखाद्या उदाहरणाने स्पष्ट कराल का?

उपरवाला – माझ्याकडे उदाहरणांची कमतरता मुळीच नाही. तू फक्त ग्रहणशील राहा. त्याचप्रमाणे उदाहरणात सांगितलेली शिकवण नीट ध्यानात घे. ऐक–

एका माणसाच्या घराला आग लागली. आग पाहून शेजारच्यांनी विचारलं, 'तुझ्या घराला आग लागलीय आणि तू असा शांत कसा बसलाहेस? तू काही करत का नाहीस?' यावर तो इसम म्हणाला, ''मी प्रार्थना करतोय ना, पाऊस पडावा म्हणून.''

एकलव्य – ही म्हणजे अगदी हद्द झाली.

उपरवाला – यालाच अंधभक्ती असं म्हणतात. हे उदाहरण असं सांगतं, की त्या इसमाजवळ ज्ञान आणि विवेक दोन्हीही नाही. त्या वेळी आग विझवण्याचं कर्म करणं आवश्यक होतं आणि त्याने तेच करायला हवं होतं. अर्थात, अशा वेळी प्रार्थना करू नये, असा माझ्या सांगण्याचा अर्थ नाही. प्रार्थना करायलाच हवी, पण त्यासोबत ज्ञानयुक्त कर्मही करायला हवं. वास्तविक तो अज्ञानात 'पाऊस पडावा' अशी प्रार्थना करत आहे. प्रार्थना करणे एवढेच योग्य कर्म नसून त्याबरोबरीने त्याने आग विझविण्याचेही कर्म करायला हवे होते. त्याला आग विझवताना पाहून चार लोक मदतीला आले असते. पण त्याने ते काम केलं नाही.

या उदाहरणावरून असं लक्षात घे, की माणसाने कोणत्या परिस्थितीत कसा प्रतिसाद घायला हवा, याचं ज्ञान प्राप्त करून घेतलं पाहिजे.

एकलव्य – उचित प्रतिसाद देणं हेच आमच्या खुशीचं मूळ आहे का?

उपरवाला – होय ! माणसाचा प्रतिसाद नेहमी भक्तियुक्त असला पाहिजे. जेव्हा माणूस भक्तियुक्त प्रतिसाद देऊ लागेल, तेव्हा त्याच्याकडून सगळी कार्ये सहजतेने होऊ लागतील. त्याचं कर्म भक्ती बनेल. प्रेम त्याचा स्वभाव बनेल. ज्ञानयुक्त कर्मात भक्तीचा समावेश होतो. जर माणसाच्या जीवनातून भक्ती काढून टाकली, तर त्याच्या जीवनातून खुशीही निघून जाईल. ज्ञानाच्या बरोबर भक्ती आवश्यक आहे, कारण भक्ती माणसाच्या भावनेशी जोडलेली आहे. भावना माणसाच्या हृदयाच्या जवळ असते आणि हृदयासोबतच स्वानुभवाचा आनंद मिळवता येतो.

एकलव्य शुद्ध – बुद्ध हरपून उपरवाल्याच्या अमृत वचनांचा आस्वाद घेत होता.

उपरवाला – सगळ्यात आधी स्वानुभव असतो. त्यानंतर भावना म्हणजे स्वभाव येतो. मग विचार, वाणी आणि शेवटी क्रिया येते. ज्ञानयुक्त कर्मात अशा तऱ्हेने कर्म केली जावीत – जिथे कृतीची आवश्यकता आहे, तिथे कृती केली जावी. जिथे बोलण्याची आवश्यकता आहे, तिथे बोललं जावं. जिथे विचार करण्याची आवश्यकता आहे, तिथे विचार केला जावा आणि जिथे मनन करायला हवं, तिथे मनन केलं जावं. याचा अर्थच असा, जिथे ज्या प्रकारच्या प्रतिसादाची आवश्यकता आहे, तिथे तसा प्रतिसाद दिला जावा.

एकलव्य – ही शिकवण मला उदाहरणाच्या साहाय्याने स्पष्ट करून सांगाल का?

उपरवाला –जरूर ! ही गोष्ट तुला मी वेगवेगळ्या उदाहरणांच्या साहाय्याने स्पष्ट करून सांगतो.

एका हॉटेलमध्ये बसलेल्या एका गिऱ्हाइकाला वेटरने विचारलं, ''खायला काय आणू साहेब?'' गिऱ्हाईक म्हणालं, ''नूडल्स आण !'' तेव्हा वेटरने विचारलं, ' 'कोणते नूडल्स आणू? चायनीज, फ्रेंच की जॅपनीज?'' यावर गिऱ्हाईक वेटरजवळ नाराजी प्रकट करत म्हणाला, ''अरे बाबा, कोणतेही आण ! मला थोड्याच नूडल्सशी गप्पा मारायच्या आहेत?''

एकलव्य - (खो खो हसत) खाताना बोलू नये, असा याचा अर्थ आहे का?

उपरवाला - इतकंच नाही, तर जिथे जे करायला हवं, तिथे ते व्हायला हवं. जिथे आवश्यकता नाही, तिथे निरर्थक गोष्टी बोलण्याची जरूर नाही. जिथे बोलायला हवं, तिथे वेगळा आदेश असेल. जिथे कृती करायला हवी, तिथे वेगळा आदेश असेल. जिथे विचार करायला हवा, तिथे वेगळा आदेश असेल. अर्थात, प्रत्येक घटनेच्या अनुषंगाने योग्य कर्म करायला हवं. केवळ हवेतल्या गोष्टी करून चालणार नाही.

अशा तऱ्हेने अज्ञानामुळे कर्म न करण्याचं चुकीचं कर्म लोकांकडून घडतं. अनेक लोक तथाकथित ज्ञानी बनून हवेतल्या गप्पा मारतात. असे लोक जिथे कृती करायला हवी, तिथे कृती करत नाहीत आणि ज्ञान या शब्दाचा उपयोग आपले तमोगुण लपवण्यासाठी करतात. आपण जर त्यांना म्हटलंत, की असं असं करा, तर ते म्हणतील, 'त्याची आवश्यकता नाही.' मग ते त्यामागच्या ज्ञानाची बढाई मारू लागतात. आपली योग्यता दाखवण्यासाठी जरुरीपेक्षा अधिक बोलतात. उदाहरणार्थ- 'हे बरोबर नाही... असं करायला नको होतं... वगैरे...'

अर्जुनानं जसं कुरुक्षेत्रावर श्रीकृष्णाला म्हटलं, 'शत्रूच्या सेनेत तर माझेच सगळे सगे –संबंधित आहेत. मी त्यांच्याबरोबर युद्ध कसं करू?' अज्ञानामुळे अर्जुन असं म्हणत होता. आपण जे बोलतोय, ते बोलण्याची आवश्यकता आहे की नाही, याबाबतही तो अनभिज्ञ होता. काही वर्षांपूर्वी तोच युद्ध करण्यासाठी धडपडत होता. मजेशीर आहे ना सगळं !

एकलव्य - होय ! अगदी बरोबर आहे आपलं म्हणणं. अज्ञान जे काही बोलवेल, ते कमीच म्हणायला हवं ! नेहमीप्रमाणेच अगदी साध्या उदाहरणाने आपण मोठी गहन गोष्ट सांगितलीत. मी यावर निश्चितपणे मनन करेन.

उपरवाला - या उदाहरणाद्वारे तू खरी गोष्ट समजू शकतो आहेस आणि शब्दांच्या मागे दडलेले सत्य ओळखण्याचा प्रयत्न करतो आहेस, याचा मला आनंद वाटतोय. तुला मी आणखी काही उदाहरणे सांगतो. ती ऐकून तुझ्या लक्षात येईल, की लोक हवेतल्या गप्पांमध्ये गुंतत, अज्ञानयुक्त कर्म करण्यात आपला वेळ आणि शक्ती खर्च करतात आणि साध्य काहीच करत नाहीत.

एका मुलाने आपल्या मित्राला गंभीरपणे विचारलं, 'माझा पतंग तारेत अडकलाय, आता मला काय करायला हवं?' मित्राने उत्तर दिलं, 'कायद्याला बोलवायला हवं. आता कायदाच तुझी मदत करू शकेल.' मित्राचं हे लोकविलक्षण उत्तर ऐकून मुलाने आश्चर्याने विचारलं, 'कायद्याला का बोलवायला हवं? पतंगाचं तारेत अडकणं आणि कायदा यांचा काय संबंध?' मित्र खो खो हसत म्हणाला, 'कारण कायद्याचे हात लांब असतात.'

आता ही गोष्ट ऐकायला कितीही मजेदार आणि खरी वाटत असली, तरी हवेवरची वावडीच ना? अशा तऱ्हेने हवेतल्या गप्पांनी कुठल्याही समस्येचं उत्तर मिळत नाही.

उपरवाल्याचं बोलणं ऐकून एकलव्याचं मनही उसळ्या मारू लागलं. कालच्या वर्तमानपत्रात त्याने काही चुटके वाचले होते. त्याला वाटलं त्या चुटक्यांमध्येही किती खोल अर्थ लपलेला आहे. त्याने विचार केला, आता मी चुटकेही उपरवाल्याच्या दृष्टिकोनातून वाचेन. त्याने उपरवाल्याला म्हटलं,

एकलव्य – मीसुद्धा आपल्याला दोन चुटके ऐकवू इच्छितो.

उपरवाला – फारच छान. जरूर ऐकव. आनंदाने !

एकलव्य – एकदा अकारण लाईट जळत असलेली पाहून नफरतीलालने आपल्या मुलाला रागावून म्हटलं, 'आधीच वाढत्या तापमानाची (ग्लोबल वॉर्मिंग) विश्वविक्रमी समस्या निर्माण झालीय. त्यावर भर दिवसा ही लाईट कुणामुळे जळते आहे.' त्यावर आपल्या बापाच्या बोलण्याचा जराही विचार न करता मुलगा पटकन म्हणाला, 'एडिसनमुळे !'

एकलव्याचं बोलणं ऐकून उपरवाला हसू लागला. एकलव्य म्हणाला, "आता दुसरा चुटका ऐका."

एका आजारी माणसाने आपल्या दुखण्याबद्दल मित्राला म्हटलं, "मला आंबट ढेकरा येताहेत." त्यावर मित्र म्हणाला, "थोडासा गूळ खा. म्हणजे गोड ढेकरा येतील."

उपरवाला – (हसत) आणि खारट खाण्याने? (दोघेही हसू लागले.)

उपरवाला – बरं ! या चुटक्यातून तुला काय कळलं?

एकलव्य – या चुटक्यांद्वारे मला हे कळलं, की अशी उत्तर देऊन माणूस कृती करायचं टाळू इच्छितो किंवा अज्ञानाने दुसऱ्यांना असे काही उपाय किंवा इलाज सांगतो, की ज्याचा काहीही परिणाम दिसत नाही.

उपरवाला – अगदी बरोबर ! अशा तऱ्हेच्या अनावश्यक बोलण्या–चालण्याने कुठल्याही समस्येवरचा उपाय सापडत नाही. यालाच अज्ञानात होणारं कर्म म्हटलेलं आहे. तेव्हा नेहमी ज्ञानयुक्त कर्मच करा. ज्ञानयुक्त कर्म केल्याने भक्ती वाढेल. प्रत्येक काम अभिव्यक्ती बनेल. भक्तीच्या अभिव्यक्तीने आनंदच होईल.

उपरवाल्याचं बोलणं ऐकून एकलव्याच्या लक्षात आलं, की अज्ञानयुक्त कर्म करून लोक दुःखी होतात. शेंडा – ना बुडखा अशा गोष्टी बोलून वास्तव समस्येकडे पाठ फिरवतात. यामुळे वातावरणं हलकं फुलकं होतं खरं, पण समस्या मुळापासून सुटू शकत नाही. 'मी ही गोष्ट नक्कीच लक्षात ठेवीन.' एकलव्याने मनातल्या मनात निश्चय केला. बोलता बोलता घर कधी जवळ आलं, कळलंच नाही. दुसऱ्या दिवशी दुःखाचं सातवं कारण सांगण्याचं वचन घेऊन एकलव्याने उपरवाल्याचा निरोप घेतला.

आज दुःखाचं सहावं कारण समजून घेतल्यानंतर तो दिवसभर याच विचारात होता, की त्याच्याकडून घडणाऱ्या कामांमध्ये कोणती कर्मं अज्ञानयुक्त आहेत. रात्री त्याबद्दल डायरी लिहिताना एकलव्याला आपल्या चुकांची जाणीव झाली. त्याला या गोष्टीचं आश्चर्य वाटलं, की चुकांची जाणीव होऊनही त्याच्या मनात अपराधबोध निर्माण झाला नाही. उलट त्याचं मन आपल्या अज्ञानाच्या ज्ञानाने आनंदून गेलं. एकलव्याने झोपण्याच्या आधी प्रार्थना केली, ' हे उपरवाल्या (वर राहणाऱ्या ईश्वरा) उपरवाल्याची (वरच्याची) साथ सदाचीच लाभू दे. कारण त्यामुळेच हसत–खेळत आत्मोन्नतीची संधी मला प्राप्त होतेय.

१२
समजेत सामावले काळाचे बीज

एकलव्य पहाटे लवकरच उठला. त्याला जाणवत होतं, की लेखन करून त्यावर मनन करायला त्याला पुरेसा वेळ मिळत नाहीये. त्याचप्रमाणे उपरवाल्याने सांगितलेल्या गोष्टी आपण प्रत्यक्षात उतरवू शकत नाही, याही गोष्टीचा त्याला खेद वाटत होता. काल दिवसभर एकलव्याच्या मनात याच विचारांची खळबळ माजली होती. त्याला कळत नव्हतं, की या 'काळा'वर वर्चस्व (ताबा) कसं मिळवावं? असा विचार करत करतच तो फिरायला बाहेर पडला. सोसायटीच्या गेटपाशीच त्याची उपरवाल्याशी भेट झाली. उपरवाल्याला अभिवादन करून, नंतर त्याने त्याला आपल्या मनातली चल – बिचल सांगितली. एकलव्याचं बोलणं ऐकून उपरवाला म्हणाला,

उपरवाला – याचं उत्तर समजून घेण्यासाठी तुला दुःखाचं सातवं कारण जाणून घ्यायला हवं. पृथ्वीवर येताना माणूस आपलं मन बरोबर घेऊन आलाय. मनाबरोबर काळ आणि बुद्धीही घेऊन आलाय.

एकलव्य – काळ… ! बुद्धी … ! हे सगळं काय बोलताय आपण?

उपरवाला – काळाचा अर्थ आहे वेळ आणि बुद्धी म्हणजे शहाणपण-समज. वेळेचा उपयोग तू शहाणपणाने केलास, तर तुला 'आपले लक्ष्य' सहजपणे साध्य करता येईल.

एरवी माणूस उद्या… उद्या… म्हणत, प्रत्येक गोष्ट उद्यावर ढकलतो. अर्थात, माणूस नेहमी 'उद्या'वर जगतो. वर्तमानात जगणं त्याने जवळ जवळ बंदच केलंय. आता माणसाने, काळाचा उपयोग अक्कलपूर्वक करायची कला शिकायला हवी, कारण भूतभविष्याच्या विचारात रमणं म्हणजे दुःख, तर त्यापासून मुक्त होणं म्हणजे सुख. माणूस विचार करतो, उद्या काही तरी चांगलं होईल. त्यासाठी तो नेहमी 'उद्या'ची

वाट बघतो. वर्तमानात आनंदित राहणं, तो विसरूनच गेलाय. वर्तमानात आनंदित राहण्यासाठी, काळाचा उपयोग समजपूर्वक करायला हवा.

एकलव्य - (काहीसा विचार करत) होय!... आपण कदाचित् बरोबर बोलता आहात!

उपरवाला - कदाचित् नाही. खात्रीनं... अगदी असंच आहे. मन नेहमीच जे काल घडून गेलं त्याबद्दल आणि जे उद्या घडणार आहे, त्याबद्दलच विचार करतं. जसे अनेक सण येतात नि जातात. उदा.- दसरा, दिवाळी, होळी इ. प्रत्येक सणाच्या वेळी माणूस म्हणतो, 'गेल्या वेळची दिवाळी खूप चांगली झाली. या वेळी काही तितकी मजा आली नाही. मागच्या होळीला जसा रंग चढला, त्या तुलनेत यंदाच्या होळीच्या वेळी मजा आली नाही.' अशा तऱ्हेने माणूस नेहमी 'काल'मध्येच म्हणजे भूतकाळातच जगत आलाय. त्यामुळे जेव्हा जेव्हा सण येतो, तेव्हा तेव्हा त्याला वाटतं, की गेल्या वर्षीचा सण जास्त चांगला होता.

एकलव्य - याचा अर्थ असाच ना, की जे चाललंय, त्याचा आनंद तो कधीच घेऊ शकत नाही.

उपरवाला - हो! सर्वेक्षणाच्या वेळी जेव्हा लोकांना विचारलं, की तुम्ही जास्त खुश केव्हा होता, दिवाळीच्या तयारीच्या वेळी की दिवाळीच्या वेळी? तेव्हा लोकांनी उत्तर दिलं, की ते दिवाळीच्या आधी जास्त खुश होते. दिवाळीच्या दिवशी तितकी मजा आली नाही.

एकलव्य - (काही आठवत) कालच्याच एका घटनेमुळे यातील सत्यता मला जाणवते आहे. काल माझ्या शेजाऱ्याचा मुलगा शाळेतून आला, तेव्हा अतिशय खुश होता. खुशीने तो उड्या मारत होता. मी त्याला विचारलं, 'आज तू इतका खुश का आहेस? रविवार उद्या आहे. सुटीचा म्हणून खुशीचा दिवस तर उद्या आहे !' यावर त्याने उत्तर दिलं, 'मला रविवारपेक्षा शनिवारीच जास्त आनंद होतो. शनिवारी शाळेतून येता येताच माझ्या मनात विचार येतो, उद्या रविवार. उद्या सुटी. उद्या मजा. रविवारी, म्हणजे सुटीच्या दिवशी मनात विचार येतो, की उद्या मन्डे (मन-डे) आहे. सोमवार आहे. उद्या शाळेत जावं लागणार.

उपरवाला - (हसत हसत) मनडे म्हणजे कल्लूमनाचा दिवस. कल्लू मनाचा म्हणजे कल-कल करणाऱ्या मनाचा दिवस. जे उद्या-उद्या करतं, किरकिर करतं,

बडबड करतं, त्यामुळेच तर सगळी गडबड होऊन जाते. त्याची बडबड हेच दुःखाचं कारण आहे.

एकलव्य - मग या कल्लू मनाच्या बडबडीचं काय करायला हवं?

उपरवाला - कल्लू मन नेहमीच दुसऱ्या काळात राहातं. मग तो भूतकाळ असो, की भविष्यकाळ. जेव्हा मन म्हणतं, की 'उद्या मनडे आहे, उद्या असं असं काम आहे', तेव्हा स्वतःलाच आठवण द्यावी, की 'उद्या... म्हणजे कल्लू मन. उद्या मनडे नाही, कल्लू मनडे आहे.' अशा कल्लू मनाला जेव्हा तू ओळखशील, तेव्हा तू दुःखातून बाहेर येशील. कारण काळात (भूत-भविष्यात) दुःख आहे आणि वर्तमानात खुशी. समजेच्या मशालीने अज्ञान नष्ट करून द्वेष, तिरस्कार मिटवून टाकायला हवा.

एकलव्य - उदाहरणार्थ...

उपरवाला - माणूस जेव्हा पृथ्वीवर येतो, तेव्हा तो मागचा पूल (बॅक ब्रिज) तोडून येतो. मग तो कित्येक वर्षं या पृथ्वीवरून परत जाऊ शकत नाही.

एकलव्य - (मधेच थांबवत) - मागचा पूल (बॅक ब्रिज) मी काही समजलो नाही.

उपरवाला - प्राचीन काळात एखाद्या राज्याची सेना युद्धासाठी कूच करायची, त्या वेळी पूल पार केल्यानंतर तो पूल तोडून टाकला जायचा. हेतू हा,की युद्धभूमीवरून घाबरून कुणी परत फिरू नये. सैनिकांपाशी दोनच पर्याय असायचे. लढा किंवा मरा. त्याचप्रमाणे मानवी शरीर प्राप्त होणं, म्हणजे बॅक ब्रिज तुटणं आहे.

बॅक ब्रिज तुटून पृथ्वीवर आल्यावर लोकांजवळ दोनच पर्याय उरतात. लढा किंवा जगा. पण माणसाला दोनच गोष्टींची आठवण राहते. लढणे किंवा मरणे. जगण्याची गोष्ट तो विसरून जातो. ज्या लोकांच्या मनात आत्महत्येचे विचार येतात, त्यांनी नीट समजून घेतलं पाहिजे, की ते मागचा पूल (बॅक ब्रिज) तोडून पृथ्वीवर आले आहेत, म्हणून त्यांनी लढायला हवं. इथे लढण्याचा अर्थ कुठल्या सेनेबरोबर लढणं असा नाही. ही लढाई शहाणपण आणि कमकुवत मन यांच्यातली आहे. ही लढाई समजेच्या जाणिवेची आहे, तलवारीची नाही. यात विवेकाची तलवार आणि समजेची ढाल याचा उपयोग करायला हवा. विवेकाच्या तलवारीने माणूस जेव्हा लढेल, तेव्हाच तो खऱ्या अर्थाने जीवन बनून जगेल.

एकलव्य – म्हणजे यापुढे पृथ्वीवर माझं जेवढं म्हणून आयुष्य शिल्लक आहे, त्यात मी शहाणपणाने वेळेचा वापर केला, तर येणारा काळ माझ्यासाठी आनंददायी असेल.

उपरवाला – नक्कीच! जर तू अकलेचा उपयोग केला नाहीस, तर तुझ्या जीवनात कलकल, कीरकीर मनाची बडबड आणि समस्यांची गडबड होतच राहणार. जेव्हा माणूस गेलेला भूतकाळ आणि येणारा भविष्यकाळ यांचा चुकीचा उपयोग करतो (त्यांचाच विचार करत राहतो), तेव्हा तो वर्तमानात राहणं बंद करतो. माणसाने काळाचा वापर करायला हवा. काळाने माणसाचा वापर करता कामा नये. एखादा माणूस वर्तमानात राहू शकत नाही याचा अर्थ, तो अकलेने काळाचा वापर करत नाहीये, तर काळ त्याला वापरतो आहे.

एकलव्य – मी अकलेने काळाचा वापर करण्यासाठी कल्पनेचा वापर करू शकतो?

उपरवाला – हो ! अकलेने काळाचा वापर करण्यासाठी कल्पनेचा वापर केला जाऊ शकतो. काळाचा आश्रय घेऊन कल्पनेत जायचं नाही. कल्पनेचा अर्थ आहे, काळाचं शरण किंवा काळाला अश्रित बनवणं. तू प्रार्थना करतोस ना, 'हे परमेश्वरा, तू मला तुझ्या ठायी आश्रय दे. मला कल्पनेच्या विश्वात भरकटू देऊ नकोस.' काळाला शरण जाऊन जगायचं नाही. कल्पनेचा केवळ उपयोग करायचा आहे.

एकलव्य – मला हे सांगा, की कल्पनाशक्तीचा उपयोग कोणकोणत्या कार्यांसाठी करता येईल?

उपरवाला – नवीन तंत्रज्ञान, नवीन युक्त्या – प्रयुक्त्या, नवीन हुन्नर, त्याचप्रमाणे रचनात्मक कार्यासाठी कल्पनेचा वापर केला जाऊ शकतो. याशिवाय कल्पनेच्या साहाय्याने उद्या तुम्हाला ज्या गोष्टी करायच्या आहेत, त्यासाठी योग्य बीजारोपण करा. म्हणजेच स्वस्थ आणि समृद्ध जीवनाच्या कल्पनेवर विश्वास दाखवा. त्यामुळेच येणारा काळ उज्ज्वल असेल. आनंदाने परिपूर्ण असेल. वर्तमानात जगताना, योग्य बीज पेरण्याची कला शिकल्याने आज तुला जे थोडे-बहुत दुःख दिसते आहे, ते हळूहळू समाप्त होऊन जाईल. आजपर्यंत तू संमिश्र, म्हणजे थोड्या दुःखाच्या नि थोड्या सुखाच्या बिया आपल्या जीवनात पेरत होतास. जाणता-अजाणता ज्या

थोड्या-बहुत चांगल्या बिया तुझ्याकडून पेरल्या गेल्या, त्यामुळेच आज तू खऱ्या आनंदाची झलक अनुभवू शकतो.

एकलव्य - पण मला तर असं काही आठवत नाही, की मी अशा काही बीजांची लागवड केलीय आणि त्याचं फळ म्हणून मला आपलं अपूर्व बोलणं ऐकायला मिळतंय.

उपरवाला - आठव... आठव... एक दिवस तू आपले दोन्ही हात पसरून अंतःकरणपूर्वक ईश्वराची करुणा भाकली होतीस, 'हे, उपरवाले (वर असणाऱ्या देवा) तू किती काळपर्यंत माझी अशी असहाय्यता बघत राहणार? केवळ बघतच राहणार की माझ्या मदतीसाठी खालीही उतरणार?'

एकलव्याला आठवलं, काही दिवसांपूर्वी त्याने जवळ जवळ अशीच प्रार्थना केली होती, पण उपरवाल्याला हे कसं कळलं, त्याला आश्चर्यच वाटलं. उपरवाल्यानं आपलं बोलणं पुढे चालूच ठेवलं.

शोकाकुल होऊन अजाणतेपणे दुःखापासून बचाव व्हावा म्हणून तू विलाप केला असशील. तो विलापच तुझी प्रार्थना बनला. माणसाच्या शब्दांत भाव जेवढा प्रबळ, तेवढा प्रार्थनेचा परिणाम लवकर दिसून येतो.

एकलव्य - मी तुमच्याशी पूर्णपणे सहमत आहे. आपण म्हटलंत, त्याचप्रमाणे मी प्रार्थना केली होती. खरं सांगायचं तर प्रार्थना मी केली होती, असं म्हणण्यापेक्षा ती माझ्यातून उमटली होती. पण...

उपरवाला - तू पहिल्यांदाच योग्य शब्द वापरलास. तुझ्या प्रामाणिकपणावर मी खुश आहे. दुःखद घटनांमध्ये मुक्तीची इच्छा प्रबल होते. बुद्धाने नाही का, दुःखाचं दर्शन घडल्यावर पूर्ण तन्मयतेने म्हटलं, 'आता बस्स ! मला दुःखातून मुक्त व्हायलाच हवं !

सकारात्मक भावनेतून त्या वेळी त्यांच्या अंतरात तो भाव इतका तीव्रतेने आला, की त्यांच्याकडून सत्याच्या शोधाची क्रिया आपोआप घडू लागली. कृती (कर्म) भावनेचा परिणाम असतो. माणसाच्या मनातून जी प्रार्थना उमटते, त्यामुळे आपोआपच योग्य कृती घडू लागते.

एकलव्य - मीसुद्धा माझी प्रार्थना चालू ठेवेन. परिणाम मी पाहतोच आहे.

उपरवाला – आत्तापर्यंत तू दुःखाची सात कारणे जाणून घेतलीस. या कारणांच्या पकडीत सापडून माणूस आपलं खरं 'लक्ष्य' विसरला आहे. आपलं लक्ष्य विसरल्यामुळे तो केवळ वेळ वाया घालवून नकली आनंद मिळवण्याच्या मागे लागलेला आहे. दुसऱ्यांना चिडवून, डिवचून, त्यांचे पाय ओढून तो त्या नकली आनंदात रममाण झालाय. त्यामुळे तो खुश होतोय.

एकलव्य – याची तर किती तरी उदाहरणे आपल्यापाशी असतील.

एकलव्याचा इशारा लक्षात घेऊन गंभीर वातावरण हलकं फुलकं करण्यासाठी उपरवाला म्हणाला,

उपरवाला – हो ! एकदा एक माणूस रस्त्याने चालला होता. त्याला रस्त्यात एक दगड पडलेला दिसला. त्यावर लिहिलेलं होतं, 'दगडाखाली बघ.' त्याने दगड उलटा करून बघितलं, पण त्याखाली काहीच नव्हतं. मात्र, त्याच्या खालच्या बाजूवर लिहिलेलं मात्र होतं, 'दगड होता तसाच ठेव. अद्यापही बरेच मूर्ख यायचे बाकी आहेत.'

एकलव्य – (हसत हसत) खरोखरंच माणसं दुसऱ्यांच्या बाबतीत असंच करतात.

उपरवाला – अगदी शब्दशः असं करत नाहीत, पण अशाच प्रकारच्या गोष्टी करत असतात. यालाच म्हणतात, नकली आनंद. माणूस नकली आनंद मिळवण्याच्या मागे लागलाय. वास्तवात माणूस जेव्हा खऱ्या आनंदाचा शोध घेईल, तेव्हा त्याची सारी दुःखं एकदमच विलीन होतील.

एकलव्य – आपलं बोलणं ऐकून आता मला असली आणि नकली आनंदातला फरक कळू लागलाय. आता कुठे माझ्या अंतरंगातून खऱ्या खुशीसाठी प्रार्थना उमटू लागलीय. उद्या दुःखाचं आठवं कारण जाणून घेण्यासाठी मी खूपच उतावीळ झालोय.

उपरवाला – विसरलास? उद्या शुक्रवार आहे.

एकलव्य – बरं ! हे तर सांगा, शुक्रवारी आपण कुठे जाता?

उपरवाला – शुक्रवारी मी मशिदीत जातो.

एकलव्य – मशिदीत ! वा ! कधी मंदिर, कधी मशीद, कधी चर्च ! आपण तर अमर, अकबर, अँथनी आहात !

उपरवाला – होय आहे. पण तुला या शब्दांचा खरा अर्थ माहीत आहे का?

एकलव्य – (काहीसा विचार करत) ही तीन वेगवेगळ्या धर्मांतील लोकांची नावं आहेत. आणखी काय?

उपरवाला – ही केवळ नावंच नाहीत, तर या अवस्था आहेत. अमर... जो कधी मरत नाही. अकबर... ज्याची कबर नाही. अँथनी... ज्याचा अंत नाही. ही तीनही एकाच परमेश्वराची रूपे आहेत, ते एकरूपच आहेत, एकलव्य आहेत.

एकलव्य स्तब्ध होऊन उपरवाल्याचं बोलणं ऐकत राहिला. तो विचार करत राहिला, की उपरवाला आहे तरी कोण? तो प्रत्येक गोष्टीत एकच गोष्ट पाहतो. मौन तोडत तो उपरवाल्याला म्हणाला –

एकलव्य – आपल्या बोलण्यावर माझ्याकडे उत्तरच नाही.

उपरवाला – (हसत) ही एक चांगली अवस्था आहे.

एकलव्य – (समोर आपलं घर पाहून) मला आपला संकेत समजला. पण, मशिदीत जाणं, म्हणजे माझ्यासाठी अद्यापही कोडंच आहे. ठीक आहे ! आता मी चलतो. परवा भेटू या.

उपरवाला – खुदाहाफीज !

■ ■ ■

आज सकाळी एकलव्य काहीसा आरामात उठला. आईने विचारले, 'आज फिरायला जायचं नाही?' होकारार्थी मान हलवत एकलव्य बिछान्यावरून उठला. आई विचार करू लागली, एकलव्याला असा कोणता ध्यास लागलाय, की ज्यामुळे तो एकही दिवस फिरायला जाणं चुकवत नाही. उपरवाल्याच्या बोलण्याने त्याला जसं बांधून ठेवलंय. रोजच्या प्रमाणे मॉर्निंग वॉक झाल्यावर तयार होऊन एकलव्य ऑफिसला गेला.

ऑफिसध्ये दिवसभर एकलव्याला उपरवाल्याची आठवण येत होती. भूत-भविष्यात न जाता त्याने दिवसभर वर्तमानात राहण्याचा प्रयत्न केला. ऑफिसमधून आल्यावर संध्याकाळी एकलव्य काही सामान आणायला बाजारात गेला. बाजारात फिरताना त्याची नजर अचानक उपरवाल्याकडे गेली. तो रद्दीच्या दुकानात काही जुनी पुस्तके उलटी-सुलटी करून बघत होता. एकलव्य त्याला भेटण्याच्या हेतूने

रद्दीच्या दुकानाकडे गेला, तेवढ्यात उपरवाला तिथून निघून गेला. आज एकलव्याने त्याचा पाठलाग करायचा निश्चयच केला. तो उपरवाल्याच्या मागे निघाला. एकलव्याने रेल्वे स्टेशनपर्यंत उपरवाल्याचा पाठलाग केला. परंतु तिथे पोहोचल्यावर त्याला दिसलं, की उपरवाला कुठे तरी गायब झालाय.

एकलव्याच्या आश्चर्याला पारावार राहिला नाही. त्याने विचार केला, रेल्वे स्टेशनवर उपरवाल्याचं काय काम? त्याचे कुणी नातेवाईकही नाहीत. तो कुणाला पोचवायला किंवा आणायला तर इथे आला नसेल? कदाचित स्वतःच कुठल्या तरी दुसऱ्या शहरात गेला असेल? कुठे? कशासाठी? फिरायला? की, दुसरं एखादं चर्च बघायला? ऊपरवाला ख्रिश्चन आहे, मुस्लिम आहे, की हिंदू? तो स्वतःबद्दल का नाही बोलत? गूढ आणि सखोल प्रश्नांची उत्तरंच मात्र तो ताबडतोब देतो. असा विचार करत करतच एकलव्य घरी परतला.

रात्री झोपण्यापूर्वी राहून राहून एकलव्याला उपरवाल्याचं बोलणं आठवत होतं. कल्लू मन, बॅक ब्रिज, काळाचं शरण, सत्य अनुभव शरीराशी निगडित नसतात, शरीरामुळे ते अनुभवता येतात, सिद्धी, प्रश्न विचारण्याचं प्रशिक्षण, कोण त्रासलेला, कोण दुःखी, मी कोण, कल्पनेचा योग्य उपयोग, अमर, अकबर, अँथनी, आणखी किती तरी... काय काय.. एकलव्याला उपरवाल्याच्या असीम कृपेची जाणीवही होत होती. उपरवाल्यामुळेच त्याला या सगळ्या गोष्टी ऐकायला मिळाल्या होत्या. काही गोष्टी त्याने पार्किंगमध्ये ठेवायच्या ठरवल्या आणि काही गोष्टींचं खोलवर जाऊन मनन करता करता तो निद्रेच्या कुशीत विसावला.

१३
सुखच दुःख आहे

सकाळी जाग येताच एकलव्याचं मन कृतज्ञतेने भरून आलं. नवा दिवस दाखवल्याबद्दल त्याने ईश्वराला धन्यवाद दिले. आत्तापर्यंत त्याला जे समजलं होतं, त्यानुसार आजचा दिवस त्याची वृद्धी करण्यासाठी आला होता. हीच भावना मनात बाळगत तो उपरवाल्याला भेटण्यासाठी उतावीळ होत बाहेर पडला. खाली पोहोचताच उपरवाल्याच्या स्मितहास्याने त्याचं स्वागत केलं. एकलव्यानेही हसून त्याचं अभिवादन केलं.

एकलव्य - आज आपण दुःखाचं आठवं कारण सांगणार आहात. ते समजून घेण्यासाठी मी अतिशय उत्सुक आहे. पण, त्यापूर्वी मी आपल्याला काही सांगू इच्छितो.

उपरवाला - सांग. काय सांगणार आहेस?

एकलव्य - आपल्याकडून जेव्हा मी खऱ्या आनंदाविषयी ऐकलं, तेव्हा मला वाटलं, की हा आनंद माझ्याबरोबर इतरांनाही मिळावा. त्यामुळे काल मी याबद्दल माझ्या शेजाऱ्यांशीही चर्चा केली. मी त्यांना म्हटलं, 'आत्मविकास साधूनच मानवी जीवनाचं सार्थक होऊ शकतं. आपण सगळ्यांनीच यासाठी प्रयत्नशील राहायला हवं.' त्यासाठी मी त्यांना आपण दिलेलं 'दुःखमुक्ती,' हे पुस्तकही वाचायला दिलं. त्यावर ते म्हणाले, ''मला याची काही आवश्यकता नाही. आर्थिक आणि कौटुंबिकदृष्ट्या मी अगदी खुश आहे. मला आणखी काय हवं? खूप वेळा सांगूनही त्यांनी मानलं नाही.

उपरवाला - हेच तर माणसाच्या दुःखाचं आठवं कारण आहे.

एकलव्य - ते कसं काय?

उपरवाला - आज तुझा शेजारी सुखी आहे, कारण त्याच्याजवळ पद आहे,

पैसा आहे, स्वजनांचं प्रेम आहे. हे सगळं नसेल तर काय माणूस खुश राहू शकेल? नाही ना? म्हणूनच तू हे समजून घे, की सुखच माणसाच्या दुःखाचं कारण आहे.

एकलव्य - मला काही कळलं नाही. माणसाचं सुखच माणसाच्या दुःखाचं कारण कसं होऊ शकेल?

उपरवाला - माणूस ज्या कारणांनी सुखी होतो, ती कारणं सरताच तो दुःखी होतो. त्यामुळे अप्रत्यक्षपणे माणसाच्या सुखाचं कारण हेच त्याच्या दुःखाचं कारण बनतं.

पृथ्वीला घर समजून सुख मिळवण्याची इच्छाच माणसाचं दुःख बनते. ज्या गोष्टी सुख देणाऱ्या गोष्टी आहेत, असं माणूस मानतो, त्या मान्यताच त्याच्या दुःखाचं कारण बनतात. माणूस जर स्टोव्ह किंवा गॅसला बिछाना समजून त्यावर झोपला, तर सकाळी काय होईल?

एकलव्य - तो आजारी पडून, दुःखी होऊन उठेल किंवा आपण नरकाच्या आगीतून बाहेर आलो आहोत, असं त्याला वाटेल.

उपरवाला - अगदी बरोबर बोललास. माणूस विचार करतो, की जिभेला स्वादिष्ट अन्न मिळावं, डोळ्यांना नयनरम्य दृश्य बघायला मिळावं, कानांना मधुर संगीत ऐकायला मिळावं, तरच मला सुख मिळेल. हळूहळू माणसाची आसक्ती इतकी वाढत जाते, की तो पृथ्वीलाच आपलं घर मानू लागतो.

उपरवाल्याचं बोलणं ऐकून एकलव्याला धक्काच बसला. त्याला वाटलं, उपरवाला कसा बहकल्यासारखा बोलतोय. पण आत्तापर्यंतच्या अनुभवावरून त्याने विचार केला, की उपरवाल्यावर शंका घेण्याऐवजी मला त्याच्या बोलण्यावर चिंतन करायला हवं.

एकलव्य - आपलं बोलणं ऐकून मी अगदी कोड्यात पडलोय. पृथ्वी जर आपलं घर नसेल, तर आपलं घर कोणतं?

उपरवाला - तुझ्या प्रश्नाचं उत्तर मी एका रूपकाद्वारे समजावून सांगतो. पण त्यापूर्वी पृथ्वीलाच आपलं घर मानण्याचे काय परिणाम होतात, ते ऐक. या पृथ्वीरूपी संसाराला म्हणजे 'नगरा'ला कुणी आपलं घर मानलं, तर तो त्या घरात कसा राहील?

एकलव्य - त्या घरावर तो आपला मालकी हक्क दाखवून राहील.

उपरवाला - बरोबर ! त्या घरात झुरळ जरी आलं, तरी तो म्हणेल 'माझ्या

घरात झुरळ का आलं?' जर कुणी तुम्हाला म्हणालं की, 'घर तर झुरळांचं आहे. तूच या घरात पाहुणा आहेस. झुरळं तुला इथे राहू देताहेत हीच मोठी गोष्ट आहे. ती तुमच्याशी समन्वय (अॅडजेस्टमेंट) साधताहेत. बिचारी तुम्ही झोपल्यानंतर फिरताहेत.

माणसाला वाटतं, घरात टीव्ही, फ्रीज, वॉशिंग मशीन, गाडी असणं म्हणजे सुख. नित्य नवे कपडे, दागदागिने मिळणं, म्हणजे सुख. शरीराला आरामदायी बिछाना मिळणं म्हणजे सुख. हे सुखच त्याचं दुःख बनून जातं. बाह्य सुखांपासून मिळणारा नकली आनंदच माणसाच्या दुःखाचं मुख्य कारण आहे.

एकलव्य - आजपर्यंत मलाही असंच वाटायचं, की सगळ्या सुखसोयी मिळाल्या, की माणसाला आनंद मिळतो.पण आता या विचारापासून परावृत्त कसं व्हायचं?

उपरवाला - या विचारापासून परावृत्त होण्यासाठी ही जाणीव निर्माण झाली पाहिजे, की पृथ्वी घर नाही, न-घर म्हणजे नगर आहे. जर तुला ही गोष्ट स्पष्ट झाली, तर तू जे सुख अंतिम सुख मानतो आहेस, त्या भ्रमातून बाहेर येशील. ती माया सरेल.

एकलव्य - पृथ्वी नगर आहे. घर नाही. मुक्कामाचे अंतिम स्थान नाही. नगरात माया आहे. मग या मायेचे पाश कसे तुटतील?

उपरवाला - तू जेव्हा खऱ्या अर्थाने जन्म घेशील, तेव्हाच मायापाश तुटेल.

एकलव्य - मी खऱ्या अर्थाने जन्म घेतला तर? म्हणजे? आपल्यापुढे काय माझं भूत उभं आहे?

उपरवाला - खऱ्या अर्थाने जन्म घेणं, म्हणजे सगळी बंधने, पारंपरिक विचार यांच्यापासून मुक्त होणं. माणूस खऱ्या अर्थाने जन्मलाच नाही तर त्याला दुःख होणारच ! आईच्या पोटात बाळ बंधनात असतं. त्याला वाटतं, आईच्या पोटातून बाहेर पडल्यावर तो स्वतंत्र होईल. पण आईच्या पोटातून बाहेर पडल्यावर बाळ मायेच्या पोटात जातं आणि मायेचं पोट एवढं मोठं आहे, की माणसाला वाटतच नाही, तो मायेच्या पोटात आहे. तो अद्याप जन्मलेलाच नाही.

एकलव्य -आईचं पोट... मायेचं पोट ... काय म्हणताय काय आपण? मला तर काही कळत नाही.

उपरवाला - ठीक आहे. एका उदाहरणाने ही गोष्ट मी तुला समजावतो. जर एक खूप मोठा तुरुंग बनवला आणि त्यात तुला ठेवलं, तर तुला कळणारही नाही, की

तू तुरुंगात आहेस. म्हणजे बघ... एखाद्या शहराच्या क्षेत्रफळाच्या आकाराच्या तुरुंगात तुला ठेवलं, तू अर्थातच हे जाणत नाहीस, तर तू सगळीकडे अगदी निष्काळजीपणे फिरशील. जर तुला कुणी म्हटलं, 'तू कैदी आहेस, तुरुंगात (बंधनात) आहेस,' तर तू म्हणशील 'मी कुठे कैदी आहे. मी तर सगळीकडे अगदी मजेने फिरतोय.' ज्या दिवशी तू दुसऱ्या गावी जाण्यासाठी रेल्वेस्टेशनवर येशील आणि दुसऱ्या गावचं तिकीट मागशील, तेव्हा तुला सांगितलं जाईल की 'तू या शहराच्या बाहेर जाऊ शकणार नाहीस. तू तुरुंगात आहेस.' जोपर्यंत तू या शहरात फिरत राहशील, तोपर्यंत तुला कळणारही नाही, की तू जेलमध्ये आहेस.

अशा तऱ्हेने मायेच्या पोटातसुद्धा माणूस मजेत फिरत असतो. मायेत राहून, त्याला कळतही नाही, की यातून बाहेर पडून खऱ्या आनंदाच्या विश्वात राहणं शक्य आहे, कारण मायेच्या पोटात मायाच ठरवते, की तू यापेक्षा जास्त खूश होऊ शकत नाही किंवा तू किती खूश व्हायला हवंस...

एकलव्य – ओ ! हो ! आता मला कळलं, मायेचं पोट म्हणजे काय? खरोखरच या भ्रमातून मुक्त होणं खूप जरुरीचं आहे.

उपरवाला – जर तुला मायेच्या पोटातून (दुःख) मुक्त व्हायचं असेल तर आधी नीट जन्म घे. म्हणजेच मायेत राहून मायेला समजून घे आणि तिच्यातून बाहेर ये. जेव्हा तू मायेच्या पोटातून बाहेर येशील, तेव्हा तुझ्या लक्षात येईल, की तुझी सारी दुःखं एकदमच संपली आहेत. स्वातंत्र्य मिळाल्यावर हे लक्षात येईल, की माणसाचं सुखच त्याच्या दुःखाचं आठवं कारण आहे. पृथ्वी त्याचं घर नाही, तर दुसरं पोट आहे. माणूस इथे विशेष काम करण्यासाठी आला आहे.

एकलव्य या सगळ्या गोष्टी ऐकून गंभीर झाला. त्याच्या मनात खळबळ माजली. ऊपरवाल्याने सरळ सरळ त्याच्या मान्यतांवरच प्रहार केला होता. तो हा मायावी संसारच सत्य धरून चालला होता. तो विचार करू लागला की, मी कोण आहे? माझं खरं घर कोणतं? मी कुठून आलो? मी कोणतं विशेष काम करण्यासाठी या पृथ्वीवर आलो आहे? या प्रश्नांनी एकलव्याला झटका बसला. त्याने व्यग्र होऊन ऊपरवाल्याला विचारलं,

एकलव्य – मला या सृष्टीचं रहस्य 'टॉप व्ह्यू'ने जाणून घ्यायचं आहे. आजपर्यंत मी माझ्या दृष्टिकोनातूनच या दुनियेकडे बघत राहिलो. या बाबतीत मी आपलं पूर्ण मार्गदर्शन घेऊ इच्छितो.

उपरवाला – मला तर वाटतं, अधिकाधिक लोकांनी सृष्टीचं रहस्य जाणून घ्यावं. तुझ्या मनाला ते जाणून घेण्याची तहान लागलीय, तर ही (ईश्वरी) कृपा समज. मी तुला संपूर्ण जीवन रहस्य सांगेन. पण उद्या...

एकलव्य – (रडवेला होऊन) उद्या का? आज का नाही?

उपरवाला – आज घरी जाऊन आत्तापर्यंत सांगितलेल्या गोष्टींवर सखोल चिंतन कर. मग तू पुढच्या गोष्टी नीट आत्मसात करू शकशील. या वेळी मला काही कामासाठी जायचं आहे. उद्या भेटू या.

उपरवाल्याच्या अशा तऱ्हेने जाण्यामुळे एकलव्य काही क्षण हतप्रभ होऊन रस्त्यात तसाच उभा राहिला. उपरवाल्याचा सल्ला त्याला योग्य वाटला, पण मनात एक प्रकारची व्याकुळताही दाटून आली. तरीही त्याने ऊपरवाल्याचा संदेश स्वीकारला आणि तो घराकडे निघाला.

■ ■ ■

खिडकीतून आलेल्या उजेडामुळे एकलव्य जागा झाला. काल रात्री त्याने ऊपरवाल्याने सांगितलेल्या गोष्टी डायरीत लिहून त्याबद्दल मनन केलं होतं. तेव्हापासून तो अंतर्मुख झाला होता. त्याला कळलं, की तो झुरळं आणि पाली यांच्या संसारात राहण्यासाठी आला आहे. अर्थात या मायेच्या दुनियेत दुःखरूपी झुरळांच्या मध्येच त्याला राहायला हवं. तेही खुशीने. या सगळ्याचा विचार करता करता तो घराबाहेर पडला.

खूप दूरवर बघितल्यावरही त्याला उपरवाला कुठेच दिसला नाही. तेवढ्यात कुणी तरी मागून त्याच्या खांद्यावर थोपटलं आणि म्हटलं, 'सांग. कसा आहेस?'

एकलव्याने चमकून मागे पाहिलं आणि हसत हसत उत्तर दिलं,

एकलव्य – झुरळ आणि पाली यांच्या संसारात खुश आहे आणि त्यांच्या संसारात का आलोय, हे जाणण्यासाठी अधीर झालोय.

उपरवाला – मलाही असंच वाटतं, की तू खुश होऊन पुढचं ऐकशील, तेव्हा अधिकाधिक ज्ञान ग्रहण करशील. आज मी तुला एका कहाणीद्वारे संपूर्ण जीवन रहस्याचे विवरण करतो. तू ते नीट लक्ष देऊन ऐक.

एका गावात एक खूप मोठं घर होतं. त्या घरात सर्व तऱ्हेच्या सुविधा उपलब्ध होत्या. त्यात लोक आनंदाने राहात होते. त्या घरातले लोक इतके खुश होते, की त्यांनी घरामध्ये एकावर एक सात मजले बांधले. त्या घराचा पाया मजबूत असल्यानेच

ते इतके मजले बांधू शकले. त्यांनी प्रत्येक मजल्यावर नवनवीन आश्चर्यकारक गोष्टी, तशीच नवनवीन आनंदाची साधनं निर्माण केली. सातव्या मजल्यावर चढून ते जेव्हा सगळ्या गावाचं विहंगमावलोकन करायचे, तेव्हा त्यांना एक अलौकिक दृश्य दिसायचं. तिथून त्यांना महानिर्माणाची शक्यता दिसू लागायची.

त्यांना वाटायचं, की खालच्या लोकांनीही वर यावं. त्यामुळे सगळ्यांना मिळून महानिर्वाणाचं कार्य करता येईल, पण खाली राहणारे वर यायलाच तयार नव्हते. ते जिथे होते, तिथेच संतुष्ट आणि आनंदी होते.

एक दिवस गावातले काही लोक आपापल्या नातेवाइकांना भेटण्यासाठी नगरात गेले. तिथून परतल्यावर त्यांच्यापैकी काही लोक वरच्या मजल्यावर यायला तयार झाले.

एकलव्य - आपलं हे रूपकात्मक बोलणं मला जरा जास्तच जड जातंय. गाव, सात मजले, खूप आनंदी लोक, नगर या सगळ्या गोष्टी कोणत्या बाबीकडे संकेत करताहेत. कृपया हे जरा स्पष्ट करा ना !

उपरवाला - या कहाणीतल्या गावाचा अर्थ आहे, सूक्ष्म जगत. तिथे राहणारे खूपच आनंदी असलेले लोक म्हणजे आत्मसाक्षात्कारी लोक. त्यांनी निर्माण केलेले सात मजले, चेतनेच्या सात स्तरांकडे इशारा करतात. काही लोक आपल्या नातेवाइकांना भेटायला नगरात गेले, याचा अर्थ, ते या पृथ्वीवर आले.

एकलव्य - हं ! आता मला काही काही गोष्टी स्पष्ट होऊ लागल्या आहेत. आता माझ्या मनात विचार येऊ लागलाय, की नगरात गेल्यावर असं काय झालं असेल, की लोक वर जायला तयार झाले?

उपरवाला - त्याचं काय आहे, नगरात गेल्यावर लोकांना वेगवेगळ्या पायऱ्या चढाव्या लागत होत्या. उदा. रेल्वे प्लॅटफॉर्म, बस स्टॉप, किंवा नातेवाईकांना भेटण्यासाठी कुठल्या तरी इमारतीत जाणं, कुठेही पायऱ्या चढल्याशिवाय काही इलाज नसे. अशा तऱ्हेने नगरात त्यांना पायऱ्या चढायची सवय झाली. त्यामुळे नगरातून परतल्यानंतर आपल्या गावात आपल्या घराच्या पायऱ्या चढणं त्यांना सोपं गेलं. ते सहजपणे घराच्या वरच्या मजल्यापर्यंत जाऊ शकले.

एकलव्य - नगरात जाऊन पायऱ्या चढणे, यातून आपण नेमकं काय सांगू इच्छिता?

उपरवाला - तू असं लक्षात घे, नगरात जाऊन माणसाला थोडं दुःख भोगावं लागतं, त्यामुळे तो आत्मविकासाचा विचार करतो. विकासाच्या पायऱ्या चढायला

शिकतो. जो शिडी चढायला शिकतो, तो गावात परत येऊन चेतनेच्या उच्च स्तरावर जाण्यासाठी तयार होतो.

खुश लोकांना वाटतं, की नगरातून परत आल्यावर सगळ्यांची उन्नती झाली पाहिजे. अवनती व्हायला नको. जर लोकांनी नगरात जाऊन विकासाची शिडी चढायचा, विकास साधायचा स्वभाव बनवला, तर ते लवचिक बनतील आणि उच्च स्तरावर जाऊ शकतील. म्हणून खुश लोकांनी ठरवलं, की कोणत्या ना कोणत्या बहाण्याने प्रत्येकाला नगरात पाठवायचं, मग तिथे त्याचे नातेवाईक असोत, वा नसोत. या निर्णयानुसार सगळ्यांना एक एक संघ बनवून पाठवलं जाऊ लागलं.

एकलव्य – अरे वा ! खुश लोकांनी सगळ्यांना वरच्या मजल्यावर पाठवण्यासाठी काय छान युक्ती शोधून काढलीय !

उपरवाला – तरीही काही लोक असे निघाले, जे नगरातून परतल्यावरही, वरच्या मजल्यावर जायला तयार झाले नाहीत. ते ज्या मजल्यावर होते, तिथेच राहिले. त्यामुळे लोकांना रिमाइंडर देण्यासाठी 'खूप खुश असलेल्या लोकांपैकी' काही लोकांना नगरात पाठवलं. खूप खुश असलेल्या लोकांचं कामच हे होतं, की त्यांनी नगरवासीयांना ही आठवण करून द्यायची, त्यांना नगरात यासाठी पाठवलंय, की गावी परतल्यावर ते वरच्या मजल्यावर जाऊ शकतील. अन्यथा खूश लोकांना नगरात जाण्याची काही आवश्यकता नव्हती.

एकलव्य – हे खूप खुश असलेले लोक कोण? त्यांनी आपलं कार्य कशा प्रकारे निभावलं?

उपरवाला – प्रथम पहिल्या प्रश्नाचं उत्तर ऐक. भगवान बुद्ध, भगवान महावीर, संत तुकाराम, संत ज्ञानेश्वर, संत मीराबाई, संत एकनाथ, संत कबीर, जीजस, गुरू नानक, चैतन्य महाप्रभू इत्यादी लोक 'खूप खुश' लोक होते. ते आपल्याला 'आपल्या लक्ष्या'ची आठवण देण्यासाठी आले होते.

हे ऐकताच एकलव्याच्या मनात विचार आला, की उपरवाल्याला माझ्यासाठीच नगरात पाठवलं गेलंय की काय? गावी जाताच मी त्याच्यामुळेच वरच्या मजल्यावर जाऊ शकेन. एवढ्यात त्याला उपरवाल्याचे शब्द ऐकू आले,

आता दुसरं उत्तर ऐक – जे जे म्हणून संत गावाकडून नगरात आले, त्यांनी तिथे सत्याचाच संदेश दिला. पण लोक त्यांचा संदेश समजू शकले नाहीत. म्हणून मग त्यांनी आपल्या संदेशात थोडा थोडा बदल केला. 'कमीत कमी इतकं करा...शेजाऱ्यांशी

भांडू नका. कपट करू नका...दुसऱ्यांना त्रास देऊ नका... इत्यादी. अशा तऱ्हेने त्यांनी लोकांना छोट्या छोट्या प्रकारची खूप शिकवण दिली, ती अशासाठी की पृथ्वीवरून कूच केल्यानंतर सातव्या मजल्यावर नाही, तरी कमीत कमी पहिल्या किंवा दुसऱ्या मजल्यावर पोचावं. काहींनी तर असंही केलं, की शिडी चढण्याचं काम सुरू केलं.

एकलव्य – म्हणजे, संतांचीसुद्धा अशीच इच्छा होती, की लोकांना उच्चतम ज्ञान मिळावं, की ज्यामुळे गावात गेल्यावर त्यांना चेतनेच्या उच्चतम स्तरावर प्रवेश मिळू शकेल.

उपरवाला – होय ! तसंच ! तथापि समोरच्या व्यक्तीच्या ग्रहणशीलतेनुसारच त्यांना मार्गदर्शन द्यावं लागतं. संतांची इच्छा अशी, की पृथ्वीवर येऊन मानवाने मन अकंप, प्रेममय, निर्मळ, आणि आज्ञाधारी बनवावं. त्यामुळे गावी परतल्यावर चेतनेच्या उच्च स्तरावर तो जाऊ शकेल. जे लोक हे ज्ञान प्राप्त करतात, ते स्थूल शरीराच्या मृत्यूनंतर वरच्या मजल्यावर म्हणजे चेतनेच्या उच्च स्तरावर जाऊ शकतात.

एकलव्य – पृथ्वीवर माणूस असं मानून चाललाय, की जीवन फक्त मृत्यूपर्यंत सीमित आहे. आपण तर पुढच्या जीवनाबद्दलही सांगताय.

उपरवाला – हो, ही कहाणी हा भ्रम दूर करण्यासाठीच सांगितली जात आहे, की जीवन फक्त मृत्यूपर्यंत सीमित नाही. स्थूल (बाह्य) शरीराच्या मृत्यूनंतरही जीवन आहे. ते जाणून घेण्याचीच तयारी चाललीय. जर हे काम योग्य रीतीने होऊ शकलं नाही, तर काही खुश लोकांना याची आठवण देण्यासाठी पृथ्वीवर यावं लागतं. जे लोक खरा संदेश ऐकू आणि समजू शकतात, ते आपलं लक्ष्य प्राप्त करून या पृथ्वीवरून निघून जातात. जे लोक संदेश ऐकू शकत नाहीत, ते अज्ञानाने चुका करत जातात आणि नंतर त्यांना दुःख होतं, की 'अरे ! आपल्याला ज्या कामासाठी पाठवलं होतं, ते काम झालं नाही.' त्यामुळे ते स्थूल शरीराच्या मृत्यूनंतर चेतनेच्या उच्चतम स्तरावर जाऊ शकत नाहीत.

एकलव्य – चेतनेच्या उच्चतम स्तरावर जाण्यासाठी काय करायला हवं?

उपरवाला – चेतनेच्या उच्चतम स्तरावर जाण्यासाठी आपलं मन अकंप, प्रेममय, निर्मळ आणि आज्ञाधारी बनवायला हवं. नगरात (पृथ्वीवर) राहूनही या लक्ष्याची पूर्ती होऊ शकते.

एकलव्य - (कृतज्ञता भावाने) आपण केलेल्या उपदेशानुसार मी माझं खरं लक्ष्य निश्चितच प्राप्त करून घेईन आणि गावी परतल्यावर आपल्याला धन्यवाद देईन. पृथ्वीवर राहून मी आपल्या आज्ञेचं पालन केलं, मी चारी बाजूला दिसणाऱ्या गोष्टींना सत्य मानलं नाही. दिखाऊ सत्यात गुंतलो नाही. आपण मला भेटलात, ही माझ्यावर मोठी कृपाच झाली. नाही तर हे ज्ञान ऐकायला मिळणंही दुर्लभ आहे. ज्ञानमार्गावर चालणं तर खूपच दूरची गोष्ट झाली.

उपरवाला –या रुपकाद्वारे तू असंही लक्षात घे, नगर म्हणजे पृथ्वीवरही, उच्चतम गोष्टी निर्माण करण्याची तयारी होऊ शकते. गाव म्हणजे सूक्ष्म जगतात तर खूप काही निर्माण होईलच, पण काही प्रयोग पृथ्वीवरदेखील केले जाऊ शकतात. जे लोक तयार होतात, ते तसे प्रयोग करू इच्छितात. गावातल्या खूप खुश असलेल्या लोकांना वाटतं, की नगरातील (पृथ्वीवरील) काही लोकांनी वरच्या मजल्यावर जाण्यासाठी तयार व्हावं. नगरातून आल्यावर त्यांना तबेल्यात पाठवावं लागावं असं होऊ नये.

एकलव्य - हा तबेला म्हणजे काय? इथे कुणाला पाठवलं जातं?

उपरवाला - गावात घराच्या मागच्या बाजूला एक तबेला आहे. ज्या लोकांना सत्य जाणून घेण्याची इच्छा नाही, अशा लोकांना त्यात ठेवलं जातं. माया आणि चुकीच्या मान्यता यांच्यामध्ये ते पूर्णपणे गुंतले आहेत. हे लोक नगरात जाऊन आल्यानंतर गावात राहण्याच्या लायकीचे उरत नाहीत. अशा लोकांना तबेल्यात पाठवलं जातं.

एकलव्य - अरे बाप रे ! आमची अशी स्थिती होऊ नये, म्हणजे झालं !

उपरवाला - घाबरू नकोस. सत्यप्राप्तीची इच्छा असणाऱ्यांची अशी स्थिती कधीच होत नाही. गावातील तबेल्यातही मार्गदर्शन करणारे लोक असतात. पण तबेल्यात गेलेले लोक इतके कट्टर असतात, की ते सत्य ऐकूच इच्छित नाहीत. ते आपल्या पारंपरिक विचारांमध्ये, मान्यतांमध्ये इतके जखडलेले असतात, की ते विचार करतात, 'वर्षानुवर्षं आपल्याला इथेच राहायचं आहे. जेव्हा अंतिम निवाड्याची (कयामतची) वेळ येईल, तेव्हा प्रभू आमच्याजवळ येईल.' त्यांना हे कळतच नाही, की प्रभू त्यांच्याकडे रोज येतोय, पण ते त्याला ओळखतच नाहीत. त्यांनी पृथ्वीवर ज्या विचारांनी नरक तयार केलेला असतो, त्याच विचारांनी ते इथेही नरक तयार करत राहतात. म्हणून माणसाने आपल्या मनाला कट्टर होण्यापासून वाचवायला हवं. मनाला शिकण्याची सवय लावून नेहमी लवचिक ठेवायला हवं.

गावातील घरात तबेल्याबरोबरच एक अतिथी कक्ष म्हणजे गेस्ट रूमही आहे. काही लोकांना नगरातून आल्यावर काही काळासाठी अतिथी कक्षात ठेवावं लागतं.

एकलव्य - (असमंजसपणे) आता हा अतिथी कक्ष काय आहे? तिथे कोणत्या प्रकारच्या लोकांना पाठवलं जातं?

उपरवाला - काही लोक नगरातून अशा काही गोष्टी शिकून येतात, की त्या सुधारण्याची गरज असते. अशा लोकांना अतिथी कक्षात ठेवून सत्याबाबत त्यांच्या मनात तहान जागवता येऊ शकते. जे लोक तबेल्यात आहेत, त्यांच्याबाबतीत लगेचच काही करता येणं शक्य नाही. पण अतिथी कक्षात राहणाऱ्यांवर काम करणं शक्य आहे. अतिथी कक्षात गोंधळलेल्या अतिथींना मार्गदर्शन करण्यासाठी काही लोक उपलब्ध असतात. ते त्या लोकांची चेतना वाढवून त्यांना उच्चतम विकासासाठी तयार करतात.

एकलव्य -तबेला म्हणजेच नरक का?

उपरवाला -ज्यांची चेतना निम्न स्तरावरची आहे, त्यांच्यासाठी तो नरक नाही, पण उच्च चेतना असलेली व्यक्ती सगळ्यात मोठी संभावना जाणते, म्हणून त्याच्या दृष्टीने ती जागा नरकासारखीच आहे.

एकलव्य - आत्तापर्यंत कथा-कादंबऱ्यातून, चित्रपटातून ज्या नरकाबद्दल वाचलं, ऐकलं, पाहिलं होतं, तसाच आहे का वास्तवातला नरक?

उपरवाला - मुळीच नाही. जसा कथा-कादंबऱ्यातून, चित्रपटातून नरक दाखवला जातो, तसा वास्तवात नरक नसतो. नरक म्हणजे वास्तवात अशी जागा, की जिथे माणूस नरकात राहूनही असा विचार करतो, की 'मी स्वर्गात आहे.' काही लोक पृथ्वीवर धर्माच्या नावाखाली हिंसा करताहेत, मारकाट करताहेत, ते आपल्याबाबतीत असा विचार करत नाहीत, की ते नरकात जगताहेत. ते स्वतःवर धर्माचं लेबल लावून असा विचार करतात, की ते धर्मरक्षक आहेत. अशी लेबलं लावून ते स्वतःला खूश करण्याचा प्रयत्न करतात. नरकात राहणारा माणूस, आपण नरकात राहतो, हे जाणत नसेल, तर त्यापेक्षा मोठा नरक आणखी कोणता असू शकेल?

एकलव्य -आपल्या सांगण्यानुसार आम्ही स्वतःला लवचिक बनवायला हवं, पण समाजात अहंकारी लोकच जास्त दिसतात.

उपरवाला -त्याचं कारण असं की लोक वयाबरोबर अधिकाधिक कट्टर बनत जातात. ते बाकीच्या लोकांनाही असं सांगतात, 'जर तुम्ही मंदिर, मस्ज़िद, जाती,

वर्ण वा देशाच्या नावावर युद्ध कराल, तर हुतात्मा व्हाल आणि प्रभूसोबत राहाल. स्वर्गात जाल. ' अज्ञानामुळे लोकांना हे माहीतच होत नाही, की हे सगळं केल्यानंतर ते खरोखर प्रभूसोबत राहतील की तबेल्यात राहतील. त्यांच्या चेतनेचा स्तर आधीच कमी असतो आणि जे लोक त्यांना पृथ्वीवर मार्गदर्शन करतात, ते स्वतः भ्रमित तरी असतात, किंवा घाबरलेले तरी असतात. ज्यांना स्वतःलाच इतकं असुरक्षित वाटतं, ते काय कुणाला मार्गदर्शन देणार? छोट्या छोठ्या गोष्टींचा लाभ उठवत ते इतरांना चुकीच्या गोष्टी शिकवत राहतात.

एकलव्य – हे अर्धज्ञानी गुरू खरोखरच खूप भयावह ठरू शकतात. माणसाला आगीतून काढून फुफाट्यात टाकू शकतात.

उपरवाला –होय ! ते तसं करू शकतात. विशेषतः माणूस जेव्हा अज्ञानामध्ये बेहोश झालेला असतो, तेव्हा... जर माणसाला कुणा सच्च्या मार्गदर्शकाद्वारे या साऱ्या गोष्टी आधीच स्पष्ट झालेल्या असतील, तर तो समोरच्या व्यक्तीच्या चेतनेचा स्तर समजू शकतो. उच्च चेतना असलेले लोक उच्च आणि निम्न दोन्हीही स्तरांची चेतना जाणू शकतात, पण निम्न चेतना असलेले लोक उच्च चेतना असलेल्यांना समजू शकत नाहीत. उच्च दृष्टिकोनातून बघण्याइतकी त्यांची पात्रताच नसते.

एकलव्य – हे कहाणीसदृश्य रूपक संपूर्ण जीवन दर्शनाच्या दृष्टीने एक मजबूत संकेत आहे.

उपरवाला – होय ! या संकेताद्वारे, गावाकडून नगराकडे, नगराकडून गावाकडे, आणि पुन्हा उच्चतम उपखंडांची यात्रा समजून घेऊन आपली चेतना वर्धिष्णू करता येणे, त्याचप्रमाणे शब्दात सामावलं न जाणारं ज्ञान प्राप्त करून विकास करणे शक्य आहे.

एकलव्य – आता माझ्या लक्षात आलं, की थोड्या विकासात खूश राहणं म्हणजे काय? माणूस ज्या गोष्टींकडे आकर्षित होतो, उदा. मिष्टान्न, पद, प्रतिष्ठा, पैसा, नाती – गोती इत्यादी. यातच तो सुख शोधू लागतो. ते मिळाल्यावर तो इतका खूश होतो, की तो पुढे जाऊच इच्छित नाही.

उपरवाला – आता तुला काही गोष्टी नीट कळू लागल्या आहेत असं दिसतंय. तू बरोबर विचार करतोयंस. थोड्याशा आत्मविकासाने माणूस खूश होऊन जातो. तशाच तऱ्हेने सूक्ष्म जगतात गेल्यानंतरही त्याला वाटतं, खालच्या मजल्यावर काय वाईट आहे? सूक्ष्म शरीराचं सगळं जीवनच तिथे घालवलं, म्हणून काय फरक पडतो?

मात्र पृथ्वीवर ज्याने निसर्गाच्या नियमांचं पालन केलंय, तो म्हणेल, 'आम्हाला निसर्गाकडून हीच शिकवण मिळालीय, की कितीही सुविधा दिसल्या तरी आपण त्यात अडकता कामा नये. आम्हाला पुढेच जायला हवं. जो असा विचार करतो, तो निम्न स्तरावरून उच्च स्तरावर सहजपणे जाऊ शकतो. काही लोकांची तर अशी तयारी होते, की ते सरळ सातव्या स्तरावर पोहोचू शकतात. पृथ्वीवर तयारी करण्याची इतकी शक्यता आहे. मानवाचं लक्ष्य इतकं मोठं आहे, की त्या लक्ष्यावर त्याने रोज थोडं थोडं काम केलं, तरी उच्च खंडावर पोचण्याचा त्याचा विश्वास वाढत जाईल. आपलं खरं लक्ष्य साध्य करण्याची त्याची तहान वाढत जाईल.

उपरवाल्याचं बोलणं ऐकून एकलव्य आश्चर्यचकित झाला. त्याला कळेना, कुठल्या शब्दांत उपरवाल्याचे आभार मानावेत.

एकलव्य - आपल्याला अगणित धन्यवाद ! आपल्यामुळेच मला कधी कुठे ऐकायला न मिळालेल्या गोष्टी ऐकायला मिळाल्या. आपण आज जे विवरण केलंत, ते पुन्हा एकदा थोडक्यात सांगू शकाल का?

उपरवाला - मी तुला हे सांगू इच्छितो, की दुसऱ्या पोटातून आता तू बाहेर ये. म्हणजे पृथ्वीवर येऊन, स्वतःला ओळखून, आपल्या सुखाच्या परिकल्पनेतून तू बाहेर ये. जेव्हा तू संपूर्ण जीवन समजून घेशील, तेव्हा तू जीवनात येणाऱ्या दुःखांना उच्च चेतनेच्या दृष्टीकोनातून पाहू शकशील. मग तुला ती दुःखं, दुःख नाही, तर विकासाच्या पायऱ्या किंवा लक्ष्यप्राप्तीच्या संधी वाटू लागतील. जेव्हा तुम्ही दूरच्या प्रवासाला निघता, तेव्हा रस्त्यात, ट्रेनमध्ये, बसमध्ये येणाऱ्या अडचणी, होणारा त्रास यांच्याकडे सहजपणे दुर्लक्ष करता, कारण तुम्हाला केवळ तुमचं पोचण्याचं ठिकाणच दिसत असतं. तिथे पोहोचण्याच्या आनंदाच्या तुलनेत रस्त्यात येणाऱ्या अडचणी तुम्हाला कमी त्रासदायक वाटतात. याच दृष्टिकोनातून आपल्या जीवनात येणाऱ्या दुःखांचा साक्षात्कार आनंदाने कर.

उपरवाल्याच्या मुखातून अविरत झरणारी वाणी एकलव्य मंत्रमुध होऊन ऐकत राहिला. त्याचे डोळे आपोआपच बंद झाले. त्याला जाणवलं, की त्याच्या समजेत खूप मोठं परिवर्तन आलंय. आता त्याला संपूर्ण जीवनाचं चित्र स्पष्ट होऊ लागलं होतं. त्याचप्रमाणे हेही समजलं होतं, की पृथ्वी त्याचं घर नाही. न-घर (नगर) आहे. दुःखाचं आठवं कारण आठव्या आश्चर्याहून थोडंसंसुद्धा कमी नव्हतं.

१४
स्वतंत्र अस्तित्व

सकाळी झोपेतून जाग आल्यावर एकलव्याने दुःखाच्या आठ कारणांबाबत मनातल्या मनात जे चिंतन केलं होतं, त्याची पुनरावृत्ती केली. आपण केलेलं चिंतन उपरवाल्याच्या पुढे मांडण्याच्या उत्सुकतेने तो घराबाहेर पडून पायऱ्या उतरू लागला. मागून येणाऱ्या पावलांच्या चाहुलीने, त्याला उपरवाल्याच्या येण्याची वार्ता दिली. दोघेही फिरण्यासाठी बरोबरच बाहेर पडले.

एकलव्य - आत्तापर्यंत आपण दुःखाची जी आठ कारणे सांगितलीत, त्यावर मनन केल्यानंतर मनात असा प्रश्न उठतो, की पृथ्वीवर माणूस का आला आहे? केवळ दुःख भोगण्यासाठी? की भोगाव्या लागणाऱ्या दुःखाचं निवारण करण्यासाठी? हे करता करताच जीवन संपून जाऊ नये.

उपरवाला - आज मी तुला दुःखाचं मूलभूत कारण सांगणार आहे. यामध्ये तुला तुझ्या सगळ्या प्रश्नांची उत्तरे मिळतील. प्रथम तुला ती उत्तरे पटणार नाहीत. पण जेव्हा तू त्यांचा तुझ्या जीवनात उपयोग करशील, तेव्हा म्हणशील, काय बोलावं यांच्याबद्दल! यांचा तर जवाब नाही. अगदी लाजवाब आहे हे!

एकलव्य - मला काही कळलं नाही.

उपरवाला - माणसाला वाटतं, हे माझं सुख आहे. माझं दुःख आहे. मी सुख - दुःखाचा अनुभव घेतो. वस्तुतः ईश्वरच माणसाच्या द्वारे आपला अनुभव घेऊ इच्छितो. हा निसटलेला दुवा आहे. आपलं स्वतंत्र अस्तित्व मानणं, हे दुःखाचं नववं कारण आहे.

एकलव्य - ही गोष्ट मी आत्ता प्रथमच ऐकतो आहे. त्यामुळे आश्चर्यही वाटतंय, आणि...

उपरवाला - पृथ्वीवर पहिल्यांदा ज्याने कुणी शीर्षासनाबद्दल सांगितलं असेल, तेव्हा ऐकणाऱ्याने हाच विचार केला असेल, की 'ही तर अगदी विचित्र गोष्ट आहे. याने काय होणार?'

कुणी तरी जेव्हा प्रथम प्राणायामाबद्दल सांगितलं असेल, तेव्हाही लोकांना असंच वाटलं असणार, की अशा प्रकारे प्रयास करून श्वास घेण्याची आवश्यकता आहे का? श्वास येण्या-जाण्याची क्रिया तर आपोआपच होत राहते. त्यासाठी कसरत करण्याची काय आवश्यकता आहे? पण आज लोक आसनं आणि प्राणायामाचं महत्त्व समजून चुकले आहेत.

त्याचप्रमाणे सुरुवातीला माणसाला 'आपण पृथ्वीवर का आलो, आपलं लक्ष्य काय आहे,' हे प्रश्न तितकेसे महत्त्वाचे वाटणार नाहीत, कारण ते जाणून घेण्याची आवश्यकताच माणसाला वाटत नाही. आपल्याला माणसाचा जन्म का मिळाला आहे? मी कोण आहे? या पृथ्वीवर का आलो आहे? जीवनाचं मूळ लक्ष्य काय आहे? या शरीराद्वारे मी ते लक्ष्य प्राप्त करतोय, की दुसरंच काही करतोय? मी म्हणजे माझं शरीर आहे का? या शरीराद्वारे पृथ्वीवर मला कोणत्या प्रकारचे अनुभव घ्यायचे आहेत? चिरंतन आनंद म्हणजे काय? तो कसा प्राप्त होईल? वर्तमानात जे आपण करतोय, तेच आपलं लक्ष्य आहे, की दुसरं काही? याबाबत त्याने कधी मननच केलेलं नसतं,

एकलव्य -बाप रे ! आपण तर प्रश्नांची झडच लावलीत. सध्या मी माझं लक्ष्य प्रथम समजून घेऊ इच्छितो. अर्थात आपण यावर मार्गदर्शन केलं आहे.

उपरवाला - आपलं लक्ष्य म्हणजे, आपलं मन अकंप, निर्मळ आणि आज्ञाधारी बनवणं. अशा मनाच्या साहाय्याने माणूस स्वतःच स्वतःला जाणून घेईल. त्याचप्रमाणे स्वानुभव घेईल. वास्तवात ईश्वरच माणसाच्याद्वारे आपला अनुभव घेऊ इच्छितो. पण माणसाला मात्र वाटतं, मीच अनुभव घेतोय. हे माझं सुख आहे, हे माझं दुःख आहे. हीच निसटलेली साखळी आहे. आपलं स्वतःचं स्वतंत्र अस्तित्व आहे, असं मानणं हेच दुःखाचं नववं कारण आहे.

एकलव्य - आपण मला हे कारण विस्ताराने सांगाल का?

उपरवाला - निश्चितच ! पृथ्वीवर जेवढे लोक आहेत, त्यांची विभागणी पाच वर्गांत करता येईल. आपल्या हाताची पाच बोटं हे पाच वर्ग दर्शवतात.

हाताचे सर्वांत छोटे बोट अशा लोकांचा निर्देश करते, जे दिवसभर काम करतात. मग ते कारखान्यात काम करणारे मजूर असतील किंवा घरात काम करणाऱ्या गृहिणी. हे लोक जिथे काम करतात, त्या जागेचा स्वर्ग बनवतात आणि आपल्या आसपासच्या लोकांना दिलासा देतात.

एकलव्य - आणि अंगठा?

उपरवाला - हाताचा अंगठा अशा लोकांकडे इशारा करतो, ज्यांच्याकडे खूप ताकद असते. आपल्या ताकदीचा वापर कसा करायचा, हे माणसाच्या मनाची निर्मलता आणि पावित्र्य यावर अवलंबून आहे.

अनामिका हाताचे तिसरे बोट आहे. या बोटात लोक अंगठी घालतात. अनामिका, जे चंचल वृत्तीचे लोक असतात, त्यांच्याकडे निर्देश करते. त्यांचं मन नेहमी टी. व्ही. च्या रिमोट कंट्रोलच्या बटणांप्रमाणे भटकत असतं. मायेच्या दुनियेत मनाला असे असंख्य विषय मिळतात, ज्यामुळे चंचल मन सहजपणे घसरतं.

एकलव्य - मध्यमा आणि तर्जनी कोणत्या लोकांकडे निर्देश करते?

उपरवाला - हाताचं चौथं बोट म्हणजे मध्यमा, सगळ्यात मोठं बोट. हे बोट जे लोक महान आहेत, त्यांच्याकडे निर्देश करतं. मध्यमेमुळे महानतेची आठवण होते.

हाताचं पाचवं बोट, म्हणजे तर्जनी. हे बोट इशारा करण्यासाठी वापरलं जातं. ज्यांचं जीवन साधं, सरळ, सहज आहे, अशा लोकांकडे हे बोट इशारा करतं.

एकलव्य - या उदाहरणात पाच बोटांचे जे गुणधर्म सांगितले आहेत, त्याद्वारे, आपण कोणत्या वर्गाच्या लोकांमध्ये बसतो आणि आपल्याला कसं व्हायला हवं, हे सहज समजू शकतं, नाही का?

उपरवाला - आता हे लक्षात घे, की पाच बोटं, म्हणजे पाच प्रकारचे लोक जेव्हा पृथ्वीवर येतात, तेव्हा काय घडतं?

एकलव्य - (उत्सुकता दाखवत) हो ! हो ! सांगा ना ! तेव्हा काय घडतं?

उपरवाला - माणसाच्या प्रत्येक सुख-दुःखात ईश्वराचाच हात असतो. अशी कल्पना करून बघ, की ईश्वराने आपला हात एका मडक्यात घातला आहे. त्या मडक्याचा आकार खूप मोठा आहे, पण त्याचं तोंड लहान आहे. आता पाचही बोटे, त्या मडक्याच्या आत वेगवेगळा अनुभव घेताहेत. अचानक एखाद्या बोटाला सुई

टोचते, तर एखाद्या बोटाला कापसाचा स्पर्श होतो. याचा अर्थ असा, की एकाला सुखद अनुभव मिळाला, तर दुसऱ्याला दुःखद अनुभव आला.

एखाद्या बोटाला धूळ लागली, तर एखाद्याला फूल-पाने मिळाली. म्हणजे एक आनंदी आहे, तर दुसरा दुःखी.

एखाद्या बोटाला राख लागली, तर दुसऱ्या एखाद्या बोटाला रांगोळी. म्हणजेच कुणाला त्रास झाला, तर कुणाला आनंद.

एकलव्य – अच्छा ! असं आहे तर...

उपरवाला – अशा प्रकारे मडक्यात सगळी बोटे सुखद आणि दुःखद दोन्ही प्रकारचे अनुभव घेतात. सगळी बोटे वेगवेगळा अनुभव घेतात, पण प्रत्यक्षात अनुभव कोण घेतं? प्रत्यक्षात अनुभव तो घेतोय; जो मडक्याबाहेर आहे, पण त्याचा हात मात्र मडक्यात गेलेला आहे. बोटे अनुभव घेत नाही.

एकलव्य – जर असंच आहे, तर माणूस सुखी किंवा दुःखी का होतो?

उपरवाला – मडक्याबाहेर असलेला ईश्वर बोटांच्या द्वारे अनुभव घेतोय, पण बोटांना वाटतं, 'हा माझा अनुभव आहे, हे माझं सुख आहे, हा माझा आनंद आहे, हे माझं यश आहे, हे माझं अपयश आहे.' ती कधीही मडक्याबाहेर असलेल्याचा म्हणजे ईश्वराचा सल्ला घेत नाहीत. ती ही गोष्ट विसरून जातात, की हे अनुभव माझ्यासाठी नाहीत. ईश्वर माझ्या शरीराद्वारे ते घेऊ इच्छितो.

ज्या दिवशी सगळी बोटे (सगळी मनुष्यजात) हे रहस्य जाणेल, की हे सुख-दुःख आमचं नाही, तेव्हाच त्यांच्यात एक नवीन चेतना जागेल. त्यावेळी त्यांना आपल्या (पृथ्वी) लक्ष्याचा खरा अर्थ समजू लागेल. त्यांना कळेल, की आपण ईश्वरासाठी, जो मडक्याच्या (पृथ्वी) बाहेर आहे, त्याच्यासाठी अनुभव घेतो आहोत. ईश्वरच बोटांच्या, म्हणजे वेगवेगळ्या लोकांद्वारे आपला अनुभव घेऊ इच्छितो. ईश्वर केवळ माणसांच्या शरीराद्वारेच अनुभव घेऊ शकतो. कुठल्याही जनावराच्या शरीराद्वारे असा अनुभव घेणं संभवनीय नाही.

एकलव्य – मला वाटतं, जेव्हा माणूस ईश्वराच्या संपर्कात असेल, तेव्हाच ईश्वर माणसाच्या शरीराद्वारे अनुभव घेऊ शकेल. होय नं?

उपरवाला – अगदी बरोबर ! जेव्हा माणूस खूश होतो, तेव्हाच तो ईश्वराच्या

संपर्कात येतो आणि जेव्हा तो एखाद्या घटनेमुळे दुःखी होतो, तेव्हा तो आपला ईश्वराशी असलेला ताळमेळ हरवून बसतो. ईश्वराशी चांगला ताळमेळ घडला, की माणसाची खुशी सदैव त्याच्याजवळ राहील. म्हणूनच तुला दुःखात खूश राहण्याची कला शिकवली जात आहे. ही कला आत्मसात करताना प्रथम तुझ्याकडून वारंवार चुका होतील. मात्र, दुःखद घटनांमध्ये सतत शोध घेऊन योग्य रीतीने मनन केल्यावर एक वेळ अशी येईल, की तुझा ईश्वराशी असलेला ताळमेळ तुटणारच नाही. तू कुठेही गेलास, तरी ईश्वराचा तुझ्याशी असलेला संपर्क कायम राहील आणि जो ईश्वराच्या संपर्कात असेल, तो दुःखी कसा काय राहू शकेल?

उपरवाल्याचे हे खोलवर जाऊन मांडलेले गहन विचार ऐकून एकलव्य अंतर्मुख झाला. आजपर्यंत तो असंच समजून चालला होता, की जीवनात येणारे सुख-दुःखाचे अनुभव तो स्वतःच घेतो आहे. आता त्याला जीवनात येणाऱ्या सुख-दुःखांकडे बघायची एक नवीनच दृष्टी मिळाली. ईश्वरच त्याच्याद्वारे सुख-दुःख अनुभवू इच्छितोय. आता तो सुखात सुखी आणि दुःखात दुःखी होणार नाही, या जाणिवेने त्याला आनंद झाला. वा ! काय स्थिती आहे. एकलव्य मनातल्या मनात म्हणाला, 'हे ईश्वरा, बघ आता मी अगदी खरोखरच खुश आहे. तुला हाच अनुभव हवा होता ना !' एकलव्याच्या अंतरातून आवाज उमटला, 'येस्, मला तुझ्याकडून हेच अपेक्षित होतं.' जणू ईश्वराने स्वतःच हे उत्तर दिलं होतं.

खंड १
आनंदाने आनंदाचा शोध

१५
विश्वासाचा सूर्य

आजची सकाळ एकलव्याच्या जीवनात एक नवा प्रकाश घेऊन आली. एकलव्य आज बेहद्द खुश होता, कारण उपरवाला आज त्याला दुःखमुक्तीचे उपाय विस्ताराने सांगणार होता. त्याची खात्री झाली होती, की आता ईश्वराशी त्याचा संपर्क सततचाच राहील. त्याला आशेचा केवळ किरणच नव्हे, तर विश्वासाचा चमकता सूर्य प्रत्यक्ष दिसू लागला होता. त्याला आपली सगळी दुःख विलीन होताना दिसली. तो अतिशय उल्हसित मनाने फिरायला बाहेर पडला. त्याला वाटलं मी स्वतःच उपरवाल्याकडे जाऊन त्याला आश्चर्यचकित का करू नये? हा विचार मनात येतो न येतो, तोच आपण पायऱ्या चढूही लागलो आहोत, असं त्याला जाणवलं. उपरवाल्याच्या घराची घंटा वाजताच त्याने लगेचच दरवाजा उघडला.

एकलव्य - चला ! आज मी आपल्याला घ्यायला आलो आहे !

उपरवाला - पण आज मी येऊ शकणार नाही.

एकलव्य - का बरं?

उपरवाला - विसरलास ! आज पंधरा तारीख आहे. मी आधीच तुला सांगितलं नव्हतं का, की महिन्याच्या एक आणि पंधरा तारखेला मी सकाळी फिरण्यासाठी येऊ शकणार नाही. शिवाय आज माझा एक मित्र आजारी आहे.

एकलव्य - आपला मित्र ! तो कधी आला?

उपरवाला - तो तर माझ्या बरोबरच राहतो.

आता आश्चर्यचकित होण्याची वेळ एकलव्याची होती. त्याने विचार केला, 'उपरवाल्याला मी आश्चर्यचकित करणार होतो, आणि आता मी स्वतःच आश्चर्यचकित झालोय. उपरवाल्याचा मित्रही त्याच्यासोबत राहतो, हे तर मला माहीतच नव्हतं.' उपरवाला पुढे म्हणाला,

"आज तू आत्तापर्यंत तुला सांगितलेल्या सगळ्या गोष्टींवर मनन कर. त्याचप्रमाणे, दुःख दूर करण्याच्या उपायांवर स्वतःच विचार कर. दुःखाची कारणेच त्याच्यावरील उपायांकडे संकेत करतात. बघूयात तरी तुझ्या आतून कोणकोणत्या गोष्टी बाहेर पडतात."

उपरवाल्याचं बोलणं ऐकून एकलव्याने विचार केला, की उपरवाला म्हणतोय, ते बरोबरच आहे. दुःखाच्या कारणातच त्याच्यावरील उपाय लपलेले आहेत. एकलव्याच्या मनात एक वेगळीच लहर निर्माण झाली. मग अचानक त्याच्या मनात विचार आला, आज चर्चमधील फादर फ्रान्सिस यांना भेटून त्यांच्याशी चर्चा का करू नये? दोघे जण दर वेळी काय चर्चा करतात, ते मलाही कळेल. त्यामुळे उत्साहित होऊन त्याने उपरवाल्याला विचारलं,

एकलव्य – आज मी फादर फ्रान्सिसना भेटू शकतो का? तसंही आज काही आपण फिरायला येणार नाही. आपलं बोलणं मी फादरच्या तोंडून ऐकेन.

उपरवाला – (काही विचार करत) ठीक आहे. तू चर्चमध्ये जाऊन त्यांना भेटू शकतोस. मी त्यांना फोन करतो.

उपरवाल्याला धन्यवाद देऊन एकलव्य तिथून निघाला. जाता जाता, उपरवाल्याने सांगितलेल्या गोष्टींवर मी मनन करेन, असेही तो म्हणाला. फिरता फिरता मनातल्या मनात, एकलव्य, बागेत एकांतात, आत्तापर्यंत सांगितलेल्या दुःखाच्या कारणांवर मनन करू लागला.

* दुःखाचं पहिलं कारण जर मी स्वतःच असेन, तर दुःख दूर करण्याचा उपायही मी स्वतःच असायला हवा. जर अजाणतेपणे नको असलेल्या गोष्टींना मी माझ्या जीवनात आकर्षित केलं असेल, तर मी ते कळल्यानंतर त्या घटनांपासून अलिप्त होऊ शकणार नाही का?

* दुःखात राहण्याची सवय होणं, हे दुःखाचं दुसरं कारण आहे. ही सवय सोडून मी दुःखमुक्त होऊ शकणार नाही का?

* शेजाऱ्याचं सुख पाहू न शकणं, हे दुःखाचं तिसरं कारण आहे. शेजाऱ्याच्या सुखाकडे पाहून मी खुश होऊ शकणार नाही का?

* दुःखाचं दुःख करणं, हे दुःखाचं चौथं कारण. जीवनात येणाऱ्या दुःखाकडे मी सर्कशीतल्या जोकरप्रमाणे ते अगदी सहज, स्वाभाविक आहे, नॉर्मल आहे, अशा दृष्टीने पाहू शकणार नाही का?

* आपल्या ध्येयापासून लक्ष विचलित होणं, हे दुःखाचं पाचवं कारण आहे. मी

'आपलं लक्ष्य' आत्मसात करू शकणार नाही का?
* अज्ञानात होणारी कर्मं, हे दुःखाचं सहावं कारण आहे. ज्ञानयुक्त कर्म करून मी दुःखापासून मुक्त होऊ शकणार नाही का?
* काळाचा वापर अकलेने न करणं, हे माणसाच्या दुःखाचं सातवं कारण आहे. वर्तमानात योग्य बीजारोपण करून मी या दुःखापासून मुक्त होऊ शकणार नाही का?
* माणसाचं सुखच त्याच्या दुःखाचं आठवं कारण आहे. दुःखमुक्त होण्यासाठी सुखाला चिकटून राहणं कमी करता येणार नाही का?
* स्वतःचं स्वतंत्र अस्तित्व मानणं हेच दुःखाचं नववं कारण आहे. काय मला या अस्तित्वापासून कधी मुक्ती मिळणार नाही का?

एकलव्याला वाटलं, एक 'नाही' काढून टाकलं, की सगळं काही होऊ शकेल. समज आली, की सगळं संभवनीय आहे. उपरवाल्याची साथ सदाचीच राहिली, तर एक न एक दिवस मी दुःखमुक्त नक्कीच होईन. मनन करता करता एकलव्याला आनंदाची अनुभूती होऊ लागली.

एवढ्यात त्याला समोर चर्च दिसलं, एकलव्य काहीसा संकोचत आत गेला. फादर तिथे त्याची वाटच पाहत होते. त्यांनी पुढे येऊन एकलव्याला विचारले,

फादर – आपण... एकलव्य...?

एकलव्य – हो, मीच एकलव्य.

फादर – आपल्याला भेटून अतिशय आनंद झाला. मला सर रॉबर्ट यांचा फोन आला होता, की आपण मला भेटायला येणार आहात.

एकलव्य – सर रॉबर्ट... हे कोण ...?

फादर – तेच आपल्या बिल्डिंगमध्ये राहणारे...

एकलव्य विचारात पडला. उपरवाल्याचं नाव रॉबर्ट तर नाही? उपरवाल्याच्या नावापासून सगळ्या गोष्टी कोड्यासारख्याच वाटतात.

फादर – कोणत्या विचारात पडलात? या, बसू या. सर रॉबर्टने सांगितलं, आपण माझ्याशी काही बोलू इच्छिताहात.

एकलव्य खरं म्हणजे काही तरी वेगळंच विचारायला आला होता. पण त्याने विचारलं,

एकलव्य – हे रॉबर्ट कोण? आपल्याला ते कधीपासून मार्गदर्शन करताहेत?

फादर हसत हसत म्हणाले,

फादर – रॉबर्ट शब्दाचा अर्थ माहीत आहे का?

एकलव्य – अं... नाही.

फादर –रॉबर्टचा अर्थ आहे, ज्याने साऱ्या दुःखांवर मात केली आहे असा...

एकलव्य आपलं हसू आवरू शकला नाही. हसत हसत त्याने विचारलं–

एकलव्य – हे नाव आपण ठेवलंत, की त्यांनी स्वतःच ते सांगितलं?

फादर – (काही विचार करत) काही का असेना, पण नावाप्रमाणे त्यांचं काम आहे, हे तर खरं !

एकलव्य – ते कसं काय?

फादर – मी एक प्रीस्ट आहे. तरीही मला वाटतं, की अद्याप मला मानसिक स्थिरता आलेली नाही.

एकलव्य – प्रीस्टपुढेसुद्धा ही समस्या उभी राहू शकते?

फादर – का नाही? आत्मबोध प्राप्त होईपर्यंत अशा प्रकारच्या समस्यांचा सामना करावा लागतो. लोक कन्फेशन बॉक्समध्ये येऊन तऱ्हे–तऱ्हेच्या पापकर्माची कबुली देतात, प्रायश्चित्त करतात. त्यांची दुःखं, वेदना, अपराधांच्या गोष्टी ऐकून माझं मनसुद्धा थरकापून उठायचं. सर रॉबर्टमुळेच मी माझ्या या कमजोरीवर मात करू शकलो. त्याचप्रमाणे जीजसच्या शिकवणुकीचा खरा अर्थ समजून घेण्यासाठीही मला त्यांची मदत झाली. त्यामुळे मी त्यांचा अंतःकरणपूर्वक आभारी आहे. एकलव्य– आपल्या आध्यात्मिक उन्नतीमुळे चर्चमध्ये येणाऱ्यांना किती लाभ होत असेल ! यामुळेच तर सर रॉबर्टसाठी माझ्या मुखातून असीम धन्यवाद उमटतात. ते मला निमित्त बनवून असंख्य लोकांपर्यंत ज्ञान पोहोचवण्याचं कार्य करत आहेत.

फादरचं बोलणं ऐकून एकलव्य स्तंभित झाला. अखेर हा उपरवाला आहे तरी कोण? राहून राहून हा प्रश्न हातोड्याप्रमाणे त्याच्या डोक्यात घण घालत होता. काहीसा स्थिर–स्थावर होत एकलव्याने विचारलं –

एकलव्य – आत्ताच आपण म्हणालात, सर रॉबर्टमुळे जीज़सची शिकवण समजून घ्यायला आपल्याला खूप मदत झाली. त्याचं उदाहरण म्हणून आपण एखादी शिकवण सांगाल का?

फादर – हो ! हो ! का नाही? जीजसने म्हटलंय, 'ज्यांच्याकडे आहे, त्यांना आणखी दिलं जाईल. ज्याच्याकडे नाही, त्याच्याकडून हिसकावून घेतलं जाईल.' लोक या शिकवणुकीचा संबंध धन–संपत्तीशी लावतात. ते या महान विधानाचा खरा

अर्थ जाणत नाहीत. सर रॉबर्टने सांगितलं, 'ज्यांच्याकडे ज्ञान आहे, जाण आहे, ते स्वतःच आणखी ज्ञान प्राप्त करून घेण्याची इच्छा दर्शवतात. त्यांचं ज्ञान, समज आणखी वाढते.' लोक विचार करतात, आम्हाला ज्ञान मिळालं, तर आम्ही नंतर काही ऐकणार नाही, परंतु प्रत्यक्षात अगदी उलट होतं. ज्यांच्याकडे जितकी जास्त समज असते, ते श्रवणासाठी तितकेच जास्त आतुर असतात. ज्यांना ज्ञान मिळू लागतं, त्यांना वाटतं, आणखी ऐकावं. त्यांना मग ते मिळतही जातं. म्हणून म्हटलंय, 'ज्यांच्याकडे आहे, त्यांना आणखी दिलं जाईल. ज्याच्याकडे नाही, त्याच्याकडून हिसकावून घेतलं जाईल.' ज्यांना ज्ञानाचं महत्त्व माहीत नसतं, ते काळाबरोबर त्यांना जी समज, जी जाणीव प्राप्त झालेली असते, तीही विसरून जातात.

एकलव्याला जाणवू लागलं, दिवसेंदिवस त्याची समज का वाढत चालली आहे. त्याने विचार केला, मी जर असाच ग्रहणशील राहिलो, तर मला आणखीही कृपाप्रसाद मिळत राहील. फादरबरोबर खूप वेळ बोलल्यानंतर एकलव्याच्या लक्षात आलं, की सर रॉबर्ट, प्रत्येक ठिकाणी दुःखभंजनाचं काम मोठ्या खुबीने करत आहे. नव्या माहितीमुळे तो आनंदित झाला. याच आनंदात फादरचा निरोप घेऊन एकलव्य घरी परतला.

एकलव्याच्या आईला अलीकडे एकलव्यात खूप परिवर्तन झालेलं दिसत होतं. तो नेहमीच निश्चिंत, आनंदी, उत्साही आणि ऊर्जावान दिसत होता. घरातही तो सगळ्यांना मदत करत होता. त्याच्या ऑफिसबद्दलच्या तक्रारीही बंद झाल्या होत्या. एकलव्य सकाळी उपरवाल्याबरोबर फिरायला जातो आणि त्याच्याकडून ज्ञानाच्या गोष्टी ऐकतो, याचा आईला थोडा थोडा अंदाज आला होता. काहीही असो, एकलव्यामध्ये जे परिवर्तन दिसतंय, तो त्याचाच परिणाम आहे. आईने एकलव्याला विचारलं, 'तुमच्या ज्ञानगोष्टी कशा चालू आहेत?' एकलव्याने हसत हसत म्हटलं, 'ज्ञानही मिळतंय आणि गोष्टीही ऐकायला मिळत आहेत.' आपल्या मुलाचा आनंद बघून त्याच्या आईचा आनंद गगनात मावेनासा झाला.

१६
स्वीकारयुक्त अनुमती

आज एकलव्याच्या मनात एका वेगळ्याच उत्साहाचा आणि स्फूर्तीचा संचार झाला होता. त्याचं जीवन एक ना एक दिवस काचेप्रमाणे पारदर्शी बनेल, याबद्दल त्याच्या मनात आता विश्वास निर्माण झाला होता. तिथे 'किंतु-परंतु'साठी जागा उरणार नव्हती. त्याचं जीवन एका खुल्या पुस्तकासारखं असेल आणि असं पुस्तक वाचण्याची उत्सुकता कुणाला वाटणार नाही? आपलं जीवनरूपी पुस्तक सावरण्याच्या खुशीत एकलव्य घरातून बाहेर पडला. एक शंका त्याला सतावत होती. मित्राची तब्येत बिघडल्यामुळे ऊपरवाला फिरायला येणार नाही, असं तर होणार नाही ना? एवढ्यात ऊपरवाला प्रसन्न मुद्रेने पायऱ्या उतरताना दिसला. त्याला पाहून एकलव्याचा आनंद द्विगुणित झाला. धन्यवाद दिल्यासारखा आपला माथा झुकवत त्याने ऊपरवाल्याला विचारले –

एकलव्य – आपल्या मित्राची प्रकृती आता कशी आहे?

ऊपरवाला – आता ठीक आहे.

एकलव्याने ऊपरवाल्याला आदल्या दिवशी केलेल्या चिंतनाबद्दल सांगितलं. त्याचप्रमाणे फादरबरोबर झालेल्या मनोरंजक गप्पांचीही माहिती दिली.

एकलव्य – आज मी सर रॉबर्ट यांना भेटायला आलोय. ते मला दुःख निवारणाचा पहिला उपाय सांगणार आहेत.

ऊपरवाला – तू सर रॉबर्टकडून ज्ञान घेणार? अरे, पण तू तर हिंदू आहेस.

एकलव्य – अजूनही आपण मला ज्ञानाच्या बाबतीत अंगठाछाप समजता की काय?

उपरवाला - (हसत) मी गम्मत केली रे ! मला आता माहीत आहे, तू आनंदाचा शोध आनंदाने करू इच्छितोस. तुझ्यासाठी आता मंदिर आणि चर्च दोन्हीही एकसारखीच आहेत.

एकलव्य - आपल्या या टिपणीबद्दल धन्यवाद ! मी दुःखमुक्त होऊ इच्छितो, त्याचप्रमाणे माझ्या आसपासच्या लोकांनाही मी आनंदित बघू इच्छितो.

उपरवाला - छान ! तू जर दुःखमुक्त झालास, तर तुझ्या आसपासचे लोक आपोआपच आनंदित होतील. त्यांना आनंदित करण्यासाठी तुला वेगळं असं काहीच करावं लागणार नाही. ही गोष्ट आपोआप घडेल.

एकलव्य - आता आपण कोडी न घालता थेट सांगायला सुरुवात करा बरं !

उपरवाला - दुःखात खुश होण्याचा पहिला उपाय आहे, 'स्वीकारयुक्त अनुमती देणं.' दुःख येताच प्रथम त्याला अनुमती द्यायला शिक. आपल्या जीवनात स्वीकार म्हणजे अनुमती मुद्रा (केबीन)चा योग्य उपयोग कर. याबाबत थोडंसं यापूर्वीच मी तुझ्याशी बोललो होतो.

एकलव्य - होय ! मी अधूनमधून केबिनचा उपयोग करतो.

उपरवाला - असं बघ, अंगठा आणि तर्जनी ही दोन बोटे उघडल्यानंतर त्यांच्यामध्ये ब्रॅकेट (केबीन) बनते. ती अनुमती मुद्रा आहे. ज्या गोष्टीला तू अनुमती देऊ इच्छितोस, ती ब्रॅकेटमध्ये किंवा कंसात ठेव आणि स्वतःलाच ही मुद्रा दाखवून प्रश्न विचार, की 'सध्या जीवनात जे काही चालू आहे, त्याचा स्वीकार करून मी अनुमती देऊ शकतो ?' जसं आपण काही काही गोष्टी ब्रॅकेटमध्ये (कंसात) लिहितो, त्याप्रमाणे जीवनात घडणाऱ्या काही घटनांना ब्रॅकेटमध्ये (कंसात) टाकायला शिक. उदा.- एखाद्या व्यक्तीकडून योग्य प्रतिसाद न मिळणं... आपल्या आवडीच्या कार्यक्रमाच्या वेळी लाईट बंद होणं... एखादी घटना आपल्या मनाप्रमाणे न होणं... इत्यादी. अशा तऱ्हेने छोट्या छोट्या घटनांपासून सुरुवात करून मोठ्या घटनांना अनुमती द्यायला शिकायला हवं.

एकलव्य - अनुमती आणि स्वीकार करण्याचा योग्य मापदंड काय आहे?

उपरवाला - जर एखाद्याने तुझ्याशी गैरव्यवहार केला, तरीही त्याच्याबद्दल तुझ्या मनात तक्रारभाव निर्माण झाला नाही, तो जे करतोय, ते करण्यासाठी तू अनुमती दिलीस, तर ती घटना तू योग्य पद्धतीने स्वीकारलीस, असा अर्थ होईल.

एकलव्य - दुसऱ्याला त्याच्या इच्छेप्रमाणे कार्य करू दिल्याने माझा काय फायदा होणार?

उपरवाला - तेव्हा तू, जो जसा आहे, त्याला तसं राहण्याची अनुमती देऊ शकशील. तुझ्यात दुःखाला किनारा मिळणार नाही. दुःखाची नदी, तिला किनारा मिळत गेल्याने विस्तारत जाते आणि त्यात दुःखच भरत जातं. जर किनारा हटवला, तर दुःखसुद्धा पाण्याप्रमाणे विलीन होईल. जेव्हा तुझ्यात अनुमती देण्याचा भाव अंकुरीत होईल, तेव्हा तू लोकांशी भांडणार नाहीस, उलट जो माणूस जसा आहे, तसा तू त्याचा स्वीकार करशील. याचा तुला अशासाठी फायदा होईल, की दुःखाची नदी विलीन होता - होताच, त्यात केली जाणारी शेतीही (ईर्ष्या, द्वेष, मोह, तुलना, लोभ) नष्ट होईल.

एकलव्य - सगळ्यांना अनुमती देण्याचं आणखी एखादं कारण आहे का?

उपरवाला - होय! आणखीही एक कारण आहे.

एकलव्य - ते कोणतं?

उपरवाला - प्रत्येक व्यक्ती एखाद्या घटनेकडे वेगवेगळ्या पद्धतीने बघते. प्रत्येक माणसाचा दृष्टिकोन वेगवेगळा असतो. त्यामुळे प्रत्येक जण आपापल्या जागी बरोबरच असतो. कुठलीही घटना चांगली वा वाईट नसते. आपण त्याच्याकडे ज्या दृष्टीने बघतो, ती दृष्टी त्या घटनेला चांगलं किंवा वाईट बनवते. एकाच घटनेच्या बाबतीत दोघांचे विचार वेगवेगळे असू शकतात. म्हणूनच दोघांनी चूक आणि बरोबर याच्याही पुढे जाऊन पाहिलं पाहिजे. नाही तर समस्या निर्माण होताच, लोक चूक-बरोबरची बिरुदं लावून चुकीच्या दिशेने समस्या सोडवण्याचा प्रयत्न करतात आणि शेवटी कळतं, समस्या सोडवण्याची त्यांची पद्धतच चुकीची होती. अशा तऱ्हेने अवघं आयुष्य सरल्यावर माणसाला कळतं, की ज्या पद्धतीने तो समाधान शोधत होता, ती पद्धतच चुकीची होती. अशा तऱ्हेने काळाचा अपव्यय टाळण्यासाठी, अनुमती मुद्रा प्रत्येकासाठी एक मंत्र सिद्ध होऊ शकते.

एकलव्य - माझ्या मनात एक शंका आहे. अनुमती देणं, म्हणजे भ्याडपणा किंवा संकटापासून दूर पळणं तर नाही?

उपरवाला - अनुमती देणं, म्हणजे संकटापासून दूर पळणं नाही, उलट ती सोडवण्याचं पहिलं पाऊल आहे. काही लोकांना वाटतं, घटनेचा स्वीकार करून

अनुमती देण्याने आपण पलायन तर करत नाही? पण तसं नाही. कोणत्याही समस्येवर योग्य रीतीने उपाय शोधण्याची ही योग्य पद्धत आहे. समजा, तू घरातून बाहेर जाण्यासाठी निघालास आणि तुझ्या लक्षात आलं, की तुझ्या कारच्या मागे कुणी तरी आपली कार लावली आहे. आता तू ही घटना स्वीकारलीस तर थंड डोक्याने विचार करू शकशील, की त्या दुसऱ्या व्यक्तीने कोणती अडचण आल्यामुळे असं केलं असेल? तू त्याच्याकडे जाऊन शांतपणे त्याला आपली कार बाजूला घ्यायला सांगशील. जर तू अनुमती दिली नाहीस, या घटनेचा स्वीकार केला नाहीस, तर तू त्या कारच्या मालकाशी जाऊन भांडशील. अनुमती देण्याच्या भावनेमुळे माणसाचे दोन्हीही हात मोकळे होतात आणि तो मोकळ्या हातांनी समस्या सोडवू शकतो.

एकलव्य – वा ! अगदी योग्य बोललात. लाजवाब !

उपरवाला – गाडीची स्क्रिन धूसर असताना जीवनाची गाडी चालवावी, तशी तुझी मन:स्थिती अस्वीकारामुळे होईल. सामान्य बुद्धी किंवा कॉमनसेन्स असंच सांगतो, की आधी गाडीची स्क्रीन स्वच्छ करा. म्हणजे पुढचा प्रवास सोपा होईल. अशा तऱ्हेने अनुमती देण्याने जर जीवनरूपी गाडीची स्क्रीन साफ होत असेल, तर ती साफ करणं कॉमनसेन्स आहे. पलायन नाही.

अशा तऱ्हेने जर सकारात्मक चुंबक बनण्यासाठी तू काही काळ या दुनियेपासून वेगळा होऊन सत्याचा शोध करू लागलास, तर त्याला पलायन म्हणता येणार नाही.

एकलव्य – हे पलायन नाही, तर आणखी काय आहे?

उपरवाला – हे पलायन नाही, तर सकारात्मक चुंबक बनण्याचं नियोजन आहे.

एकलव्य – ते कसं काय?

उपरवाला – तू शहामृग बघितला आहेस? जेव्हा गिधाडं त्याच्यावर आक्रमण करतात, तेव्हा तो वाळूत आपली मान खुपसून बसतो. त्याला वाटतं 'आता मला कुणी बघणार नाही.' याला पलायन म्हणतात. जर त्याने वाळूत डोकं खुपसून चुंबक काढला (वाळूत चुंबकाचे कण सापडतात), जो त्यालाच चुंबक बनवेल, त्यामुळे वाळवंटात पाऊस पडेल आणि त्यामुळे गिधाडं पळून जातील, तर तू म्हणशील, 'हे पलायन नाही. प्रज्ञा आहे. उपाय आहे.'

एकलव्य – नक्कीच ! जर असं होणार असेल, तर हे पलायन नसून प्रज्ञा आहे. शहाणपण आहे.

उपरवाला -तेच तर ! जर शहामृग स्वतःला सकारात्मक चुंबक बनवण्याची कला शिकला, तर त्याला दिसेल, की गिधाडं पळून गेलीत, समस्या दूर सरल्या, पाऊस पडला, कृपावर्षाव होऊ लागला, धरित्री ओल्या मधुर गंधाने दरवळू लागली.

अनुमतीच्या बरोबरच जसं तुम्ही सकारात्मक चुंबक बनू लागता, तसतशा तुम्हाला हव्या असलेल्या त्या साऱ्या गोष्टी तुमच्या जीवनाकडे आकर्षित होऊ लागतात. समस्यांपासून स्वतःला वाचवण्यासाठी जर तुम्ही आपलं तोंड लपवलंत, म्हणजेच आपलं तोंड वाळूत खुपसलंत, तर तुम्ही पितळ बनता. त्यामुळे ज्या काही अडचणी, संकटे असतील, ती वाढतच जातात.

एकलव्य-हाच फरक पितळ पलायन आणि चुंबक पलायन यात आहे का?

उपरवाला -होय ! सकारात्मक चुंबक बनण्यासाठी तुम्ही काही काळ या दुनियेपासून दूर होऊन सत्य श्रवण करत राहा किंवा मौनसाधना करून वस्तुस्थिती जाणून घेत राहिलात, आणि आपल्या विचारांकडे शोध घेण्याच्या दृष्टिकोनातून बघत राहिलात,की 'मी कोण आहे? कुणाला दुःख झालंय? कोण बोअर होतंय?' तर याला पलायन म्हणता येणार नाही. हे जगापासून पळून जाणं नाही, तर ही सामान्य बुद्धी आहे. हे शहाणपण आहे, विवेक आहे. अशा तऱ्हेने घटनांना अनुमती देऊन स्वीकार केल्यामुळे आणखी एक नवीन गोष्ट उलगडेल.

एकलव्य - कोणती गोष्ट?

उपरवाला - घटनांना अनुमती दिल्यामुळे तुझ्या हेही लक्षात येईल, की जे काही तुझ्याबाबतीत घडतंय, ती तुझी गरज आहे. अनुमती मुद्रेत हे रहस्यही लपलेलं आहे. हे रहस्य म्हणजेच 'मला ज्याची गरज आहे, तेच हे आहे.' याचा अर्थ आहे, की यावेळी तुझ्या जीवनात जे चाललंय, त्याची तुला गरज आहे. यावेळी तुला जे काही मिळतंय, सत्कार, अपमान, प्रेम, लोकांचा भला-बुरा व्यवहार, ही सगळी तुझी गरज आहे.

एकलव्य -मला कुणी शिव्या दिल्या, तर ती माझी गरज कशी असेल? ही गोष्ट मानणं... मोठं कठीण वाटतंय मला !

उपरवाला - मानू नकोस तर जाण.

एकलव्य - पण कसं?

उपरवाला -असं बघ, समजा तुला कुणी शिव्या दिल्या, तरच तुला दुःख होतं,

आणि त्यापासून मुक्ती मिळावी, म्हणून तू विचारपूस करतोस, की दुःख कुणाला झालं? क्रोध कुणाला आला? जर कुणी शिवी दिली नसती, तर तू स्वतःची चौकशीसुद्धा केली नसतीस. सगळ्याच गोष्टी मनाजोग्या घडल्या, तर तू आपल्या गाडीचा स्क्रीन (दृष्टिकोन) कशाला साफ करशील? तू तर याच गैरसमजुतीत राहशील, की मी अगदी कुशल वाहन चालक आहे. जर तुझ्या गाडीची स्क्रीन धुरकट असेल तर दुर्घटना होऊ शकते. हायवे आहे म्हणून कोणतीही दुर्घटना होत नाही. तुझ्यासाठी आकाश मोकळं आहे, ही तू कृपा समज. अर्थात तुझ्या अंतरातील वृत्ती आणि संस्कारांमुळे तुझं जीवन सुगम आणि अबाधित असं चालू आहे. ही कृपा आहे, असं समज; पण याचा अर्थ असा नाही, की आपला दृष्टिकोन बदलण्याची अजिबात गरज नाही. इथे तू एवढंच लक्षात घे, की आपली समजूत किंवा जाणीव तीक्ष्ण करण्यासाठी शिवी ही केवढी महत्त्वाची भूमिका निभावू शकते. असं न होवो, की कृपा वरदानाऐवजी अभिशाप बनावी.

एकलव्य - हे सगळं ठीक आहे, पण शिवी ही कृपा कशी होते?

उपरवाला - प्रार्थना पुरी होणं, ही कृपा आहे. आत्तापर्यंत तू ज्या ज्या प्रार्थना केल्यास, त्यांच्या परिणामाचं कारण आहे, तुला कुणी तरी शिवी दिली होती. अर्थात, तथाकथित दुःखामुळे तुझ्यातून कधी तरी मुक्तीची घोषणा प्रस्फुटित झाली असेल. कुणाच्या तरी शिवीद्वारे ती तुझ्याकडून चिंतन करवून घेत असेल, की 'आपण कोण आहोत? वाईट कुणाला वाटलं? गाली प्रदान करणारा कोण आहे?' अशा तऱ्हेने कुणी तुला अपशब्द वापरले तर समजून चाल, की तुला मनन करण्याची पुरेपूर संधी मिळालेली आहे.

एकलव्य - खरोखर, केवढी आश्चर्याची गोष्ट आहे, की कुणी शिवी देऊन मला मदतच करत आहे. केवढी कृपा आहे!

उपरवाला - तुझ्या जीवनात अपमान आणि प्रशंसा, सुख आणि दुःख, यश आणि अपयश, जीवन आणि मृत्यू इत्यादी अनेक घटना घडत आहेत. तू त्यांच्याकडे कोणत्या दृष्टीने पाहतोस, ते तुझ्यावर अवलंबून आहे. घडणाऱ्या घटनांकडे तू अशा तऱ्हेने पाहू शकतोस का, की 'ही माझी या वेळची गरज आहे. हे जाणून मला माझ्या मनाला ताब्यात ठेवायला शिकायचं आहे. या घटनेने माझ्या मनात कोणकोणते विचार सुरू झाले हे ज्ञात करायचे आहे.' तुझे विचारच तुला सांगतील, की तुला आपल्या मनावर अजून किती काम करायला हवं? तुझ्या अंतरात उमटलेल्या विचारांमुळेच

तुला योग्य रस्ता सापडेल. यातून हेच सिद्ध होतं, की सारी दुनिया (सारं विश्व) तुला स्वअनुभवात स्थापित (सेल्फ रिअलायझेशन) करण्याच्या मागे लागलीय. प्रत्येक गोष्ट त्यासाठीच तुझ्याकडून कार्य करून घेते. यापेक्षा अधिक सुंदर व्यवस्था या पृथ्वीवर आणखी कोणती होऊ शकेल?

एकलव्य - (हैराण होत) हे काय बोलता आहात आपण? असा तर मी विचारही केला नव्हता. मी कोण...? हे विश्व निर्माण करणारा कोण... म्हणजे हे सगळं माझ्यासाठीच आहे तर...

उपरवाला - जेव्हा तू जाणशील,की 'हे तेच आहे, ज्याची मला गरज आहे', तेव्हा तुझ्या मनात चाललेला वाद-विवाद लगेचच बंद होईल. तेव्हा तू म्हणशील, 'अरे वा! खुप शांती आहे. याचीच मला गरज होती.' थोड्या वेळाने पुन्हा अशांती आली, तरीही तू म्हणशील, 'आता मला हिची गरज आहे.'

एकलव्य - एक गोष्ट लक्षात येत नाही की, एकदा शांती आल्यानंतर पुन्हा अशांती का येते?

उपरवाला - शांतीचं सुख बघितल्यानंतर अशांती हे सांगायला येते, की 'तुझ्यात अद्यापही काही कचरा बाकी आहे. तो कचरा काढल्याशिवाय तू पुढे जाऊ शकणार नाहीस.' जसं डोंगर चढत असताना मधे पठार येतं, त्यावेळी कुणी तेच आपलं अंतिम मुक्कामाचं स्थळ समजून तिथे बसत नाही, तर पुढे जात राहतो. अशा तऱ्हेने एकदा शांती आल्यानंतर तिथे तू थांबू नयेस, यासाठी जीवनात अशांती येते. घटनांद्वारे निसर्ग तुझ्या जीवनात अशी प्रत्येक गोष्ट पोचवतोय, ज्याची तुला गरज आहे. माणसाचं मन ही गोष्ट लगेच मान्य करत नाही, म्हणून ते वेगवेगळे प्रश्न विचारते.

एकलव्य -बुद्धीने कळलं, तरी मनात प्रश्न निर्माण होतातंच. मन प्रश्नशून्य होतच नाही.

उपरवाला - जोपर्यंत माणसाला जीवनाचं पूर्ण चित्र दिसत नाही, तोपर्यंत तो ही गोष्ट मानत नाही, की जे काही चाललंय, त्याची त्याला गरज आहे आणि त्याच्या मनात अगणित प्रश्न येतात. संपूर्ण चित्र म्हणजे पृथ्वीवर काय चाललंय? तुम्ही पृथ्वीवर कोणतं लक्ष्य घेऊन आला आहात? इत्यादी गोष्टी ते पाहू शकत नाही.

पृथ्वीवरचं आपलं लक्ष्य आहे, 'मन अकंप, निर्मळ, प्रेममय, आज्ञाधारी आणि अखंड बनवणं.' त्यासाठीच सगळी व्यवस्था केली गेलीय. पण तुला हे काही आठवत

नाही. तू चित्राचा एक भाग बघून अनुमान काढतोस, की हे चित्र (सुख) चांगलं, हे चित्र (दुःख) वाईट. पण जेव्हा पूर्ण चित्र तुझ्यापुढे येईल, तेव्हा तुला आपल्याच विचारांवर हसू येईल की, 'हे मला आधीच कसं कळलं नाही. चित्राच्या एका भागात, ते कशाचं चित्र आहे, याचा संकेत दिला होता, पण मी तो संकेत समजूनच घेतला नाही.' तू आपल्या मान्यतेनुसार चित्र बघतोस आणि चुकीचा निष्कर्ष काढतोस. जोपर्यंत तुला पूर्ण चित्र दिसत नाही, तोपर्यंत दुःखात राहून वाट बघू नकोस. उलट आत्तापर्यंत तुला जी शिकवण मिळालीय, त्यावर काम करणं सुरू कर.

एकलव्य – म्हणजे 'हे तेच आहे, ज्याची मला गरज आहे' ही ब्रॅकेट दाखवणारी हाताची मुद्रा मी कधीही सोडता कामा नये, असंच ना !

उपरवाला – होय ! ही मुद्रा सतत तुला आठवण देत राहील, की 'मी याचा स्वीकार करून अनुमती देऊ शकतो ना?' जसं कुणी तुझी हानी होईल, असं काही कार्य तुझ्याविरुद्ध करतो, त्यानंतरही तू त्याला क्षमा करू इच्छितोस, त्यावेळी अनुमती मुद्रा बनवून स्वतःलाच विचार, 'मी त्याला क्षमा करू शकतो का?' अशा तऱ्हेने ही मुद्रा आत्मसंवाद साधण्यासाठीही इशारा करते.

एकलव्य – मुद्रेशिवायही हा मंत्र आठवता येतो का?

उपरवाला – का नाही? तसंही होऊ शकतं. पण मुद्रेच्या निरंतर उपयोगामुळे अंतर्मनापर्यंत ती गोष्ट सहजपणे पोहोचू शकते. याशिवाय, लोक मुद्रा किंवा इशारे यासाठी बनवतात, की त्यामुळे दुरूनही कमी शब्दात, कमी वेळात, कमी प्रयासात , कुठे काय चाललंय, याबद्दल लवकर कळावं.

एकदा एक सासू आपल्या सुनेला म्हणाली, 'मला जास्त बोलणं आवडत नाही. मी जेव्हा बोटाने इशारा करीन, तेव्हा तू, मी तुला बोलावतेय असं समज.' सून आपल्या सासूला म्हणाली, 'मलाही मौनच पसंत आहे. जेव्हा मी माझी मान हलवत इशारा करेन, तेव्हा आपण समजून घ्या, की मी येणार नाही.'

एकलव्य – (हसत) याचा अर्थ आपण मुद्रेद्वारा आपल्या अंतर्मनाला गुपचुप समज आणि मंत्राचा संकेत देतो.

उपरवाला – (आपल्या उजव्या हाताचा अंगठा वर उचलत 'अगदी बरोबर'ची मुद्रा दाखवत) तुला अगदी नेमकं कळलं. पण एक लक्षात ठेव, तुला ही मुद्रा स्वतःसाठी बनवायचीय. दुसऱ्या कुणासाठी नाही. जर तू एखाद्या संघटनेत, काम करत असशील,

तर मुद्रेच्याद्वारे दुसऱ्या कुणाला रिमाईंडर देऊ शकशील.

एकलव्य - सर्वांनी अनुमती देण्यासाठी आणखी काय लक्षात ठेवायला हवं?

उपरवाला - नेहमी हे लक्षात ठेव, की प्रत्येक माणसाची गीता वेगळी आहे. अर्जुनाची गीता वेगळी, दुर्योधनाची वेगळी. अर्थात प्रत्येक व्यक्तीची जाण वेगवेगळी असते. त्याचप्रमाणे प्रत्येक शरीराची प्रकृती वेगवेगळी असते. कुणाची वाताची, कुणाची पित्तकर, कुणाची कफ प्रकृती असते. ज्याची पित्त प्रकृती असते, त्याला थंड पाणी पसंत असतं. ज्याची कफ प्रकृती असते, त्याला गरम पाणी पसंत असतं. म्हणूनच प्रत्येकाला आपापल्या पद्धतीने जगण्याची अनुमती दिली पाहिजे.

एकलव्य - मन ही गोष्ट मानण्याची अनुमती देत नाही. कृपया थोडं विस्ताराने सांगा ना !

उपरवाला - ही गोष्ट तू अशी लक्षात घे, की पृथ्वी एक स्नानगृह आहे. तू स्नानगृहात आंघोळीसाठी गेला आहेस. तिथे थंड आणि गरम अशा दोन्ही पाण्यांनी भरलेल्या बादल्या ठेवल्या आहेत. तुला थंड पाण्याने आंघोळ कराविशी वाटत असेल, तर तू थंड पाण्याने आंघोळ कर. पण तिथे असलेली गरम पाण्याची बादली बघून वैतागू नकोस. जसं एक माणूस म्हणतो, 'थंड पाणी प्रकृतीसाठी चांगलं असतं, पण इथे गरम पाणी कुणी ठेवलंय?' आणि तो गरम पाण्याची बादली ओतून देतो. आता अशा माणसाला तू काय म्हणशील? तू असंच म्हणशील ना, की 'आपल्याला थंड पाण्याने आंघोळ करायची आहे, तर थंड पाण्याने आंघोळ करा. गरम पाण्याची बादली दुसऱ्या कुणासाठी तरी ठेवलेली असेल, त्याला गरम पाण्याने आंघोळ करू द्या. आपण या गोष्टीसाठी अनुमती द्या, की कुणी गरम पाण्याने स्नान करत असेल, तर त्यात काही वाईट नाही.

एकलव्य (थोडा विचार करून) - कफ प्रकृतीचा माणूस गरम पाण्याने स्नान करू इच्छितो, तर पित्त प्रकृतीचा माणूस थंड पाण्याने स्नान करू इच्छितो.

उपरवाला - बरोबर बोललास. त्याचप्रमाणे, असंही ध्यानात घे, की स्नानगृहात आणखीही अनेक गोष्टी ठेवलेल्या आहेत. तुला ज्या प्रकाराने फ्रेश व्हायचं असेल, त्या प्रकाराने तू फ्रेश हो. पण असं म्हणू नकोस, की हे तेल असं का ठेवलंय? तो साबण तसा का ठेवलाय? हा हेअरडाय इथे का ठेवलाय? ती फाटकी जीन्स तिथे कुणी टांगली? ती डस्टबीनमध्ये टाकून द्या. कदाचित कुणाला फाटकी जीन्स घालून

फ्रेश वाटत असेल, तर कुणाला केस रंगवून फ्रेश वाटत असेल. तुला या गोष्टी वापरून फ्रेश वाटत नसेल, पण तू त्या टाकू नकोस. त्या वस्तू दुसऱ्या कुणाच्या तरी कामी येतील. तुला त्यांची गरज नाही, पण दुसऱ्या कुणाला तरी त्यांची गरज आहे.

एकलव्य - होय ! मलाही या गोष्टीचा अनुभव आहे.

उपरवाला - हा अनुभव ध्यानात घेऊन स्नानगृहात ज्या व्यवस्था केल्या आहेत, त्याचा लाभ सगळ्यांनी घ्यावा. असा विचार करू नका, की इथे कात्री कशाला ठेवलीय... इथे प्लकर का ठेवलाय... इथे कपडे धुण्याचा साबण का ठेवलाय? याची काय गरज आहे?... याबाबतीत समज अशी असायला हवी, की प्रत्येकाची स्वतःची अशी गरज असते. त्यांना आपल्या गरजेनुसार कार्य करू दे. तुझ्यासाठी जे होतं, ते सगळं तू वापरलंस. मात्र जे तुझ्या गरजेचं नाही, ते सगळं फेकून द्यावं, नष्ट व्हावं, असा विचार करू नकोस.

कुणी स्नान करताना तेल लावतात. स्नानगृहात जर तुझ्या पसंतीच्या तेलाव्यतिरिक्त नारळाचं तेलही (खोबरेल तेलही) ठेवलेलं असेल, तर असं म्हणू नकोस, की 'हे ना-रियल (खरं नसलेलं) आहे. याची गरज नाही. हे फेकून द्या.' उलट अशा परिस्थितीत म्हण,'काही लोकांना ना-रियल तेलाची गरज असते. हे त्यांच्यासाठी ठेवलंय. मला जे तेल हवं, तेच मी लावेन.

एकलव्य - म्हणजे मला दुसऱ्यांचे निर्णय घ्यायचे नाहीत. कारण त्यांना काय हवंय, हे मला माहीत नाही.

उपरवाला - बरोबर ! आता तू योग्य दिशेने विचार करू लागला आहेस. स्नानगृहात म्हणजे पृथ्वीवर आणखीही अनेक व्यवस्था केल्या गेल्या आहेत. तिथे शांपू आहे आणि केस काळे करण्याचा डायही आहे. कुणाला केसांना रंग लावल्याने चांगलं वाटतं, तर कुणाला नाही. कुणी म्हणतो, 'दाढी काळी असली पाहिजे. डोक्यावरचे केस पांढरे असले तरी चालतील.' यात काही चूक आहे, किंवा बरोबर आहे, असं नाही. काहींना काही विशिष्ट गोष्टी चांगल्या वाटतात, तर काहींना इतर काही. म्हणूनच सगळ्यांना आपल्याला हवी तशी मजा घेऊ देत. कुणी शांपू लावून स्नान करत असेल, तर तू त्याची निंदा करू नको. त्याला तसं करण्याची अनुमती दे. जेव्हा तुला जाणवेल, की प्रत्येकाची आवड वेगवेगळी असते, तेव्हा तू त्याला त्याच्या पद्धतीने स्नान करू देशील. फ्रेश होऊ देशील. स्नानगृहाचा उद्देश हाच आहे, की माणूस त्यात स्नान करून, फ्रेश होऊन बाहेर यावा.

एकलव्य - नेहमी असं दिसतं, की माणूस जेव्हा जगात त्याच्या मनाविरुद्ध काही होताना बघतो, तेव्हा तो लगेच बंड करून उठतो. त्याच्या मनात दुःख निर्माण होतं, की 'अशा जगात आपण कसं राहायचं?'

उपरवाला - होय ! अनेक वेळा लोक असं दुःख झाल्यावर शरीरहत्या करतात. परंतु माणसाला जेव्हा असं वाटू लागेल, की जे चाललंय, त्याची आवश्यकता दुसऱ्या कुणाला तरी आहे, तेव्हा तो समोरच्याला मदत करेल. समोरच्याला जशा प्रकारच्या पाण्याची आवश्यकता असेल, त्याच्यासाठी तो तशी व्यवस्था करेल आणि म्हणेल, 'तू स्नान कर.' फ्रेश हो. ज्याला थंड पाणी हवं, तो थंड पाण्याने स्नान करेल. ज्याला गरम पाणी हवं, तो गरम पाण्याने स्नान करेल आणि त्याची समज वाढली, तो थंड आणि गरम पाण्याचं मिश्रण करून कोमट पाणी तयार करून ठेवेल. तो असा विचार करेल, कुणाला तरी याचीही गरज भासेल. असे लोकही असू शकतील, की ज्यांना थंड पाणी सोसणार नाही आणि जास्त गरम पाणीही चालणार नाही.

एकलव्य - मला वाटतं, नात्यांमध्ये जो बेबनाव होतो, तो या समजेच्या अभावामुळेच.

उपरवाला - होय ! आई-वडील जेव्हा ही गोष्ट लक्षात घेत नाहीत, तेव्हा ते आपले विचार आपल्या मुलांवर लादतात. उदा. तू असंच जेवण घ्यायला हवंस... हेच कपडे घातले पाहिजेस... ही आजची फॅशन आहे... तू असंच बोलायला हवंस...असं हसायला हवंस... इत्यादी. मुलांना मात्र वेगळंच काही आवडत असतं. अज्ञानामुळे आई वडील मुलांवर जोर-जबरदस्ती करतात आणि त्यांना या गोष्टीचा पत्ताच नसतो.

एकलव्य - मला माझ्या लहानपणाची आठवण होत आहे.

उपरवाला - तू हे ज्ञान मिळवल्यानंतर आता तुझ्यासमोर जे लोक आहेत, त्यांच्या गरजा काय आहेत, हे बघायला हवं. त्यांची विचारपूस कर. त्यांच्याशी वार्तालाप कर. ही जिद्द बाळगू नकोस, की मला हे पसंत आहे, म्हणून सगळ्यांनी हेच भोजन करायला हवं आणि त्याच भोजनाची तारीफ करायला हवी.

माणूस अज्ञानामुळे असा विचार करतो, जे त्याला पसंत आहे, ज्या गोष्टी त्याच्या कामाच्या आहेत, केवळ त्याच गोष्टींची पृथ्वीवर गरज आहे. पण ते तसं नाही. पृथ्वीवर त्याच्या पसंतीव्यतिरिक्त इतर अनेक गोष्टींची गरज आहे. जी व्यवस्था

पृथ्वीवर झाली आहे, ती बघ. पण त्यामुळे गोंधळून जाऊ नकोस. उलट दुसऱ्यांनाही त्याचा फायदा उठवण्याची संधी आणि अनुमती दे.

एकलव्य – आपणही मला मोठीच संधी दिली आहे. या सगळ्या गोष्टी ऐकून मला माझ्या समस्या सुटत असल्याचं जाणवतंय. कृपया आपण सांगत राहा.

उपरवाला – (हसत) हाताच्या पाचही बोटांची लांबी, जाडी, आकार वेगवेगळा असतो. त्यांना तू त्यांच्या जागी राहण्याची अनुमती दिली आहेस. तू अंगठ्याला कधी असं म्हणत नाहीस, की त्याने छोट्या बोटाजवळ जावं. तू म्हणतोस, 'त्यांनी आपआपल्या जागी राहावं.' तू आपल्या बोटांना स्वीकारलं आहेस, त्यामुळे त्यांच्या बाबतीत तुझ्या मनात असा विचार येत नाही, की हे छोटं का आहे, ते मोठं का आहे? तसंच जीवनात जे चाललंय, त्याला अनुमती देऊन त्याचा स्वीकार कर. दुःखमुक्तीचा हा पहिला उपाय आहे.

एकलव्य – आपण मला स्वीकाराचं महत्त्व यापूर्वीही सांगितलं होतं. त्या वेळी मी माझे बॉस मिस्टर द्रोणनाथनच्या वागण्याचा, व्यवहाराचा स्वीकार केला आणि माझी अनेक दुःख कमी झालेली माझ्या लक्षात आली. आता मिस्टर द्रोणनाथनचं मतही माझ्याबद्दल चांगलं झालं आहे. परवा माझी रजा त्यांनी लगेच मंजूर केली. दुःखाचा स्वीकार केल्याने एक वेगळाच मार्ग पुढे येतो.

उपरवाला – होय ! तुला काही वेदना झाली आणि तू लगेचच तिचा स्वीकार केलास, तर तुझ्या लक्षात येईल, की आता पूर्वीएवढी वेदना जाणवत नाही. स्वीकाराबरोबरच वेदना आणि वेदनेचं दुःख कमी होतं. जर तुझ्या शरीराला काही वेदना होत असतील, आणि तू विचार करत राहिलास, की 'ही वेदना नाहीशी व्हावी... अजून नाहीशी का होत नाही... तर तुझं असं विचार करणं, दुःख वाढवतं. जेव्हा तू वेदनेचा स्वीकार करशील, आणि स्वीकार करण्यामुळे आनंदित होशील, तेव्हा तुला जाणवेल, की वेदना नव्हतीच मुळी ! उलट 'ही वेदना मलाच का?' याचं दुःख जास्त होतं. अर्थात, वेदना असेल, पण वेदनेचं दुःख असू नये. सुख असावं, पण सुख निघून गेल्याचं दुःख नसावं.

एकलव्य – काय म्हणालात आपण? काही कळलं नाही.

उपरवाला – वेदना असेलही, पण वेदनेचं दुःख असू नये. सुख असावं, पण सुख निघून गेल्याचं दुःख नसावं.

एकलव्य – किती खोलवर अर्थ भरला आहे या वाक्यात. मी माझ्या घरातल्या आरशावर ही ओळ लिहून ठेवेन.

उपरवाला – जरूर लिही. जीजसला सुळावर चढताना किती आनंद झाला असेल, याची तू कल्पना करू शकतोस? तू म्हणशील, 'सूळ आणि आनंद या दोन गोष्टींची मुळी संगतच लागत नाही.' पण जीजसच्या दोन्ही हातात खिळे ठोकले जात होते आणि ते आनंदात होते. तू म्हणशील, 'कसला आनंद' जेव्हा त्यांना इतकं दुःख दिलं जात होतं, तेव्हा ते म्हणाले, 'Thy will be done, तुमची इच्छा पूर्ण होवो.'

एकलव्य – स्वीकाराबरोबर आनंद कसा येतो, याचं जीजस म्हणजे एक अप्रतिम उदाहरण आहे.

उपरवाला – होय ! एखाद्या छोट्या घटनेतही स्वीकारभाव आला तर तुला आश्चर्य वाटतं. जीजसने एवढ्या मोठ्या घटनेचा स्वीकार केला आणि ही गोष्ट देखील स्वीकारली, की 'मी स्वीकार केलेला नाही. प्रभूने माझ्याकडून हा स्वीकार करवला आहे' यामुळे ते आनंदात होते.

एकलव्य – ही तर आणखीनच गहन गोष्ट वाटते.

उपरवाला –बरोबर ! यात स्वीकार आणि समर्पणाचा भक्तियोग आहे.

एकलव्य – जीजसच्या भक्तियोगाला माझा प्रणाम ! सध्या मला स्वीकारयोग शिकायला हवाय .

उपरवाला – शीक ! स्वीकारयोग तुझी गीता आहे. प्रथम तू कुठलीही घटना स्वीकारत नव्हतास. पण आता समजा तू अडचणीत असशील, तरीही ती घटना तू स्वीकारलीस, तर कल्पना करून बघ, तुला किती आनंद मिळेल.

एकलव्य – आता मला चांगलं समजलंय, की दुःखाचा अस्वीकार हेच दुःख आहे.

उपरवाला – होय ! आणि दुःखाचा स्वीकार केला, तर दुःख उरतच नाही. मग तुला प्रत्येक स्वीकाराबरोबर आनंद मिळत जाईल. त्याचबरोबर ही जाण वाढत जाईल, की आपल्या आत जे चैतन्य (सेल्फ) आहे, तेच स्वीकार करवतंय. नाही तर आपलं सामर्थ्य ते काय? आपली योग्यता ती केवढी? तेव्हा तुझ्या तोंडून धन्यवाद उमटतील. धन्यवादाची भावना जेवढी वाढत जाईल, तेवढाच स्वीकारभावही वाढत जाईल. स्वीकारभाव वाढेल तसतसा अधिकाधिक धन्यवाद उमटत जाईल. तुझं जीवनच एक

धन्यवाद होऊन जाईल. केवळ महाधन्यवाद... !

जेव्हा तुझं जीवनच धन्यवाद बनेल, तेव्हा तुझ्याद्वारे अंतिम महाधन्यवाद उमटतील, की 'आमची योग्यता नसतानाही आमचं जीवन महाधन्यवाद बनलं, त्यासाठी महा महा धन्यवाद !'

उपरवाल्याचं बोलणं ऐकून एकलव्य काही क्षण शांत झाला. मग म्हणाला-

एकलव्य - जीवन जेव्हा महाधन्यवाद बनेल, तेव्हा बनेल. सध्या हे ऐकायला मिळतंय, की असंही काही होत असतं. यासाठी अगदी अंतःकरणातून धन्यवाद प्रगटताहेत. जायची वेळ झालीय, अन्यथा मी कधीच गेलो नसतो.

उपरवाला - तू योग्य बोललास. आज खूपच लांबची सफर झाली... ठीक आहे. पुन्हा भेटू. सेवेची संधी दिल्याबद्दल धन्यवाद !

एकलव्याला जाणवलं, की अनुमती आणि स्वीकार याचा खरा अर्थ आज त्याला कळला. प्रथम स्वीकार करणे, म्हणजे पलायन करणे तर नव्हे, ही शंका त्याला सतावत होती. पण आता स्वीकारातून त्याला आनंद मिळतोय. ज्या गोष्टींमुळे आपण आधी वैतागत होतो, त्रासत होतो, आता त्याच घटनांमध्ये तो इतका शांत कसा राहू शकतो आणि अशा शांत राहण्यात त्याला आनंद कसा मिळतो, याचं त्याला आश्चर्य वाटत होतं. त्याच्या लक्षात आलं, की उपरवाल्याच्या काही गोष्टी सध्या जरी आकलनापलीकडे असल्या तरी, त्या अनुभव करणं शक्य आहे, ही गोष्ट चमत्कारापेक्षा कमी नाही.

१७
महाअनुवादक

आज सकाळी उठला, तेव्हा एकलव्य एका वेगळ्याच मनःस्थितीत होता. स्वीकारयुक्त अनुमतीचा प्रभाव त्याच्यावर अशा तऱ्हेने पडला होता, की त्याला सुख वा दुःख अशा कुठल्याच स्थितीची जाणीव होत नव्हती. तेवढ्यात वडिलांचे कठोर शब्द त्याच्या कानावर पडले. 'रोज रोज कुठे जातोस? केवळ ज्ञानाच्या गोष्टी ऐकून जग चालत नाही. नोकरीबरोबर अन्य काही कोर्सेसही करता येतील. जरा त्याकडेही लक्ष दे !'

क्षणभर एकलव्याच्या संतुलित मनःस्थितीमधे जणू कुणी खडा मारला, पण दुसऱ्याच क्षणी त्याला स्वीकार मुद्रा आठवली. त्याचा स्वतःबरोबर वार्तालाप सुरू झाला. 'बाबांच्या या बोलण्याचा मी स्वीकार करू शकतो का? या प्रसंगी मी गप्प बसू शकतो का?' हे प्रश्न विचारून एकलव्याने दुःखाला किनारा दिला नाही. दुसऱ्याच्या दटावणीने मनात जी बडबड सुरू होते, ती एकलव्याने थांबवली. एकलव्य वडिलांना म्हणाला, 'तो त्यांच्या बोलण्यावर विचार करेल' आणि फिरण्यासाठी घराच्या बाहेर पडला. आपल्या या अशा नव्या पद्धतीच्या वागण्यावर तो खुश होता. काही पावलांच्या अंतरावरच त्याला उपरवाला जाताना दिसला. एकलव्याने भरभर चालून उपरवाल्याला गाठले. उपरवाला हसत हसत म्हणाला –

उपरवाला (हसत-हसत) – ये एकलव्या, बरोबरच जाऊया. चालता चालता तू पुष्कळ काही शिकशील.

एकलव्य – आपल्या सोबतीत खूप काही शिकण्यासाठीच तर मी रोज, खूप उतावीळ झालेला असतो.

एकलव्याने आज सकाळी बाबांनी केलेल्या दटावणीबद्दल ऐकवलं. त्याबरोबरच त्यावर स्वतः केलेलं मननही ऐकवलं आणि म्हटलं–

एकलव्य- आपण सांगितलेल्या पद्धतीनुसार मी स्वतःलाच प्रश्न विचारले, तरीही काही काळपर्यंत माझ्या मनात कडवटपणा भरून राहिला होता.

उपरवाला -दुःखामध्ये खुश होण्याच्या दुसऱ्या उपायात आपली भावना बदलण्यावर काम करायचं आहे. अर्थात, तुला महाअनुवाद करणं शिकायचंय. हे मोठंच पाऊल आहे.

एकलव्य - महाअनुवाद...? आता हे कोणत्या भाषेचं ट्रान्सलेशन आहे?

उपरवाला - महाअनुवाद म्हणजे आपल्या चुकीच्या विचारांचा योग्य अनुवाद करून त्यांना योग्य दिशा देणं.

एकलव्य -आजपर्यंत एखाद्या भाषेचा अनुवाद करण्याबद्दल ऐकलं होतं, पण विचारांचा अनुवाद... ! हे कधी ऐकलं नव्हतं... काही स्पष्टीकरण कराल?

उपरवाला -(हसत हसत) मंदिर आणि दसऱ्याचं उदाहरण आहे ना !

एकलव्य - दशहरा...

उपरवाला - ऐक तर... !

एका गावात दोन मंदिरं होती. दोन्ही मंदिरांतून लग्नं लावली जात होती. नंतर असं लक्षात आलं, की पहिल्या मंदिरात जेवढे विवाह संपन्न झाले, त्यांचा पुढे घटस्फोट झाला. गावातल्या लोकांना या गोष्टीचा पत्ता लागला. मग घटस्फोटाच्या कारणांचा शोध घेणं सुरू झालं.

ज्यांचा काडीमोड झाला होता, त्यांना त्यांच्या जीवनातील घटनांबद्दल विचारण्यात आलं. सगळ्यात आधी विचारलं, 'काडीमोड घेण्याचा प्रथम विचार आपल्या मनात कधी आला?' कुणी म्हटलं, 'अमुक एका गोष्टीवर आमचं प्रथम भांडण झालं, तेव्हा माझ्या मनात घटस्फोटाचा विचार आला. मग विचारलं लग्नात घालायचे बाशिंग बांधताना आपल्या मनात कोणते विचार आले होते? 'तेव्हा प्रत्येकाने आपआपले विचार सांगितले. कुणी म्हणालं ' ज्या मुलीबरोबर माझं लग्न होणार होतं, ती खूपच काळी आहे... हुंड्यातही खास काही मिळालं नाही... वऱ्हाडीच जास्त सुंदर होते... मुलीचा मामा बदमाशच वाटत होता इत्यादी.' मुंडावळ्या घालण्यापूर्वी त्यांच्या मनात असे विचार आले नव्हते. पण जेव्हा त्यांनी बाशिंग बांधलं, तेव्हा त्यांच्यात रावणाचे नकारात्मक विचार येऊ लागले.

अशा तऱ्हेने घटस्फोटित माणसांनी आपापले अनुभव सांगितले. सर्वेक्षण करता

करता शेवटी असा शोध लागला, की विवाहाचे वेळी नवरदेवाच्या डोक्यावर जे बाशिंग बांधलं गेलं, त्यातच गडबड होती. बाशिंग बांधल्यानंतर नवरदेवाच्या मनात जे विचार येत होते, ते विचारच घटस्फोटाचे कारण बनत होते. घटस्फोटित लोकांचे विचार ऐकल्यानंतर त्या बाशिंगाची दिशा बदलण्यात आली. नव्या ढंगात बाशिंग बांधलं जाऊ लागलं. तेव्हापासून लोकांचं घटस्फोट घेणं बंद झालं. बाशिंग बांधल्यानंतर मनात जे नकारात्मक विचार येत होते, ते येणं बंद झालं.

एकलव्य – या कथेद्वारे मला कळून चुकलं, की विचारांची दिशा बदलणं किती महत्त्वाचं आहे.

उपरवाला – बरोबर आहे. तू कहाणीद्वारे हे समजून घे, की बाशिंग बांधणे हे विचारांचं प्रतीक आहे आणि त्याची दिशा बदलणे, म्हणजे महाअनुवाद करणे होय. जेव्हा तुझ्या अंतरात नकारात्मक विचार येतील, तेव्हा लगेचच त्यांचा अनुवाद करून त्यांना सकारात्मक विचारात परावर्तित कर. अशा तऱ्हेने महाअनुवाद केल्याने तुझ्यातील दुःखद भावना कशी बदलेल, ते कॉम्प्युटरच्या एका उदाहरणाने समजून घे.

एकलव्य –(मोठ्या उत्सुकतेने) हं... हं... सांगा सांगा...

उपरवाला – जे लोक कॉम्प्युटर वापरतात, त्यांना माहीत असतं, की कॉम्प्युटरवर टायपिंग करताना एखाद्या शब्दाचं स्पेलिंग चुकलं, तर त्याखाली लाल रेघ येते. असं झालं की स्पेलिंग चेक करावं लागतं. त्याचप्रमाणे जेव्हा तुझ्या मनात चुकीचे विचार (शब्दाचं चुकीचं स्पेलिंग) येतील, जे आल्यामुळे दुःखद भावना (लाल रेघ) निर्माण होईल, तेव्हा लगेचच त्या विचारांचा महाअनुवाद (स्पेल चेक) कर. स्पेलिंग बरोबर होताच लाल रेघ गायब होईल. यालाच 'महाअनुवाद करणं' म्हणतात.

एकलव्य –वा ! अद्भुत ... ! आपल्या समजावून सांगण्याच्या पद्धतीबद्दल काय बोलावं? मला एक महत्त्वपूर्ण महाअनुवाद करून द्याल?

उपरवाला – का नाही? हेच तर मी सगळ्यांना सांगू इच्छितो. कसला अनुवाद करायचाय हे विचार.

एकलव्य –ऑफिसमधील काम वेळेवर पूर्ण करण्याचं मला टेन्शन आलं होतं. या स्थितीचा महाअनुवाद करून आपण सांगू शकाल का?

उपरवाला – जेव्हा मन म्हणेल 'टेन्शन आहे', तेव्हा म्हण की, 'टेन्शन नसून, इंटेन्शन आहे.' इंटेन्शन म्हणजे संकल्प करणे. सकारात्मक विधान करण्याबरोबरच तुझ्यात एक नवी भावना जागृत होईल. नवा उत्साह निर्माण होईल आणि तुझ्या

लक्षात येईल, की केवळ शब्द बदलल्याने सगळं काही (भाव, विचार, कर्म) बदललंय.

एकलव्य - ऑफिसमध्ये 'कुणी बरोबर नाही'च्या जागी 'काही बिघडत नाही', हे बरोबर आहे ना?

उपरवाला - अगदी बरोबर. मी तुला आणखी काही विधानांचा महाअनुवाद सांगतो. त्यापैकी तुझ्या उपयोगाची विधाने तुला ऑफिसमध्ये काम करताना उपयोगी पडतील. ऐक. ज्याप्रमाणे बाशिंग बांधल्याबरोबर नवरदेवाच्या मनात प्रथम विचार आला, की 'मुलगी खूप काळी आहे' या विधानाचा अनुवाद असा व्हायला हवा '...पण मोठ्या मनाची आहे.' असा अनुवाद केल्यानंतर जर चांगलं वाटलं, तर समज की तू योग्य अनुवाद केला आहेस.

एकलव्य - 'मुलगी काळी असली, तर काय झालं, मोठ्या मनाची तर आहे. या वाक्यात नकारात्मक भाव येत नाहीत.

उपरवाला - हीच तर महत्त्वाची गोष्ट आहे.

एकलव्य - नवरदेवाच्या मनात हुंड्याचा विचार करून जर नकारात्मक भाव आले, तर त्याचा महानुवाद कसा करावा?

उपरवाला - बाशिंग बांधताना नवरदेवाच्या मनात आलं की, 'हुंड्यात काही खास मिळालं नाही,' तर बाशिंगाची दिशा बदलून असा अनुवाद करायला हवा, 'आज काही खास मिळालं नाही, तरी तिच्या विचारांमुळे माझ्या जीवनात खूप काही चांगलं घडेल. 'हा विचार मनात येताच नवरदेवाच्या मनातल्या नकारात्मक भावना विलीन होतील.' त्याचप्रमाणे जर कुणाच्या मनात असा विचार आला, तर 'वऱ्हाडीच जास्त चांगले आहेत' त्याने असा अनुवाद करावा, 'चांगले आहेत, तर पुढेही चांगले राहावेत, हीच माझी प्रार्थना आहे.'

एकलव्य - वा ! खूपच छान ! मी तर महाअनुवाद करायला करायला शिकतोय.

उपरवाला - होय, अशा तऱ्हेने प्रत्येकाने महाअनुवाद करायला (M.A. करायला) शिकलं पाहिजे. सगळ्यांनी महाअनुवादक (एम.ए.) बनलं पाहिजे. आजपर्यंत जीवनात तुला ज्या ज्या गोष्टी त्रास देत होत्या, त्या सगळ्या गोष्टींसाठी तुला महाअनुवाद करायला शिकायला हवं.

एकलव्य - (विचार करत) सगळ्यांसाठी एकच महाअनुवाद परिणामकारक ठरेल का?

उपरवाला -नाही. जी व्यक्ती, जो महाअनुवाद करेल, तो तिच्यासाठीच योग्य असेल. ज्या अनुवादाने एखाद्या व्यक्तीच्या मनाची भावना बदलते, त्याच अनुवादाने कुणा दुसऱ्या एखाद्या व्यक्तीच्या मनाची भावनाही बदलेल, असं नाही. त्यामुळे ही गोष्ट जाणून घे, की ज्या अनुवादाने तुझ्या मनात सकारात्मक भावना निर्माण होईल, ती तुझ्यासाठी योग्य आहे.

असं बघ. एखादा मुलगा आपल्या वडिलांचं ऐकत नाही. त्याच्या वडिलांना वाटतं, आपला मुलगा बिघडला. त्याच्या वडिलांनी या विधानाचा असा अनुवाद केला, की 'मुलगा आता मोठा होत चाललाय, त्याचं असं वागणं स्वाभाविक आहे.' तर वडिलांच्या मनात मुलाबद्दल वाढत जाणारा तणाव, क्रोध आणि नकारात्मक भावना नाहीशा होतील.

एकलव्य - अशा घटना दररोज घरा-घरातून दिसतात. किशोरवयीन मुलांच्या आई-वडिलांसाठी ही समज येणं अत्यंत आवश्यक आहे.

उपरवाला - माणसाच्या वयाच्या प्रत्येक टप्प्यावर वेगवेगळ्या चिंतांचा त्यांना सामना करावा लागतो. त्यामुळे त्याला प्रत्येक टप्प्यावर वेगवेगळी जाणीव असली पाहिजे.

एकलव्य - खरं आहे ! माझी आई सध्या वाढत्या वयामुळे काळजीत असते. वाढत्या वयाबरोबर येणाऱ्या आजारपणाच्या चिंतेचा महाअनुवाद कसा करता येईल?

उपरवाला - वाढत्या वयाबरोबर माणूस अशा प्रकारचा विचार करू लागतो, की वय वाढतंय आणि वयाबरोबरच मला आता खूपसे आजारही होणार. अशा प्रकाराच्या विचारांचा महाअनुवाद असा होऊ शकतो, 'मी अशी अनेक माझ्यापेक्षाही मोठ्या वयाची माणसे, म्हातारे बघितले आहेत, जे अद्यापही ठणठणीत आहेत आणि असे काही कमी वयाचे तरुणही पाहिले आहेत, की जे आजारी पडले आहेत.' याचा अर्थ असा, स्वास्थ्याचा वयाशी काही संबंध नाही.

एकलव्य - खरंच !

उपरवाला -इतरांसाठी हे खरं असो, नसो. तुझ्यासाठी हे सत्य होऊ शकतं

एकलव्य - ते कसं काय?

उपरवाला -तुझ्या विश्वासाद्वारे ! असं बघ, माणसाच्या मनात असे विचार येत असतात, की 'माझं वय वाढतंय. आता माझे आजारही वाढतील.' तेव्हा त्याला

हे माहीत नसतं, की विचारांना खरं मानल्याने ते वास्तवात बदलतात. माणसाच्या जीवनात आजारपण यासाठी येतं, की तो गृहीत धरतो, 'हा अनुवंशिक आजार आहे. माझ्या आई-वडिलांना हा आजार होता, त्यामुळे मलाही होणारच. माझं वय वाढतंय, तेव्हा माझ्या बाबतीत असंच होणार.

एकलव्य - अगदी असेच विचार माझ्या मनातही कधी कधी येतात.

उपरवाला - अशा प्रकारे वर्षानुवर्षे माणूस तऱ्हेत-ऱ्हेचे छोटे-छोटे विचार महाअनुवाद न करता करतो, तेव्हा ते विचार प्रत्यक्षात प्रकट होतात.

एकलव्य - असं का होतं?

उपरवाला - हा निसर्गाचा नियम आहे. ज्या गोष्टींवर माणसाचा विश्वास बसतो, त्या विश्वासाचे पुरावे त्याला मिळतात. म्हणून प्रत्येकाने आपल्या कल्पना, विश्वास बदलून महाअनुवाद करायला शिकलं पाहिजे. अशा वेळी म्हटलं पाहिजे, 'माझ्या आई - वडिलांच्या वेळचं खाणं-पिणं आजच्या खाण्या-पिण्यापेक्षा वेगळं होतं, यामुळे त्यांना आजारपण आलेलं असलं, तरी तेच आजारपण मला येईल, असं मुळीच नाही.

एकलव्य - मी अगदी असंच म्हणेन.

उपरवाला - त्यातच सगळ्यांचं हित आहे.

एकलव्य - जर मला कुणी अपशब्द वापरले, तर त्याचा महाअनुवाद मी कसा करू, की ज्यामुळे मला दु:ख होणार नाही?

उपरवाला - कुणी तुला शिवी दिली, तर त्या शिवीचीही तू गीता बनवायला शिक. शिवीचा महाअनुवाद कर. कुणी तुला 'रामखोर'ला 'ह'जोडून ह-रामखोर म्हटलं, तर त्याचा महाअनुवाद अशा पद्धतीने कर 'रामखोर म्हणजे जो रामाचं खातो, तर होय, आम्ही रामखोर आहोत. राम शबरीची बोरं खात होता, तर तो आम्हालाही शबरीची बोरे खाऊ घालील.' असा महाअनुवाद शिवीलाही गीतेत बदलतो.

एकलव्य - आपण शिवीला किती प्रेमाने भक्तीत बदललंत.

उपरवाला - तूही हे करू शकतोस.

एकलव्य - मी माझा आत्मविश्वास वाढवू इच्छितो. यासाठीही महाअनुवाद मला मदत करेल?

उपरवाला - का नाही? जरूर करेल ! जर तुझ्यामध्ये आत्मविश्वासाची

कमतरता असेल, तर त्यासाठीही महाअनुवाद कर. महाअनुवाद करताना म्हण, 'आज माझ्यात आत्मविश्वासाची कमतरता आहे.' याचा अर्थ असा, की आज तुझ्यामध्ये आत्मविश्वासाची कमतरता आहे. ती काही नेहमी राहणार नाही. आज तुझ्यात ही कमतरता आहे, पण निकटच्या भविष्यात तुझ्यात आत्मविश्वास जागृत होईल. महाअनुवाद करून तुझ्यामधील कमतरतेला तू नवीन वळण देतोस. जुन्या दुःखाचा, आत्मविश्वासाच्या कमतरतेचा, तू पुनरुच्चार करत नाहीस.

एकलव्य - मला केवळ इतकंच करायचं आहे, की आणखीही काही करायचं आहे?

उपरवाला -महाअनुवाद केल्यानंतर तू आजूबाजूच्या लोकांमध्ये आत्मविश्वास बघ आणि त्यांचं कौतुकही कर. जर तू टीव्हीवर काही कार्यक्रम बघत असशील, तर त्यात काम करणाऱ्या कलाकारांचा आत्मविश्वास बघ आणि त्यांचा आत्मविश्वास बघून खुश हो. जितका दुसऱ्यांमधला आत्मविश्वास बघशील, तितकीच तुला स्वतःमधील आत्मविश्वासाची जाणीव होईल.

एकलव्य - मी या क्षणी आपल्याला पाहून आत्मविश्वासाची भावना अनुभवू लागलोय.

उपरवाला - योग्य दिशेने जातो आहेस. अशा तऱ्हेने प्रत्येक नकारात्मक विधानाचा आणि प्रत्येक नकारात्मक भावनेचा महाअनुवाद करायला शिकायचं. जेव्हा तुझ्या मनात नकारात्मक विचार येतील, तेव्हा लगेचच बाशिंगाची दिशा बदल. म्हणजे सकारात्मक विचार कर.

एकलव्य - आपण मला महाअनुवादासाठी एखादी मुद्रा सांगाल का?

उपरवाला - का नाही? (अंगठा आणि तर्जनी उघडून) *१ प्रथम या मुद्रेद्वारे स्वतःला विचार की 'काय हे मी स्वीकार करू शकतो का?' मग स्वीकार केल्यानंतर मुद्रा फिरव. *२ मुद्रा बदलणे, म्हणजे, ए साईडकडून बी साईडकडे जाणे. अर्थात स्वीकार करून महाअनुवाद करणे. ए साईडकडून बी साईडकडे कसं जायचं, हे समजण्यासाठी मी तुला एक उदाहरण सांगतो.

---

*1 स्वीकार मुद्रा *2 महाअनुवाद मुद्रा

एकदा एका स्टेजवर एक प्रोग्रॅम चालू होता. दोघे जण स्टेजवर गाणे म्हणत होते. त्यापैकी एक जण सरळ लोकांकडे तोंड करून उभा होता. दुसरा लोकांकडे पाठ करून उभा होता. पहिल्या व्यक्तीने गाणे म्हटले. मग दुसऱ्या व्यक्तीने गाणे म्हटले. एकाला सरळ आणि दुसऱ्याला लोकांकडे पाठ करून उभं राहिलेलं बघून लोकांनी संयोजकांना प्रश्न विचारला, 'एक जण सरळ लोकांकडे तोंड करून गाणं म्हणतोय. दुसरा लोकांकडे पाठ करून गाणं गातोय, असं का?' तेव्हा संचालकांनी उत्तर दिलं, 'पहिला माणूस टेपच्या ए साईडची गाणी गातोय, तर दुसरा माणूस टेपच्या बी साईडची गाणी गातोय, म्हणून तो वळून पाठमोरा उभा आहे.'

एकलव्य – (आपल्या हाताची स्वीकार मुद्रा पालटत) विनोद चांगला आहे. तो सांगायचं कारणही मी नेहमी लक्षात ठेवीन.

उपरवाला – अशा प्रकारे तुला स्वीकाराची मुद्रा वळवायची आहे. म्हणजे आपल्या विचारांची दिशा बदलायची आहे. जसं बाशिंगाची दिशा बदलल्याने दसरा येईल आणि रावणाचा मृत्यू होईल. मनातील रावणरूपी दहा विकार नष्ट होतील. तुझ्या मनात येणारे नकारात्मक विचार, म्हणजे रावणाच्या दहा नकारात्मक चेहऱ्याचादेखील महाअनुवादाद्वारे मृत्यू होईल.

एकलव्य – महाअनुवादाद्वारे रावणाच्या भयंकर चेहऱ्यापासूनही मुक्ती मिळू शकते का?

उपरवाला – केवळ रावणच नाही, तर कंस, शकुनी, दुर्योधनासारख्या साऱ्या चेहऱ्यांपासून महाअनुवादाद्वारे मुक्ती मिळू शकते. जसं विवाहाच्या वेळी नवरदेवाच्या मनात विचार आला, की 'मुलीचा मामा वाईट माणूस वाटतोय' तर त्याचा लगेच महाअनुवाद व्हावा, की 'मुलीचा मामा वाईट माणसाची, नाटकातील खलनायकासारखी भूमिका करतोय. आपली भूमिका तो चांगलीच वठवतोय. त्यासाठी डायरेक्टरला धन्यवाद आणि कॅरॅक्टरला शाबासकी.'

एकलव्य – ऐकून छान वाटलं, परंतु अशा तऱ्हेने महाअनुवाद करण्याने माझा काय फायदा होईल?

उपरवाला – असा विचार करताच नकारात्मक विचार ताबडतोब सकारात्मकतेमध्ये बदलतील. तुला महाअनुवाद चांगला वाटला, हा त्याचाच परिणाम आहे. सकारात्मक भावना येताच तू एक असा चुंबक बनशील, जो तुझ्याकडे केवळ खुशीच आकर्षित करेल. जीवनात ज्या ज्या गोष्टी मिळाव्यात असं तुला वाटतं, त्या

त्या गोष्टी तुझ्या जीवनात येतील. स्वास्थ्य, पैसा, यश, प्रेम, परमेश्वर, आनंद, सारं काही तुझ्या जीवनात येऊ शकतं, फक्त त्यासाठी तुला सकारात्मक चुंबक बनण्याची कला शिकायला हवी. जेव्हा जेव्हा तू नकारात्मक विचार मनात बाळगतोस, तेव्हा तू पितळ किंवा लोखंड बनतोस. पितळ बनून जगू नकोस. महाअनुवाद करून चुंबक बन. महामॅग्नेट बन.

एकलव्य - सगळं ऐकताना किती सोपं वाटतंय, पण याचं फळ मिळणं, खरोखरच इतकं सोपं आहे?

उपरवाला - जो अजाण आहे, ज्याला समज नाही, त्याच्यासाठी महाअनुवादाचा संकेत कडवट चहासारखा आहे. पण जो समजदार आहे, त्याला इशारा पुरेसा आहे. हजारो लोखंडाच्या तुकड्यांना एक महामॅग्नेट दिशा देण्यासाठी पुरेसा आहे, नाही का?

एकलव्य - नक्कीच ! (समोर कॉफीच्या टपरीकडे बघत) कॉफी चांगली दिसतेय. एक एक कप कॉफी घेऊ या का?

उपरवाला - (हसत हसत) का नाही? बाकी तुला चांगलीच समज आली आहे हं!

दोघांची पावले कॉफीच्या टपरीकडे वळली. तिथे बसून त्यांनी कॉफी आणि सँडवीच मागवले.

एकलव्य - (उपरवाल्याकडे कृतज्ञतापूर्वक पाहात) विश्वाची चेतना वाढविण्यासाठी आपण एकटेच पुरेसे आहात, असं मी अनुभवू लागलोय.

उपरवाला - (कॉफीचे घोट घेत) तू जेव्हा ही कला शिकशील, तेव्हा लक्षात येईल, की तुझ्या जीवनात खुशीच खुशी, आनंदच आनंद, येऊ लागलाय. म्हणूनच तू महाअनुवाद करणं लवकरात लवकर शिकून घेतलं पाहिजेस.

एकलव्य - (कॉफीबरोबर सँडविच खाता खाता) जरूर. माझी ओंजळ आनंदाने भरून ओसंडण्यासाठी महाअनुवाद नामक कल्पवृक्ष जणू आपण माझ्या झोळीत टाकलाय. आपण मला आणखी काही उदाहरणे सांगाल का, की ज्यामुळे मी महाअनुवाद करण्याच्या कलेत पारंगत होईन.

उपरवाला - हो. जरूर. मी तुला काही महाअनुवाद सांगतो, पण कोणतं विधान ऐकल्यावर तुझे भाव बदलले आहेत, ते तुलाच ठरवायला हवं.

एक माणूस ईश्वराची प्रार्थना करत होता. 'हे देवा, मला हे मिळू दे... ते मिळू दे... मला या संसारात उपलब्ध असलेल्या साऱ्या वस्तू मिळू देत, त्यामुळे मी माझं जीवन खुशीने जगू शकेन. माझं आयुष्य आनंदात जाईल.'

या वाक्यांचा असा महाअनुवाद करायला हवा, 'हे परमेश्वरा, मला असं जीवन लाभू दे, ज्यामुळे जे काही मला मिळालंय, ते मी खुशीने बघू शकेन. त्याचा मी खुशीने वापर करेन.'

एकलव्य – पहिलं विधान चुकीचं होतं का? ते पण खरंच आहे नं?

उपरवाला – पहिलं विधानही खरं आहे, पण दुसऱ्या विधानात महाअनुवादाची जादू आहे.

एकलव्य – मी तर आपल्यापुढे हरलो बाबा !

उपरवाला – यात हार-जीत काही नाही, यात फक्त शिकवण आहे. तसंही 'ही माझी हार आहे' या विधानाचा महाअनुवाद अशा प्रकारे होऊ शकेल. 'ही हार नाही, तर जिंकण्याची सुरुवात आहे. विजयाची सुरुवात आहे.'

एकलव्य – आपलं उदाहरण मला १८० डिग्री मध्ये वळण्याची आठवण करून देत आहे. मुद्रा जशी फिरवायची, शब्दही तसेच फिरवायला हवेत. वा ! केवढं मोठं आश्चर्य आहे !

उपरवाला – आणखी एक गोष्ट ऐक.

एका विद्यार्थिनीला डॉक्टर बनण्याची इच्छा होती. पण तिच्या मनात मात्र विचार येत होते, की 'मी यशस्वी डॉक्टर होऊ शकणार नाही... मी इतका अभ्यास करू शकणार नाही...'

या नकारात्मक विधानाचा महाअनुवाद अशा प्रकारे होऊ शकेल, 'आज माझ्या मनात असे विचार आले आहेत. मी प्रयत्न केले तर सगळं काही होऊ शकेल. मीच जर अभ्यास केला नाही, तर दुसरा कोण करणार?

एकलव्य – जर मी नाही जिंकणार, तर दुसरं कोण जिंकणार?

उपरवाला – योग्य मार्गाने विचार करतोयस. महाअनुवाद केल्यानंतर निरंतर काम झालं, तर त्याचा परिणामही दिसू लागतो. त्या विद्यार्थिनीने आपल्या साऱ्या मैत्रिणींना सांगितलं, की अभ्यास करण्याची त्यांनी तिला वारंवार आठवण द्यावी. त्याचा परिणाम असा झाला, की पुढे परीक्षेत ती चांगल्या गुणांनी पास झाली. अशा

तऱ्हेने एकदा परिणाम पाहिल्यानंतर महाअनुवाद करणं तिच्या जीवनाचं एक अंगच बनलं.

एकलव्य - मला काही काही गोष्टी उमजू लागल्या आहेत. नकारात्मक विचारांचा महाअनुवाद केल्याने सकारात्मक भावना निर्माण करता येऊ शकते. त्यामुळे चुंबक बनून आनंद आकर्षित केला जाऊ शकतो. दुःख झाल्यावर वेगवेगळ्या पद्धतीने महाअनुवाद करायला शिकलं पाहिजे. याशिवाय आणखी काय करायला हवं?

उपरवाला - याशिवाय, महाअनुवाद केलेले वाक्य आपल्या डायरीत लिहून ठेवायला हवं. जेव्हा तुझं मन उदास होईल, तेव्हा, डायरीत लिहिलेले वाक्य म्हणून बघ. ज्या वाक्यामुळे तुझ्यात सकारात्मक भाव निर्माण होइल, त्या वाक्याचा तू पुनरुच्चार कर. एखाद्या वाक्यामुळे परिवर्तन झालं नाही, तर त्याचा अर्थ आहे, त्यावर नव्या रीतीने विचार करायला हवा. नव्या ढंगाने महाअनुवाद करायला हवा.

एकलव्य - बरं हे सांगा, एखाद्या विधानाचा महाअनुवाद योग्य झालाय, की नाही, हे ओळखण्याचा मापदंड कोणता?

उपरवाला -नकारात्मक विधानांचा महाअनुवाद केला नाही, तर मनात दुःखद भावना निर्माण होतात आणि पुन्हा नकारात्मक विचार येऊ लागतात. जर नकारात्मक विचारांचा योग्य अनुवाद केला, तर मनात सकारात्मक भाव निर्माण होतात. हे भावच अनुवाद योग्य झाला की नाही, याचा मापदंड आहे.

असं बघ, एखादा माणूस तुझ्याशी भांडला. दुसऱ्या दिवशी तो तुझ्याशी हसून बोलू लागला, तर या दोन्ही घटनेत तू खूश राहण्याची कला शिकायला हवीस. महाअनुवाद केल्यानंतर जर तू कोणत्याही घटनेत दुःखी झाला नाहीस, समोरच्याने भले तुला चांगला प्रतिसाद दिला वा न दिला, तरी तू समज, की तुझा महाअनुवाद बरोबर झालाय. मग तू जिथे जाशील, तिथे मॅग्नेट बनून जाशील. जेव्हा तुला पितळ झाल्याची जाणीव होईल, तेव्हा लगेच लक्षात घे, तुला सजग व्हायला हवं. जेव्हा तू पितळ बनून एखादी गोष्ट करशील, तेव्हा ती आनंदाची अभिव्यक्ती होणार नाही.

महाअनुवादामुळे जर तुझे भाव बदलले, तर समज की अनुवाद अगदी योग्य झालाय. जर भावना बदलली नाही, तर समज की, अनुवाद ठीक झाला नाही. भावाचा प्रभाव लगेचच सांगतो, माणसाचा महाअनुवाद योग्य दिशेने होतोय, की नाही. निसर्गाद्वारे भावाच्या प्रभावाची उत्तम व्यवस्था केली गेली आहे. गरज आहे, ती तो भाव अनुभवायची. जर माणूस आपले भाव नीटपणे अनुभवू शकला, तर त्याला

लगेचच मार्गदर्शन मिळतं, की त्याला कोणत्या दिशेने जायचंय.

एकलव्य – किती तरी वेळा समजूनही मन निराश होतं, असं का?

उपरवाला – जेव्हा निराशा वाटेल, तेव्हा असं समजून घे, की माणसाच्या आत काही काही भावना नेहमी बदलत असतात, येत-जात राहतात. तुझ्याच आधीच्या ऑर्डरप्रमाणे तुझ्याबाबतीत काही होत राहतं. पण तुझी समज अशी असायला हवी, आणि त्याचा महाअनुवाद असा व्हायला हवा, 'हे सगळं आज होतंय. भविष्यात माझ्या जीवनात यांचं काही काम नाही.'

एकलव्य – महाअनुवाद केव्हा केव्हा करायला हवा?

उपरवाला – प्रकृतीद्वारा प्रत्येक माणसाला त्याच्या कर्मांची प्रतिपुष्टी म्हणजे फिडबॅक मिळत राहतो. अंतःप्रेरणेने त्याला लगेच उत्तर मिळतं, की 'तू पितळ आहेस की मॅग्नेट?' माणसाचा भावच त्याची अवस्था दाखवत असतो. तुझ्या अंतरात जर नकारात्मक भावना निर्माण झाली, तर तू पितळ आहेस, असं समज आणि सकारात्मक भावना निर्माण झाली, तर समज, तू मॅग्नेट आहेस. भावनेचा फिडबॅक निरंतर पकडीत यावा, म्हणून तुला महाअनुवाद करायला शिकायला हवं. तू जर हे शिकलास, तर हळूहळू तुला जाणवेल, की तुझ्या अडचणी, तुझ्या समस्या सुटू लागल्या आहेत. मग एक वेळ अशी येईल, की तू फक्त सकारात्मक गोष्टीच आपल्या जीवनात आकर्षित करशील. तुझ्याद्वारे दिले गेलेले काही जुने आदेश, ज्यांचा परिणाम आज तुला आपल्या जीवनात दिसतोय, जो त्रासदायक आहे, त्यांच्यासाठी आज तुला महाअनुवाद करायचा आहे आणि नंतर नव्याने आदेश द्यायला शिकायचं आहे.

एकलव्य– मला वाटतं, प्रत्येक दुःखद भावनेसाठी महाअनुवादाची विधानं बनवणं कठीण आहे.

उपरवाला – प्रथम तू इतकंच कर, जेव्हा दुःखद भावना निर्माण होईल, तेव्हा त्याचा लगेच महाअनुवाद कर की, 'पुढे सगळं चांगलं होणार आहे.' सुरुवातीला तुला जाणवेल की, महाअनुवाद करण्यासाठी योग्य विधान मिळत नाही. पण हळूहळू तू यात प्रवीण होशील. मग कुठल्याही नकारात्मक विचाराचा तू सहजपणे अनुवाद करशील.

एकलव्य – मला नेहमी माझ्यावरच काम करायला हवं का?

उपरवाला – हो ! प्रथम तुला आपल्या विचारांवर विजय मिळवला पाहिजे, कारण विचारांमध्येच नकारात्मक गोष्टी येतात. जसं, 'हे शक्य नाही... ही परिस्थिती

कधी बदलणार नाही...' अशा तऱ्हेने तू विचारांमध्येच हार खाल्लीस, तर पुढचं काम कसं होईल? पहिला विजय विचारांचा होत असतो, हे नेहमी लक्षात ठेव. जोपर्यंत तू आपली ही चूक सुधारत नाहीस, तोपर्यंत तू पितळच बनून राहशील. अशा परिस्थितीत लोक तुझ्या सान्निध्यात खूश राहणार नाहीत. तेव्हा, काम कुठे व्हायला हवं असेल, तर ते आपल्या अंतरात व्हायला हवं. मग महाअनुवादाचा चमत्कार होणारंच !

एकलव्य- आपण मला एखाद्या चुकीच्या महाअनुवादाचं उदाहरण सांगाल का? म्हणजे तशी चूक माझ्याकडून होणार नाही.

उपरवाला - एकदा एक माणूस खूप आजारी पडला. तो बरेच दिवस डॉक्टरकडे गेला नाही. त्याने विचार केला की, 'मी इतका आजारी आहे, की डॉक्टरांना माझं तोंडच दाखवू शकणार नाही.' हा विचारच चुकीच्या अनुवादाचा द्योतक आहे. आजारपणापासून सुटका हवी असेल, तर लवकरात लवकर त्याने डॉक्टरकडे जायला हवं.

एकलव्य - अशा परिस्थितीत डॉक्टरचीही काही भूमिका असते का?

उपरवाला - निश्चितच ! रोग्याबरोबरच डॉक्टरलाही महाअनुवादक बनायला हवं. जर कुणी डॉक्टर स्वतःच आजारी असेल, तर त्याने आपला आजार लगेचच जाणला पाहिजे तरच तो रुग्णांची चांगली सेवा करेल.

डॉक्टर जर असा विचार करू लागला, की रुग्णांनी असंच बोलायला हवं आणि डॉक्टरांनी अशा अशा पद्धतीनेच लिहायला हवं, तर तो कधीच नवीन पद्धतीने विचार करू शकणार नाही. आता सगळ्याच डॉक्टरांना नवीन पद्धतीने प्रॅक्टिस सुरू करायला हवीय. डॉक्टरांनी आपल्या प्रत्येक अडचणीसाठी महाअनुवाद करायला हवा. तरच तो रुग्णांवर योग्य आणि रचनात्मक पद्धतीने उपचार करेल.

एकलव्य - कसं?

उपरवाला - डॉक्टरांनी रोग्याला सांगितलं, 'आपला आजार काय तो सांगा, पण कवितेत सांगा.' आता विचार करून बघ, कुणी आजारी माणूस आपला आजार कवितेतून सांगू लागला, तर त्याचं निम्मं आजारपण तिथेच संपेल. याला नवी होमिओपॅथी म्हण हवं तर... रोगी दवाखान्याला आपलं घर समजून आपला आजार कवितेत गाऊन सांगतोय.

कुणी रोगी अशा तऱ्हेने आपल्याला होणारा त्रास सांगू शकतो, 'जिंदगी एक सफर है सुहाना, मैंने कलसे नही खाया खाना ...।' नाही तर आजारी माणूस दिवसभर

आपल्या आजाराबद्दल विचार करकरून दुःखी होतो. आता गाण्यातून त्याने आपल्या आजारपणाचा विचार केला, तर त्याच्यात चांगली भावना निर्माण होईल. आजारपणाची भावना आजारपण आणखी वाढवते आणि गाण्यामुळे आलेली भावना आजारपण कमी करते.

आजारापासून मुक्त होण्यासाठी प्रत्येक रुग्णाला वेगवेगळ्या प्रकारच्या महाअनुवादाची आवश्यकता असते. त्यामुळे डॉक्टरांनीही महाअनुवाद करण्याच्या कलेत कौशल्य संपादन केलं पाहिजे. मग तो अनुवाद मुन्नाभाई बनून करावा, वा मीराबाई बनून. मग डॉक्टरसाठी आजारी माणसाकडून त्याचं आजारपण कवितेद्वारा व्यक्त करायला लावणं, वा त्याचा महाअनुवाद करणं कठीण नाही.

एकलव्य –आपण आज भटकण्याच्या सत्रात, स्त्री-पुरुष, तरुण-म्हातारे, डॉक्टर-रुग्ण, विद्यार्थी-व्यावसायिक, सफल-असफल, सगळ्यांसाठीच महाअनुवाद करण्याची कला शिकवली आहे. आपण सांगितलेल्या उदाहरणानुसार प्रेरणा घेऊन आम्ही आमच्या गरजेनुसार महाअनुवादाच्या ओळी तयार करू शकतो आणि सगळ्या नकारात्मक विचारांना पळवून लावून आनंद आमच्यापर्यंत येण्यासाठी रस्ता स्वच्छ करू शकतो.

उपरवाला – प्रत्येक नकारात्मक घटनेमध्ये महाअनुवाद केल्यानंतर त्याचा परिणाम जेव्हा तुला दिसेल, तेव्हा तुझ्यात दृढता येईल. तुला वाटेल, आता यापुढे असंच महाअनुवादकाचं जीवन जगायचं आहे. खुशीत राहून खुशी वाटायची आहे.

एकलव्य – महाअनुवाद करण्याचे परिणाम तर यापुढे जीवनात मी बघेनच, पण आपल्या बोलण्याचा इतका गाढ प्रभाव माझ्या मनावर पडलाय, की आता मला खुशी होऊनच जगायचंय. आता मला महाअनुवाद कधी करायला मिळतोय, या संधीच्याच शोधात मी राहीन.

उपरवाला – जीवनात संधीची कमतरता नाही. फक्त त्याचा फायदा घ्यायला शीक. आता मी निघतो. काही जरुरीच्या कामासाठी मला बाहेरही जायचंय.

उपरवाल्याचं हे बोलणं ऐकून एकलव्य काहीसा उदास झाला. त्याचं हे बोलणं एकलव्याला काहीसं तोडून टाकल्यासारखं वाटलं. त्याने विचार केला, उपरवाल्याला असं कोणतं काम आहे, ज्यामुळे तो इतका व्यस्त असतो. याला कुणी बायका-मुलं नाहीत, ना कुणी नातेवाईक. हा काय करतो, काहीच पत्ता लागत नाही. दर आठवड्याच्या सोमवारी आणि शुक्रवारी, त्याचप्रमाणे दर महिन्याच्या एक आणि

पंधरा तारखेला हा कुठे जातो? माझ्या बरोबर असताना तो असं भासवतो, माझ्यावर त्याचा किती स्नेह आहे, पण असे आणखी कोणते लोक आहेत, ज्यांना भेटल्याशिवाय तो राहात नाही. ठरलेल्या दिवशी तो जातोच. मला त्यांचा हेवा वाटू लागलाय. एवढ्यात त्याच्या कानात उपरवाल्याचा आवाज गुंजू लागला...'महाअनुवाद प्लीज...' एकलव्य लगेच सजग झाला. त्याने लगेचच महाअनुवाद करणं सुरू केलं...' ईर्षा होऊ लागली, तर हे शुभलक्षण आहे. कारण तेच ईशभक्तीकडे घेऊन जाईल. 'एकलव्याच्या डोळ्यापुढे लाल लकेर नाचू लागली. त्याला लगेच स्पेल चेकची आठवण झाली. तो मनातल्या मनात म्हणाला, 'ईर्षा माझी भाषा सुधारण्यासाठी आली आहे. ईर्षेला धन्यवाद आणि एकलव्या, तू नेहमीच हो आनंदाने आबादी आबाद.' हे म्हणताच एकलव्याच्या मनातले भाव बदलले आणि तो पुढचा विचार करू लागला. त्याने स्वतःशीच म्हटलं, एकलव्या, तुला उपरवाल्याकडून जे हवं, ते भरपूर मिळतंय. मग अन्य लोकांना काही मिळालं, तर तुला कोणता त्रास होतो? शेजाऱ्याचं सुख पाहून तू दुःखी तर होत नाहीस ना? एकलव्याला आपल्या मनाचा हा विकार स्पष्ट रूपाने ध्यानात आला आणि त्याची ईर्षेची भावना आपोआप विरून गेली.

एकलव्य खुश झाला. त्याला महाअनुवादाच्या महत्तेचं स्पष्ट रूपात दर्शन झालं. मोठ्या आनंदाने त्याने 'आनंद निवास'मध्ये प्रवेश केला. त्याला वाटलं, जशी काही आपली सारी दुःखे गायब झाली आहेत. जणू त्याला आता महाअनुवाद नामक जादूची छडी मिळाली होती.

१८
खुशीचा चष्मा

आज सकाळी एकलव्य मोठ्या खुशीत होता. कालच्या सर्व गोष्टींनी आज त्याचं मन व्यापून राहिलं होतं. एकलव्याच्या प्रसन्नतेचं आणखीही एक कारण होतं. आज त्याचा मित्र अर्जुनही मॉर्निंग वॉकसाठी त्यांच्याबरोबर येणार होता.

काल ऑफिसमध्ये त्याला अर्जुन भेटला, तेव्हा तो स्वतःच 'स्वीकाराची जादू' या पुस्तकाबद्दल एकलव्याशी बोलला. बराच काळ तो आपल्या आई-वडिलांच्या सेवा-शुश्रूषेत व्यस्त होता. त्यामुळे पुस्तक वाचायला त्याला वेळ मिळाला नव्हता. दोन दिवसांपूर्वीच अर्जुनने ते पुस्तक वाचलं आणि त्याचा आपल्यावर किती प्रभाव पडलाय, हे सांगण्यासाठी जवळ जवळ धावत पळतच तो एकलव्याकडे आला. त्याने स्वीकाराबद्दल एकलव्याकडून अधिक खोलवर जाऊन काही गोष्टी समजून घेण्याची इच्छा प्रदर्शित केली. एकलव्यालाही वाटत होतं, की कमीत कमी एकदा तरी अर्जुनची उपरवाल्याशी भेट घालून द्यायला हवी, ज्यामुळे आई-वडिलांच्या दुर्घटनेच्या धक्क्यातून तो सावरू शकेल. अर्जुनच्या बाबतीत तो एकदा उपरवाल्याशी बोललाही होता आणि उपरवाल्याने एखाद्या दिवशी अर्जुनला मॉर्निंग वॉकच्या वेळी घेऊन यायलाही सांगितलं होतं. आज तो दिवस आला होता. त्यामुळे एकलव्य अतिशय खुश होता.

विचार करत करत एकलव्य घराबाहेर पडला. पायऱ्यांपाशीच उपरवाला त्याला भेटला. दोघेही बिल्डिंगच्या गेटजवळ पोहोचले, तोच समोरून अर्जुन येताना दिसला. एकलव्याने अर्जुनाला नमस्कार केला आणि उपरवाल्याशी त्याचा परिचय करून दिला. अर्जुनचा पूर्ण परिचय, त्याचप्रमाणे उपरवाल्याचा अल्प परिचय झाल्यानंतर तिघांमध्ये पुढीलप्रमाणे बोलणं सुरू झालं.

एकलव्य – आपल्या दुःखांना निरोप देण्यासाठी अर्जुन आपल्याकडून ज्ञानाच्या काही गोष्टी ऐकण्यासाठी आला आहे.

उपरवाला – हो ! हो ! जरूर. यातच मलाही आनंद आहे. अर्जुन आमच्यासोबत वॉकमध्ये सामील होऊन तू दुःखाला वॉक-आऊट करण्याचं योग्य पाऊल उचललं आहेस. मागील काही दिवसांत आम्ही खुश राहण्याच्या उपायांबद्दल बोलत होतो. आज आम्ही तिसऱ्या उपायापर्यंत पोहोचलो आहोत. दुःखात खुश राहण्याचा तिसरा उपायच तुझ्या दुःखाचं निवारण आहे.

अर्जुन – (उत्सुकता दर्शवत) तो कोणता?

उपरवाला – तो उपाय आहे कधीही खुशीचा चष्मा न उतरवणं. खुशीची मुद्रा न सोडणं.

अर्जुन – (गोंधळून) याचा अर्थ काय?

उपरवाला – तुला एका गमतीदार उदाहरणाने मी ही गोष्ट सांगतो. बरं मला हे सांग, तुला चुटके वगैरे ऐकायला आवडतात की नाही?

अर्जुन – हो ! खूपच !

उपरवाला – मग ऐक तर !

एकदा नफरतीलालनं मोठ्या गंभीर स्वरात आपल्या मुलाला विचारलं, ''बेटा, तू अभ्यास करतोयस का?'' मुलगा म्हणाला, ''नाही बाबा !'' नफरतीलालनं मग विचारलं, ''मग तू काही लिहीत आहेस का?'' मुलगा म्हणाला, ''नाही बाबा !'' नफरतीलालनं पुन्हा विचारलं, ''मग तू चित्र काढतोयस का?'' मुलगा म्हणाला, ''नाही बाबा !''

प्रत्येक प्रश्नावर मुलाचं 'नाही' उत्तर ऐकून नफरतीलाल रागानं म्हणाला, ''मग चष्मा का लावून बसला आहेस? तुझा फुकटचा खर्च मी कुठपर्यंत सहन करू? किती काळ चालणार तुझा हा असला वायफळ खर्च?''

अर्जुन – हा ... हा... हा... चुटका समजला, पण आपण प्रत्यक्षात काय सांगू इच्छिताय, ते मात्र कळलं नाही.

उपरवाला – या उदाहरणात मुलाचा चष्मा खुशीच्या चष्म्याचा द्योतक आहे. ज्याप्रमाणे वडील मुलाला कारणाशिवाय चष्मा घालण्याची मनाई करताहेत, त्याचप्रमाणे

तुझ्या सभोवतालचे लोक तुला हाच सल्ला देतात, की 'दुःख होत असताना तू खुश नाही राहू शकत ! उगीचच खुशीचा चष्मा तू नाही घालू शकत !'

एकलव्य - आत्तापर्यंत मिळालेल्या मार्गदर्शनानुसार कुठल्याही बाह्य कारणाशिवाय मी खुश राहतो, तेव्हा मलाही लोक असंच म्हणतात.

उपरवाला - मायेमध्ये राहणाऱ्या लोकांचं हेच तर काम आहे. ते तुला दृढतापूर्वक सांगतील, की 'सगळीकडे दुःख असताना तू सगळ्यांकडे आनंदाने का पाहत आहेस?' हे जग वाईट आहे. भलेपणाचे दिवस उरले नाहीत. त्यांच्याकडे खुशीने पाहणं धोक्याचं आहे. तेव्हा तू आपला आनंदाचा चष्मा काढून ठेव.

अर्जुन - अशा वेळी मी काय करू?

उपरवाला - अशा वेळी तुझ्यातील खुशीच्या अनुभवाची दृढता राहिली पाहिजे. लोक अज्ञानाने असंच म्हणतील. त्यात त्यांची काहीच चूक नाही. त्यांना समाजाकडून हीच शिकवण मिळालीय. पण तू हे लक्षात ठेव, की त्यांचं बोलणं न ऐकल्यासारखं करून खुशीची स्वीकार-मुद्रा कधीही सोडायची नाही. खुशीचा चष्मा उतरवायचा नाही. प्रत्येक घटनेकडे तू खुशीच्या चष्म्यातूनच बघायचं आहे.

अर्जुन - एकलव्याने मला 'स्वीकाराची जादू' हे पुस्तक वाचायला दिलं होतं. हे पुस्तक वाचून मला थोडासा दिलासा निश्चितच मिळाला, पण मला हे कळत नाही, की माझे आई-वडील आजारी आहेत आणि आपण मला खुशीचा चष्मा न काढण्याचा सल्ला देताय. हे कसं शक्य आहे?

उपरवाला - प्रत्येकाच्या मनात आपल्या कुटुंबीयांविषयी प्रेमाची भावना असतेच. जेव्हा माणूस आपल्या कुटुंबीयांना दुःखी आणि आजारी बघतो, तेव्हा तोही दुःखी होतो. अशा तऱ्हेने माणूस स्वतः दुःखी होऊन दुःखभऱ्या नजरेने आपल्या प्रियजनांकडे बघतो, तेव्हा त्याला ते आणखीच दुःखी दिसतात. अज्ञानामुळे माणसाकडून ही चूक होते. तो आपल्या प्रियजनांकडे दुःखी नजरेने बघून त्यांचं दुःख कमी करत नाही, तर वाढवतो. म्हणून माणूस जर कुणाला दुःखातून बाहेर काढू इच्छित असेल, तर त्याने प्रथम आपली ही चूक सुधारायला हवी. समोरच्या व्यक्तीकडे दुःखाच्या चष्म्यातून नाही, तर खुशीच्या चष्म्यातून पाहा.

अर्जुन - पण मला ही गोष्ट कळत नाही, की समोरच्याची खुशी आणि माझी

चूक सुधारण्याचा काय संबंध? कुणी तरी माणूस दुःख भोगतोयआणि मला सांगण्यात येतंय, की मी माझी चूक सुधारू ! हा कुठला तर्क?

उपरवाला - जेव्हा दुःखात दुःखी होण्याची तुझी चूक तुझ्या लक्षात येईल आणि ती तू सुधारशील, तेव्हाच समोरचा दुःखी माणूस दुःखातून बाहेर येऊ शकेल. जर तू तुझी चूक सुधारली नाहीस, तर दुःखी माणूस दुःखातून बाहेर येण्याची शक्यता कमी आहे. तुला ही गोष्ट कदाचित अतार्किक वाटेल, पण ती शिकायला हवी. शिकल्यानंतर हीच गोष्ट तुला तर्कसंगत वाटेल.

अर्जुन - मला माझ्या आई-वडिलांना कुठल्याही परिस्थितीत दुःखातून बाहेर काढायचंय, पण मला यात पूर्णपणे यश येत नाही. यासाठी आपण मला काही मार्गदर्शन कराल?

उपरवाला - सर्वप्रथम तू एक गोष्ट लक्षात ठेव, की दुःखी होऊन तू आपल्या आई-वडिलांना कधीच मदत करू शकणार नाहीस, उलट त्यांचं नुकसानच करशील. कुठल्याही घटनेमध्ये तू दुःखी होतोयस, म्हणजे दिखाऊ सत्याला (तथाकथित दुःखाला) तू सत्य मानतोयंस.

जर तुला तुझ्या आई-वडिलांची मदत करायची असेल, तर सगळ्यात आधी आपल्या अंतःकरणातील नकारात्मक भावनेचा त्याग कर. नकारात्मक विचारांमुळे किंवा शब्दांमुळे नकारात्मक भावना वाढीला लागते. त्यामुळे प्रथम असं करणं बंद कर. जोपर्यंत लोकांना हे सत्य कळत नाही, तोपर्यंत ते कोणत्याही गोष्टीचा नकारात्मक पैलूच बघतात आणि नकारात्मकच विचार करतात. जसं देश असाच चाललाय... लोक वाईट आहेत... सगळं चुकीचं घडतंय... इथे महापूर आलाय... तिकडे भूकंप झालाय... इथे गरिबी आहे... तिथे आजारपण आहे... काहीच ठीक नाही... इत्यादी. अशा तऱ्हेने जगात बहुतांशी लोक नकारात्मकच विचार करतात. तूदेखील त्यांची साथ देऊन घटनांना आणखी वाईट बनवत आहेस. तू असा विचार करायला हवास की, 'मी माझ्याकडून कोणतीही गोष्ट वा घटना दुःखी होऊन, ती अधिक वाईट बनवणं बंद करीन. मला अकंप बनायचंय आणि कोणत्याही घटनेमध्ये नकारात्मक विचारांचं योगदान द्यायचं नाही.

अर्जुन - (होकारार्थी मान हलवत) माझ्या आई-वडिलांना दुःखी पाहून मी दुःखी झालो, तर त्याचा अर्थ मी खुशीचा चष्मा काढून ठेवला.

उपरवाला – नाही तर काय? तू असंच करतोयस. पण लक्षात ठेव, खुशीचा चष्मा काढून ठेवल्याने तू पुढे जाऊ शकणार नाहीस, उलट दुःखी होऊन तू आपल्या उच्च चेतनेची अवस्था सोडून निम्न चेतनेच्या स्तरावर येशील. तुझं मन जर अकंप असेल आणि जर तू प्रत्येक माणसाकडे खुशीच्या चष्म्यातून पाहिलंस, तर तू दुःखी माणसाला दुःखातून बाहेर काढू शकशील. सुरुवातीला तुला ही गोष्ट थोडी कठीण वाटेल, पण दुःखातून बाहेर यायचा आणि त्याला बाहेर काढायचा हा सर्वोत्तम उपाय आहे.

अर्जुन – थोडक्यात आपल्या सांगण्याचं तात्पर्य असं, की सगळं जग इकडचं तिकडे होईना का, मी नेहमी खुश राहायला हवं.

उपरवाला – बरोबर ओळखलंस. सगळं जग इकडचं तिकडं झालं, तरी तुला जिथल्या तिथं राहायला हवं एका जागी, एका स्थानी, तेजस्थानी.

अर्जुन – या कोणत्या नवीन स्थानाबद्दल बोलता आहात आपण?

उपरवाला – हे नवीन स्थान नाही. प्राचीनतम स्थान आहे, मूळ स्थान आहे. विचारांचे स्रोत असलेलं, आरंभ बिंदू असलेलं, हे हृदयस्थान आहे. तुला या आरंभ बिंदूवर राहून विचार करण्याची कला शिकायला हवी.

उपरवाल्याचं बोलणं ऐकून एकलव्य प्रशंसेच्या नजरेने त्याच्याकडे पाहू लागला. शब्दांत सामावता न येणाऱ्या गोष्टींना शब्द दिल्याबद्दल त्याने मनातल्या मनात उपरवाल्याला धन्यवाद दिले. उपरवाला पुढे म्हणाला–

तुझ्या चारही बाजूंनी तुला काही लोक दुःखाने घेरलेले दिसतील. त्यांना पाहून तुझ्या मनात कोणते विचार येतात? आणि योग्य जाणीव झाल्यानंतर कोणते विचार येतील? योग्य जाणीव निर्माण होण्याच्या आधीचे विचार आणि नंतरचे विचार हे दोन स्तर तू समजून घ्यायला हवेस. या दोन्हीमध्ये तू कुठे आहेस, याचा विचार कर. मनात विचार निर्माण होताच, जर तू त्यात बुडून गेलास, तर विचारांमुळे येणारं दुःख तुझ्यात निर्माण होईल आणि तू जर विचारांकडे तटस्थ भावनेने पाहू शकलास, तर तुझी खुशी कुठेच जाणार नाही.

अर्जुन – (हैराण होत) विचारांचा आपल्या जीवनावर परिणाम होतो, हे मला माहीत होतं, पण इतका खोलवर परिणाम होतो, हे मला माहीत नव्हतं. आता मला माझ्या विचारांवर खूपच काम करायला हवं.

उपरवाला - बरोबर ! तुला हेच करायला हवं, कारण माणूस नेहमी आपल्या विचाराद्वारे नकारात्मक गोष्टीच आकर्षित करतो. कुणाचं दुःख बघितलं, की तोही दुःखी होतो. तेव्हा तुला आपल्या विचारांच्या शक्तीवर इतकं काम करायचंय, की तुझ्या नजरेसमोर कोणतीही नकारात्मक गोष्ट आली, तर ती स्वतःच सकारात्मक होऊ लागेल. यासाठी तुला काही करावंही लागणार नाही, फक्त तुझी नजर म्हणजेच बघण्याची दृष्टी पुरेशी आहे. तुला कुठे पोचायचं आहे आणि तू कुठे आहेस, या दोन्हीतील फरक समजेल तेव्हा तू कोणत्या स्तरावर आहेस, हे तुझ्या लक्षात येईल.

अर्जुन - आपलं बोलणं ऐकल्यावर मला माझ्यात एक शक्ती असल्याची जाणीव निर्माण झालीय. एक ना एक दिवस माझ्यात विचारांची अदम्य शक्ती जागृत होईल, असा मला विश्वास वाटू लागलाय. (क्षणभर थांबून) बरं, मला हे सांगा, आत्ता मी कुठे आहे?

उपरवाला - जेव्हा जेव्हा तू या जगात दुःख बघतोस, तेव्हा तेव्हा, तुझ्या बाबतीत जे घडतं, तुझ्या अंतरात जे विचार उमटतात, वा तुझ्यात ज्या भावना उसळतात, तो तुझ्यासाठी फिडबॅक आहे. त्यामुळेच तुला कळू शकेल, तू कुठे आहेस आणि कुठे असू शकशील?

अर्जुन - माझ्या आई-वडिलांच्या अस्वस्थतेचं दुःख आता मला पहिल्याइतकं होत नाही. हे दुःख पुष्कळच कमी झालंय. जिथून प्रत्येक दृश्य आसक्तीविना बघता येऊ शकेल, अशा त्या मूळ स्थानावर, एक ना एक दिवस पोहोचू शकेन, असं मला वाटू लागलंय. मी प्रत्येक घटनेच्या प्रसंगी माझं लक्ष सकारात्मक गोष्टींवरच केंद्रित करेन. प्रत्येक घटनेच्या मागील सत्यच बघितलं, तर मला कुणीच माझ्या स्थानापासून हलवू शकणार नाही.

उपरवाला - हं ! असं करण्याने तुझं मन अकंप बनायला सुरुवात होईल. दुःखद घटनेत स्वतःलाच विचार की, 'ही परिस्थिती मला अकंप बनवते आहे, की मी कंपित आणि दुःखी होतोय?' मन अकंप झाल्यानंतर तू लोकांना खुशीने आणि योग्य ती मदत करू शकशील.

अर्जुन - म्हणजे खुशीचा चष्मा सतत डोळ्यांवर ठेवण्याची सवय मला लावून घेतलीच पाहिजे.

उपरवाला - आता कळलं नं ! खुशीचा चष्मा डोळ्यांवर ठेवण्याची सवय तुझ्या रक्तातच उतरली पाहिजे. तुला एका उदाहरणाने मी ही गोष्ट समजावून सांगतो.

एका मुलाला पुस्तक वाचायला फार आवडायचं. तो एक पुस्तक दोन-तीन वेळा वाचायचा. आपल्या या सवयीवर तो अतिशय खुश होता. पण कधी कधी त्याच्या मनात प्रश्न उठायचा, 'प्रत्येक पुस्तक मी दोन-तीन वेळा वाचतो, माझ्यात काही उणेपण तर नाही?' एक दिवस तो आपल्या गुरुजींना भेटला आणि आपली शंका त्यांना विचारली. गुरुजींनी त्याच्या शंकेचं निरसन अशा प्रकारे केलं-

गुरुजी त्याला म्हणाले, की वारंवार पुस्तक वाचणं, ही चांगली सवय आहे. मीरेजवळ जशी एकतारी होती, तसं तुझ्याजवळ पुस्तक आहे. वारंवार पुस्तक अशासाठी वाचायला हवं की, तू केवळ तुझ्यासाठी पुस्तक वाचत नाहीस. लोकांनी या पुस्तकाचा अधिकाधिक फायदा कसा घ्यावा, पुस्तकात आणखी कोणकोणत्या गोष्टी असायला हव्यात, या सगळ्या पैलूंवरही तुला विचार करायला पाहिजे.

तुझ्या मनात निर्माण झालेली शंका दूर करून जेव्हा जेव्हा संधी मिळेल, तेव्हा तेव्हा तू पुस्तक वाचायला हवंस. जोपर्यंत ते ज्ञान तुझ्या रक्तात उतरत नाही, जोपर्यंत तुझा ब्लड रिपोर्ट बी+पॉझिटिव्ह (सकारात्मक) बनत नाही, तोपर्यंत तुला पुस्तक वाचत राहिलं पाहिजे. भविष्यात तुझ्या ब्लड रिपोर्टमध्ये फक्त बी+पॉझिटिव्हच नाही, तर सी+पॉझिटिव्ह (See positive) ही आलं पाहिजे. बी+पॉझिटिव्ह (Be positive) चे दिवस सरले. आता नव्या पिढीच्या लोकांच्या ब्लड रिपोर्टमध्ये सी पॉझिटिव्ह (C+ ve) आलं पाहिजे. सी पॉझिटिव्ह (See positive) मुळे लोकांना आश्चर्य वाटेल. सी पॉझिटिव्ह म्हणजे सकारात्मक बघणे.

हे उदाहरण ऐकून अर्जुन आणि एकलव्य खळखळून हसले.

एकलव्य - (हसत हसत) आपण तर सी + पॉझिटिव्ह (See positive) नावाचा एक नवीनच ब्लड ग्रुप बनवलात.

उपरवाला - कारण आता यापुढे सी+पॉझिटिव्ह (See positive) ब्लड ग्रुपवाल्यांचीच गरज आहे, असं मला वाटतं. कारण तेच खुशीचे दानदाता (Universal Donor) बनू शकतील. हे ऐकून तुला काय वाटतं अर्जुन?

अर्जुन - आपल्या या छोट्याशा उपमेने मला हे कळलं, की सकारात्मक गोष्टी

बघण्याची सवय माझ्या रक्तात उतरल्याशिवाय मी खुशीचा चष्मा डोळ्यांवरून उतरवता कामा नये. खुशीची मुद्रा सोडता कामा नये. माझ्या ब्लड रिपोर्टमध्ये लवकरच सी + पॉझिटिव्ह (See positive) येईल.

उपरवाला - बरोबर बोललास तू. लोक काहीही म्हणोत, मनात कितीही शंका येवोत, पण तुला खुशीच्या चष्म्यातूनच बघायचंय.

दोघांचं बोलणं चालू असताना ते मध्येच थांबवत एकलव्य म्हणाला-

लोक काहीही म्हणोत, मनात येवो काही बाही

डोळ्यांवरला चष्मा खुशीचा कधी उतरून ठेवायचा नाही.

उपरवाला - अरे वा ! आता तर कविताही बनू लागल्या.

एकलव्य- हा सगळा सी पॉझिटिव्ह (See positive)चा परिणाम. आता मी माझ्या बहिणालाही सांगेन की परीक्षेच्या वेळी तिने अभ्यासाचा ताण (टेंशन) घेऊ नये. नेहमी खुशीचा चष्माच वापरावा.

उपरवाला - होय ! तिला सांग की कमीत कमी हा प्रयोग करून तरी बघ. एकदा तिने प्रयोग आणि परिणामाच्या सुचक्रात प्रवेश केला, की सगळं चांगलंच होत जाईल.

एकलव्य- माणूस परीक्षेच्या वेळी खूश झाला, तर किती चांगलं होईल.

उपरवाला - होय ! जेव्हा मुलांची वार्षिक परीक्षा जवळ येते, तेव्हा अनेक मुलं तणावग्रस्त होतात. पण काही मुलं, ज्यांनी अभ्यास केलेला असतो, ती परीक्षेकडे खुशीच्या चष्म्यातून पाहू शकतात. ती म्हणतात, 'परीक्षा आलीय. चांगलं झालं. आता सुट्या सुरू होतील. शाळेत जायची गरज नाही. रोज रोज शाळेत जाऊन अभ्यास करण्यापासून काही दिवस तरी सुटका होईल.'

खुशीचा चष्मा चढवून परीक्षेकडे पाहणाऱ्या मुलांची सुट्टी तर परीक्षेचे वेळापत्रक मिळाल्या दिवसापासूनच सुरू होते. खुशीची मुद्रा धारण करणारी मुले परीक्षेच्या आधीच खुश होतात. अन्य मुले तणावग्रस्त असतात, त्यामुळे प्रश्नांची उत्तरेही मोकळेपणाने लिहू शकत नाहीत. त्यांचं मन म्हणतं, 'आता मला तणावग्रस्त स्थितीतच राहायला हवं. आधी परीक्षा होऊ दे. मग मी खुश होईन.' अशा वेळी ती मुले जर आपल्या मनाला म्हणाली, 'तुझी सुटी सुरू झालीय. तू आत्तापासून खुश होणं सुरू

कर.' तर ती खुशीने परीक्षा देण्यासाठी जातील आणि उत्तम तऱ्हेने पेपर सोडवतील. मग त्यांना खुशीत अशा काही गोष्टी सुचतील, की याआधी त्यांना तशा कधी सुचल्या नव्हत्या.

अर्जुन – म्हणजे खुशी आम्हाला नवीन काही तरी सुचवते.

उपरवाला – तेच तर... जशी आत्ता तुला प्राप्त झालेली समज ही खुशीनेच मिळाली आहे नं ! बरं आता पुढे ऐक –

परीक्षेत आनंदित राहणाऱ्या विद्यार्थ्यांनाच बरोबर उत्तरे सुचतात. दुःखी विद्यार्थ्यांना नाही. दुःखी विद्यार्थी असा विचार करतात की, 'काही विद्यार्थी कॉपी करून जास्त मार्क मिळवतात. आम्ही पण तसंच का करू नये.' त्यांच्या हे लक्षात येत नाही की, 'जे कॉपी करताहेत त्यांचा जीवनाकडे बघायचा दृष्टिकोन वेगळा आहे. जर ते विद्यार्थी खुशीने पेपर लिहितील, विकास घडवून आणतील, मोठी पदं सांभाळतील, तर नवीन कायदे बनतील, नवीन व्यवस्था निर्माण होईल.

अर्जुन – परीक्षेच्या वेळी आनंदित राहणारी मुलं कमीच ! बहुतेक मुलांवर परीक्षेचा ताण असतो. असं का?

उपरवाला – बहुतेक घरातून आई-वडील मुलांना सांगतात, 'परीक्षा जवळ आलीय, अभ्यास करा. तुम्ही एवढे मजेत कसे काय राहू शकता?' जर त्यांना लहानपणापासूनच सांगितलं गेलं, की आनंदाने परीक्षा द्याल, तर सगळ्या प्रश्नांची उत्तरे तुम्ही योग्य रीतीने लिहू शकाल. असं जर झालं, तर परीक्षेच्या वेळीही ती मजेत राहतील. पण तसं घडत नाही. लहानपणापासूनच मुलांवर सर्व बाजूंनी मानसिक अत्याचार होत राहतात. त्यांना सतत वेगवेगळ्या शब्दांत असं सांगितलं जातं की, 'या जगात एवढी दुःख आहेत, तरीही तुम्ही खुश कसे काय राहू शकता? तुम्ही खूश होता कामा नये.' अशा जगात आम्ही खूश कसे काय राहू शकतो, ही गोष्ट लोकांना तर्कसंगत वाटते. पण जगात काही का होईना, आपण खुश राहणं, प्रत्येक व्यक्तीकडे खुशीच्या चष्म्यातून पाहणं, हाच दुःख, गुलामगिरी आणि अज्ञान नष्ट करण्याचा सगळ्यात मोठा इलाज आहे. जो या गोष्टीवर विश्वास ठेवतो, तोच खुशीची मुद्रा आत्मसात करतो आणि खुशीच्या चष्म्यानेच तो प्रत्येक माणसाकडे आणि अन्य घटनांकडे बघतो.

अर्जुन - समोरच्या व्यक्तीकडे सतत दुःखाच्याच चष्म्यातून पाहिलं, तर काय होईल?

उपरवाला - तो जळून जाईल.

अर्जुन - (घाबरून) काय? मला काही कळलं नाही.

उपरवाला - असं बघ, जेव्हा माणूस एखाद्या गोष्टीकडे मॅग्निफाईंग ग्लासमधून बघेल, तेव्हा ती गोष्ट जळते ना? त्याच प्रमाणे पृथ्वीवरील प्रत्येक व्यक्ती एक-दुसऱ्याकडे दुःखाच्या चष्म्यातून बघेल, तेव्हा काय होईल? म्हणून खुशीचा चष्मा लावून लोकांना जळण्यापासून, द्वेष-तिरस्कारापासून थांबवायला हवं. त्यांना समाधान द्यायला हवं. जेव्हा माणसात सगळ्या गोष्टी अगदी सखोलतेने काम करू लागतील, तेव्हा तो दुसऱ्यांच्या दुःखाने स्वतः दुःखी न होता इतरांचं दुःख वाढवणार नाही.

एकलव्य- आपलं बोलणं ऐकून असं वाटू लागलंय, की आम्ही प्रत्येक क्षणी खुश राहायला हवं.

उपरवाला - संगतीचा परिणाम तो हाच. खुश माणसाच्या संगतीत राहून समोरच्या व्यक्तीच्या मनातही एक नवी प्रार्थना जागृत होते.

एकलव्य- (आनंदाने रोमांचित होऊन) मला आपला इशारा समजू लागलाय. आपल्यासोबत राहण्याने आमच्या अंतरंगातून खूश राहण्याची प्रार्थना नेहमीच उमटेल.

उपरवाला - (हसत हसत) म्हणूनच म्हटलंय, समजदार माणसाला संकेत पुरेसा आहे. जर तू खुश राहिलास, म्हणजे, खुशीचा चष्मा परिधान केलास, तर अर्जुनच्या मनातूनही नवी प्रार्थना उमटू शकेल, की 'मलाही एकलव्यासारखं प्रत्येक क्षणी खुश राहायचंय.'

एकलव्य आणि अर्जुन उपरवाल्याकडे धन्यवादाच्या भावनेने पाहू लागले. उपरवाला पुढे म्हणाला-

आत्तापर्यंत तुम्ही दुःखमुक्तीचा तिसरा अचूक उपाय समजून घेतलात, तो म्हणजे तुम्हाला खुशीचा चष्मा कधीही काढून चालणार नाही. तुम्हाला खूश राहण्याची सवयच व्हायला हवी. त्यामुळे तुम्ही प्रत्यक्षात जे आहात, तुमचा जो मूळ स्वभाव आहे, तसेच तुम्ही बनावं. तुम्ही खुश राहावं, म्हणून कुणी काही करो, अथवा न करो, तरीही तुम्ही खुश राहू शकाल.

एकलव्य – इतकं सगळं ऐकल्यावर दुःखात खुश 'का' राहायला हवं याबद्दल आमच्या मनात दृढता निर्माण व्हायलाच हवी.

एकलव्याच्या या बोलण्यावर अर्जुननेही होकार भरला.

उपरवाला – ही दृढता येणं, हा एक महत्त्वपूर्ण टप्पा आहे. या 'का' चं उत्तर तुला मिळालं नाही, तर तू दुःखात दुःखीच राहशील. दुःखात खुश का राहिलं पाहिजे, याबद्दल जर तुमच्या मनात शंका आली, तर या ज्ञानाकडे (सत्याकडे) तू दुर्लक्ष करशील. त्याचा शोध घेणार नाहीस. ही चूक धोकादायक ठरू शकते आणि ती तुला दुःखाकडे आकर्षित करेल. दुःखात खुश राहिलंच पाहिजे, या गोष्टीबाबत दृढता आल्यानंतर तुला जे हवं, त्यासाठी तू फक्त खुश राहिलं पाहिजेस. आपल्याकडून होणारी ही आवश्यक गोष्ट आहे. जर तू दुःखात खुश राहू शकला नाहीस, तर आपल्या ठरवलेल्या ध्येयापर्यंत कधीही पोहोचू शकणार नाहीस.

अर्जुन – दुःखात खुश राहण्याचा उपाय सध्या तरी साधा सरळ वाटतोय.

उपरवाला – खरोखरंच दुःखात खुश राहण्याचा हा उपाय केवळ सरळच नाही, तर चांगला वाटणाराही आहे. कारण तो स्वाभाविक आहे. 'मला खुश राहणं चांगलं वाटत नाही, असं कुणीच म्हणणार नाही... गाणं गाऊन मला चांगलं वाटत नाही... संगीत ऐकून मला चांगलं वाटत नाही...' जगात कुठलाही माणूस असं म्हणू शकणार नाही, कारण खुश राहणं सगळ्यांनाच आवडतं.

प्रत्येक जण असंच म्हणतो, 'जेव्हा मी खूश होतो, तेव्हा मला चांगलं वाटतं.' कारण खुशी ही नैसर्गिक गोष्ट आहे. संगीत नैसर्गिक आहे. निसर्गात प्रत्येक गोष्ट ऱ्हिदमवर म्हणजे तालबद्ध रीतीने चालू आहे. जेव्हा तू तालाच्या बाहेर जातोस, तेव्हा डिस-इज (Dis-ease) होतोस. म्हणजे आंतरिक संपन्नता, समृद्धी, आराम, चैन, विश्रांती, सहजभाव, सुख यांतून बाहेर पडतोस आणि तुला डिसीज म्हणजे शारीरिक किंवा मानसिक व्याधी जखडून टाकतात. एकदा ही समज तुला आल्यानंतर तू प्रत्येक क्षणी खुश राहशील, पण अधून-मधून जेव्हा तू दुःखी होऊन पितळ बनतोस, तेव्हा ही खुशी निघून जाते.

जेव्हा तू मॅग्नेट बनतोस, तेव्हा खुशी तुझ्याबरोबर असतेच. तेव्हा तुझा मॅग्नेट बनण्याचा काळ वाढत जावा आणि पितळ बनण्याचा काळ कमी व्हावा. मग एक दिवस तू म्हणशील, 'पितळ बनण्याची, दुःखी होण्याची आवश्यकताच नव्हती.'

एकलव्य - (उपरवाल्याकडे सन्मुख होत) या महामॅग्नेटला प्रणाम ! आता लक्षात आलं, आपण प्रत्येक वेळी, प्रत्येक क्षणी खूश कसे राहू शकता !

उपरवाला - मग ही समज मजबूत कर. त्यासाठी तुला नित्य नवे प्रयोग करावे लागतील. आपल्या खुशीचा चष्मा कधीही उतरवू नकोस. मग बघ, काय चमत्कार होतो. जेव्हा परिणाम समोर येईल, तेव्हा समज पक्की होईल. अशा तऱ्हेने घटनांमागून येणाऱ्या घटनांनी तुझी समज दृढ होत जाईल. मग तुला 'खुशीचा चष्मा परिधान कर... तो कधीही उतरवू नकोस' हे पुन:पुन्हा सांगण्याची गरज पडणार नाही, कारण तो तुझा स्वभाव बनेल.

एकलव्य - धन्यवाद ! आपल्याकडे एवढंच मागणं आहे, की आपण मला अशी शिकवण द्या, की मी माझ्या आनंदी स्वभावात स्थापित व्हावं.

उपरवाला - (हसत हसत) म्हणूनच तर रोज फिरणं चालू आहे.

'अच्छा ! आता परवा भेटू या.' असं म्हणून उपरवाला घराच्या दिशेने निघाला. घराकडे जाताना बघून अर्जुन त्याला थांबवत म्हणाला -

अर्जुन - आज आपण माझ्या शंकांचं समाधान करून मला तृप्त केलंय. यासाठी अगणित धन्यवाद ! आपण जर अनुमती दिलीत, तर मी एकलव्याची डायरी वाचून आपण सांगितलेली अमृतवचने माझ्या जीवनात उतरवण्याचा प्रयत्न करेन.

उपरवाल्याने स्नेहभऱ्या नजरेने अर्जुनकडे पाहिलं आणि मान हलवून डायरी वाचण्याची अनुमती दिली. नंतर ते घराकडे गेले. उपरवाल्याच्या निरपेक्ष प्रेमाचा अनुभव आल्याने अर्जुन प्रभावित झाला. उपरवाला गेल्यानंतर अर्जुन एकलव्याबरोबर त्याच्या घरी गेला. एकलव्याची डायरी मिळाल्यानंतर एखाद्या खजिन्याची चावी हस्तगत केल्याच्या खुशीत तो आपल्या जगात परतला.

१९
दु:खाचा उपवास

'अरे अर्जुन, तू आज सकाळी सकाळी कसा?'

'मी ना, तुला धन्यवाद द्यायला आलोय ! तू मला मोठ्या तणावातून बाहेर काढलंस... बरं... आता मी चलतो.'

'अरे, आत्ताच आलायस ना तू? आणि लगेच निघतोस? '... आणि एवढ्यात एकलव्याचं स्वप्न तुटलं. एकलव्याच्या चेहऱ्यावर हास्य उमटलं. अर्जुनशी स्वप्नात झालेल्या भेटीने एकलव्याचं मन प्रसन्न झालं.

सकाळची कामं आवरून एकलव्य फिरायला बाहेर पडला. आज शुक्रवार असल्यामुळे ऊपरवाला येणार नाही, हे त्याला माहीत होतं. एकलव्याने विचार केला, उद्या उपरवाल्याला मी नक्कीच विचारेन, की दर शुक्रवारी तो जातो तरी कुठे? आत्तापर्यंतच्या परिचयातून त्याच्या एक गोष्ट लक्षात आली होती की, ऊपरवाल्याचं एकच काम आहे, जनजागरण, चैतन्य-जागरण. याच कामासाठी तो इकडे-तिकडे ये-जा करतो. एकलव्याच्या मनात हळू हळू अशी इच्छा प्रबळ होऊ लागली की, ऊपरवाला जिथे जिथे ज्ञानाच्या गोष्टी सांगायला जातो, त्या लोकांना भेटून विचारांचं आदान-प्रदान करावं. त्याला वाटलं, अशा लोकांना भेटून 'ऊपरवाला कोण' हे कोडंही उलगडू शकेल.

रस्त्यात एकलव्याचं काल सांगितलेल्या गोष्टींवर मनन चालू होतं. एकलव्याने निश्चय केला, आज दिवसभर तो खुशीचा चष्मा काढणार नाही. आज दु:खाचा उपवासच करायचा. किती का दु:ख येईना, तो खुशीची मुद्रा सोडणार नाही. एवढ्यात त्याला समोरून आपला एक जुना मित्र येताना दिसला. पूर्वी कधी तरी तो त्याच्या बरोबर काम करत होता. मोठ्या प्रेमाने त्यांनी एकमेकांना अभिवादन केलं. मित्राने विचारलं-

मित्र - एकलव्या, सांग कसा आहेस?

एकलव्य - मजेत आहे. तू कसा आहेस? खूप दिवसांनी दिसतोयंस !

मित्र - मी नुकताच अमेरिकेहून परतलो आहे. तू अजूनही त्या जुन्या कंपनीतच काम करतोस का?

एकलव्य - हो. मी तिथेच आहे.

मित्र - काय तू तरी... जरा हात पाय हलव... ! माझ्याकडे बघ. मी देश-विदेशातून फिरत असतो. चांगलं कमावतो. बोल ! तुझ्यासाठी काही प्रयत्न करू का?

एकलव्याला जाणवलं, की इतक्या दिवसानंतर भेटूनही त्याच्या मनात खुशीची भावना निर्माण झाली नाही. उलट आतल्या आत हीन भावनाच उसळून आली. त्याला आठवलं, अरे, मी माझा खुशीचा चष्मा काढू लागलो की काय? त्याने आपला खुशीचा चष्मा ठाक ठीक करत स्वतःशीच म्हटलं, 'मला विदेशात नाही, स्वदेशातच राहायचंय. बाहेर नाही, आत सेटल व्हायचंय. तेच माझं लक्ष्य आहे .' हा महाअनुवाद केल्यानंतर त्याला 'आपलं लक्ष्य' ताजं झाल्याचं जाणवलं. उत्तरादाखल हसत त्याने आपल्या मित्राला विचारलं,

एकलव्य - तू म्हणालास, तर मी तुझ्यासाठी प्रयत्न करीन. बोल. करू?

मित्र - (आश्चर्याने) कशासाठी?

एकलव्य - इंडिया जाणून घेण्यासाठी?

एकलव्याचं हे विचित्र बोलणं ऐकून मित्र साशंकतेने त्याच्याकडे टवकारून पाहू लागला.

मित्र - तुला काय म्हणायचंय?

एकलव्य - (हसत) इन (In) म्हणजे आतला, (Dia) म्हणजे दिवा. अंतरंगातील दिवा (Dia) उजळण्यासाठी म्हणजे 'स्व' च्या ओळखीसाठी मी तुझी काही मदत करू का?

एकलव्याचं बोलणं मित्राच्या पचनी पडलं नाही. काही तरी कारण सांगून तो तिथून निघून गेला. एकलव्य हसू लागला. खुशीच्या चष्म्याची करामत त्याच्या समोरच होती. खुशीचा चष्मा न उतरवल्याने तो योग्य वेळी योग्य महाअनुवाद करू शकला आणि हीन भावनेतून बाहेर पडला.

आज तो लवकरच घराकडे निघाला. घरी पोहोचताच त्याचे वडील त्याच्यावर रागाने बरसले, 'काही दिवसांपूर्वीच मी तुला सांगितलं होतं, की आपल्या करिअरच्या दृष्टीने वेगवेगळे ॲडव्हान्स कोर्स कर. पण तू लक्षच देत नाहीस. कोणत्या ऊपरवाल्याच्या मागे वेडा झाला आहेस कुणास ठाऊक?'

वडिलांचं बोलणं ऐकूनही एकलव्याने आपला खुशीचा चष्मा उतरवला नाही. त्याने शांत स्वरात उत्तर दिलं, 'बाबा, सगळं जग कुणाच्या ना कुणाच्या मागे वेडं झालेलं असतं. कुणी पैशासाठी, कुणी पदासाठी, कुणी प्रतिष्ठेसाठी ! मग सत्यासाठी का वेडं होऊ नये?'

एकाएकी एकलव्याच्या वडिलांना जाणीव झाली, की आजची युवा पिढी किती दिशाहीन होऊन भरकटत आहे. त्यांच्या कर्तृत्वाच्या बातम्या रोज वर्तमानपत्रातून वाचायला मिळतात. मादक द्रव्याचं सेवन, पैशासाठी आंधळी शर्यत आणि अश्लीलतेचा अतिरेक, यामुळे तरुण पिढी उद्ध्वस्त होत आहे. त्यांना चांगलं काय आणि वाईट काय या गोष्टींचा विचारच उरलेला नाही. त्यापेक्षा एकलव्य ऊपरवाल्याच्या सत्संगात राहतो, हे बरंच आहे ना !

खुशीचा चष्मा न उतरवल्याचा परिणाम एकलव्याला वडिलांच्या वागण्यात झालेल्या बदलातून बघायला मिळाला.

एकलव्याने दिवसभर खुशीचा चष्मा उतरवला नाही. बहुतेक घटनांमध्ये त्याला त्याचे सकारात्मक परिणाम बघायला मिळाले. पण काही काही घटनांमध्ये मात्र तो समोरच्याची भावना बदलू शकला नाही. ऑफीसमध्ये त्याचे बॉस द्रोणनाथन यांच्याबरोबर झालेल्या बोलाचालीत, खुशीचा चष्मा चढवलेला असतानाही त्याला सकारात्मक परिणाम बघायला मिळाला नाही. बॉसचा राग शांत झाला नाही. त्यामुळे त्याला दुःख झालं.

रात्री दिवसभर घडलेल्या घटनांचं मनन करत आणि दुसऱ्या दिवशी ऊपरवाल्याला भेटण्याच्या उत्कंठेत एकलव्य झोपी गेला.

२०

इच्छेचे सामर्थ्य

सकाळी एकलव्य झोपेतून उठून मॉर्निंग वॉकला जायची तयारी करू लागला. कालच्या घटनांचा वृत्तांत ऊपरवाल्याला देण्यासाठी तो उतावीळ झाला होता. पण त्याचबरोबर ऊपरवाल्यावर तो थोडा नाराजही होता. अधून मधून असणारी ऊपरवाल्याची अनुपस्थिती त्याला आज-काल फारच खटकू लागली होती. त्याला हे माहीत होतं, की ऊपरवाला ज्ञानाच्या प्रसारासाठीच अनेक ठिकाणी जातो. त्याने ठरवलं की, तो कुठे जातो, हे आज त्याला विचारायचंच. असा विचार करत तो खाली उतरला. ऊपरवाला नेहमीप्रमाणे प्रसन्न मुद्रेने त्याची वाट बघत बिल्डिंगच्या गेटशी उभा होता. एकलव्याजवळ येताच त्याने विचारले-

ऊपरवाला - आज तुझ्या कपाळावर आठ्या का पडल्या आहेत?

एकलव्याची इच्छा असूनही तो शब्दातून आपली नाराजी प्रकट करू शकला नाही. तरीसुद्धा काहीशा चिडखोरपणे तो म्हणाला, 'आपण असे अधून मधून कुठे गायब होता? सोमवार, शुक्रवार, महिन्याच्या एक तारखेला, पंधरा तारखेला... आपण जाता तरी कुठे?'

अनेक दिवसांपासून एकलव्य सत्यश्रवण करत होता. त्याच्या ग्रहणशीलतेतही खूप फरक पडला होता म्हणून ऊपरवाल्याने उत्तर दिलं -

ऊपरवाला - तुला समजून घ्यायचंच असेल, तर ऐक. जसं दररोज मॉर्निंग वॉकच्या वेळी तू नवा दृष्टिकोन प्राप्त करून घेतोस, त्याचप्रमाणे असे अनेक लोक आहेत, ज्यांना मी वेळोवेळी मार्गदर्शन करतो. सोमवारी मी चर्चमध्ये फादरना भेटायला जातो. तुला हे मी आधी सांगितलंच होतं.

एकलव्य - आणि बाकीचे दिवस ...?

ऊपरवाला - सांगतो ना ! शुक्रवारी मी मशिदीत जातो. तिथे इकबालला इस्लाम धर्माचं सार समजावून सांगतो. रविवारी मी एका फार्म हाऊसवर जातो. तिथे एका ग्रुपबरोबर चर्चा होते. दर महिन्याच्या एक आणि पंधरा तारखेला मी अशा लोकांना मार्गदर्शन द्यायला जातो, जे दुःखमुक्त झालेले आहेत आणि आता ते खुशीची अभिव्यक्ती करू लागले आहेत.

एकलव्य आश्चर्याने सगळं बोलणं ऐकत होता. त्याला आपल्या डोळ्यापुढे असं दृश्य दिसू लागलं, की तोसुद्धा दुःखमुक्त लोकांच्या रांगेत जाऊन बसलाय, आणि दुःखमुक्तीची इच्छा करणारे लोक एकलव्याची जागा घेत आहेत. अचानक काही आठवत एकलव्याने विचारलं -

एकलव्य - एक दिवस रेल्वे स्टेशनपर्यंत मी आपला पाठलाग केला होता. त्यानंतर आपण कुठे तरी गायब झालात. यामागचं रहस्य काय?

ऊपरवाला - (हसत) पंधरा दिवसातून एकदा मी रेल्वेने पुढच्या स्टेशनपर्यंत जाऊन परत येतो. तीन-चार विद्यार्थी त्या ट्रेनमधून जातात. परीक्षा, करिअर, त्याचप्रमाणे विद्यार्थी जीवनाशी संबंधित अशा बाबतीत निर्णय घेण्याची क्षमता वाढवण्यासाठी मी त्यांना मार्गदर्शन देतो.

एकलव्य - मी या लोकांपैकी एखाद्याला भेटू शकतो का?

ऊपरवाला - ठीक आहे. उद्या रविवार आहे. तू बारा वाजता तयार राहा. मी तुला फार्म हाऊसला घेऊन जाईन. तुझी इच्छा निश्चितपणे पूर्ण होईल.

एकलव्य - जरूर. मला खूप आनंद होईल. आपल्याला खूप खूप धन्यवाद. त्याचप्रमाणे आपण अर्जुनला दुःखातून बाहेर पडण्यासाठी खूप मदत केलीत, त्याबद्दलही धन्यवाद.

एकलव्याने ऊपरवाल्याला काल दिवसभर घडलेल्या घटनांमध्ये खुशीचा चष्मा न उतरवण्याचे परिणाम सांगितले. त्याचबरोबर हेही सांगितलं, की त्याचे बॉस मिस्टर द्रोणनाथन यांनी त्याला जी दटावणी दिली होती, ती अद्याप तो विसरू शकला नाही. बॉसच्या दटावणीने त्याची आनंदाची अवस्था विचलित झाली. एकलव्य म्हणाला -

एकलव्य - बरं, मला हे सांगा, की मी नेहमीच दुःखमुक्त व्हावं, अशी माझी इच्छा असते, तरीही माझ्या जीवनात दुःख का येतं?

ऊपरवाला - नेहमी एक गोष्ट लक्षात ठेव की, दुःख येतं, ते तुम्हाला जागरूक

करण्यासाठी, दुःखी करण्यासाठी नव्हे म्हणून प्रत्येक घटनेकडे तुम्ही अशा दृष्टीने बघा, की त्या घटनेमुळे आलेलं दुःख वास्तवात तुम्हाला शक्ती देतंय, सामर्थ्य देतंय. ते तुम्हाला असं सांगतंय, की कोणत्याही परिस्थितीत अकंप राहायला हवं. हे दुःख तुमच्या अविचल राहण्याच्या शुभ इच्छेला बळ देतंय. दुःखमुक्तीचा चौथा उपाय आहे, दुःखातून येणाऱ्या सामर्थ्याचा उपयोग करणं. जेव्हा तुला दुःख होईल, तुझ्याशी कुणी वाईट वागेल, त्यावेळी स्वतःशीच म्हण, 'ही घटना माझ्या शुभ इच्छेला बळ देण्यासाठी आली आहे.' जेव्हा माणसाच्या शुभ इच्छेला बळ मिळतं, तेव्हा त्याच्या जीवनात, त्याला हव्या असलेल्या गोष्टी आकर्षित होतात.

एकलव्य – अच्छा !

ऊपरवाला – माणसाच्या जीवनात दुःख एवढ्याचसाठी येतं की, त्याच्या दुःखमुक्त होण्याच्या शुभेच्छेला बळ मिळावं. माणसाने त्या बळाचा उपयोग करायला हवा. माझ्या वाट्याला दुःख का आलं, याचं दुःख करत राहता कामा नये. सगळंच जर त्याच्या मनासारखं झालं, तर त्याच्या शुभ इच्छेला बळ मिळणं बंद होईल आणि वस्तुस्थिती अशी आहे, की बळाशिवाय आतून प्रार्थना उमटत नाही. त्याच्या अंतर्मनातून करुण धावा उमटत नाही.

एकलव्य – याचा अर्थ असा झाला, की दुःख हे, शुभ इच्छेचे बळ प्रबळ बनवण्यासाठी केलेली व्यवस्था आहे.

ऊपरवाला – होय ! असंच आहे. जोपर्यंत कोणतीही गोष्ट, वस्तू, गुण, शरीरस्वास्थ्य, संपत्ती इत्यादी तुझ्या जीवनात प्रकट होत नाही, तोपर्यंत त्या गोष्टी प्राप्त करण्याच्या इच्छेला बळ मिळत राहिलं पाहिजे, ही त्याची अट आहे. इच्छेला बळ मिळताच, ईश्वराकडून जे आपल्याला जे हवं आहे त्या गोष्टी प्रकट होतात. समजा गॅसवर दूध तापवायला ठेवलं आणि मधून मधून सारखा गॅस बंद करत राहिला, तर काय होईल? दूध गरम होणारच नाही. दूध पूर्णपणे गरम होण्यासाठी त्याला सतत आच लागली पाहिजे. त्याचप्रमाणे माणसाच्या जीवनात सगळं चांगलंच चाललं, तर त्याचं मूळ कार्य, जे करण्यासाठी वस्तूतः तो पृथ्वीवर आलाय, ते कधीच पूर्ण होणार नाही. म्हणून मूळ कार्याच्या पूर्तीसाठी माणसाला दुःखाचं बळ मिळालं पाहिजे. त्यामुळे तो आपल्या लक्ष्याप्रमाणे सारे अनुभव प्राप्त करू शकेल.

एकलव्य – नेहमीप्रमाणेच आपण एकदम सटीक उदाहरण दिलंत. मला वाटतं,

प्रत्येक नकारात्मक गोष्ट आपण अशा तऱ्हेने समजावता, की ती योग्यच वाटते. आपली ही चाल तर नाही? शब्दांचं मायाजाल तर नाही?

ऊपरवाला - (हसत) जर तू ही चाल समजत असशील, तर ती तुझ्या भल्यासाठीच आहे आणि मायाजाल समजत असशील, तर ते तुला फसवण्यासाठी नाही, तर उडण्यासाठी आहे.

एकलव्य - मायाजाल म्हणजे जाळंच की... जाळं फसवण्यासाठी नाही, उडण्यासाठी आहे, हे आज प्रथमच ऐकत आहे.

ऊपरवाला - हे जाळं साधारण जाळं नाही. हे जाळं म्हणजे असा जाळ आहे, जो तुझ्या वाईट वृत्ती, सवयी यांना जाळून टाकतो. समंजस माणूस या जाळ्यात फसून आपल्या वाईट वृत्तींना जाळून टाकू इच्छितो. याउलट असमंजस माणूस याला जंजाळ समजून जाळ्यापासून दूर राहू इच्छितो. प्रकृती दुःखरूपी जाळ्याद्वारे माणसाला नेहमी संकेत देत राहते. तो समजून जगलं, तर जीवन सहज, सरळ आणि सुंदर होईल व एक दिवस माणूस हंसाप्रमाणे उड्डाण भरू शकेल.

एकलव्य - (खजील होत) सत्य ऐकूनही मन त्याबाबत शंका का घेतं, हे समजत नाही.

ऊपरवाला - शंका घेणं, ही मनाची सवय आहे, पण शंका दूर करण्याची संधी मिळणं, ही दुर्लभ गोष्ट आहे.

एकलव्य - या अलभ्य लाभासाठी मी आपला आभारी आहे. मला हे सांगा, की दुःख येणं हासुद्धा प्रकृतीचाच संकेत आहे का?

ऊपरवाला - निश्चितच ! दुःख येणं, या गोष्टीचा संकेत आहे, की ते माणसाला काही तरी सुचवू इच्छितं. माणसाला जेव्हा कुठलंच दुःख होत नाही, तेव्हा त्याला सगळं चांगलं चांगलंच वाटतं आणि त्याला वाटू लागतं, आता कसलाही त्रास, संकट नाही. त्याचा परिणाम असा होतो, की मन शुभ इच्छा (अस्सल आवश्यकता) सोडून अन्य इच्छा - आकांक्षांमध्ये भटकू लागतं.

एकलव्य - दुःख कशा तऱ्हेने शुभ इच्छांना म्हणजे खऱ्याखुऱ्या गरजेला बळ देतं?

ऊपरवाला - नेहमी एक गोष्ट लक्षात ठेव, जे दुःख माणसाला मारत नाही, उलट आणखीनच मजबूत बनवतं, बळ देतं, त्या बळामुळेच त्याच्या मनात प्रश्न

निर्माण होतो, की 'मी नेहमी असाच राहणार?... लोक दुःखी झाल्यामुळे मी नेहमीच त्रस्त होणार?... माझ्याबाबतीत नेहमी असंच घडत राहणार?... बाहेरची परिस्थितीच नेहमी माझी खुशी नियंत्रित करणार?...' हे सारे प्रश्न उठतील, तेव्हा शुभेच्छा म्हणेल की, 'नाही. असं माझ्या बाबतीत आत्ता घडतंय, पण भविष्यात मी असा राहणार नाही. मला या दुःखांपासून मुक्त व्हायचंच आहे.' अशा तऱ्हेने आपल्या शुभेच्छेला जबरदस्त बळ मिळेल.

एकलव्य - यामुळे माझ्या वागण्यात काय परिवर्तन होईल?

ऊपरवाला - शुभेच्छेचे सामर्थ्य प्राप्त झाल्याने तू योग्य रीतीने प्रार्थना करणं सुरू करशील. 'लोक कसे का राहिनात. सारं जग दुःखात बुडालेलं असलं, तरी माझ्या जीवनावर त्या दुःखाचा परिणाम होणार नाही. मी नेहमी खूशच राहीन. मी खूश राहिलो, तर त्याचा सकारात्मक प्रभाव या दुनियेवरही पडेल.' जसं आत्ता-आत्ता तू म्हणालास, बॉसच्या रागावण्यामुळे तुझ्यात जे दुःख निर्माण झालं, त्यामुळे तुला वाटलं, की का काही झालं तरी, प्रत्येक परिस्थितीत मी अकंप राहू इच्छितो. ही इच्छा तुझ्याकडून प्रकृतीला दिली गेलेली प्रार्थना आहे.

एकलव्य - म्हणजे 'खूश' राहण्याची प्रार्थना आमच्याकडून निरंतर केली जावी, म्हणून आमच्या जीवनात दुःख येतं.

ऊपरवाला - होय ! अगदी बरोबर ! दुःख आल्यानंतरच आपण निरंतर खुश राहावं म्हणून प्रार्थना करतो. त्या प्रार्थनेचा परिणाम लगेच दिसो वा न दिसो, खुशी प्राप्त करण्यासाठी तुम्ही निरंतर प्रार्थना करत राहायला हवं. कुठल्याही घटनेच्या वेळी तुम्हाला दुःख झालं तर म्हणा, 'ठीक आहे. मला या घटनेमधून फक्त बळ मिळवायचंय.' अशा तऱ्हेने 'दुःख आम्हाला बळ देण्यासाठी आलं आहे' या सत्यावर तुझी दृढता वाढेल, तेव्हा तू आपल्या जीवनात पूर्ण रूपांतरण अनुभवशील.

एकलव्य - आमच्या आसपास राहणाऱ्या लोकांमध्ये बेबनाव, तेढ निर्माण झाली तर मला अतिशय वाईट वाटतं. वेदना होतात आणि मी दुःखी होतो. या घटना आम्हाला कशा तऱ्हेने बळ प्रदान करतात, कृपया समजावून सांगा ना !

ऊपरवाला - ही गोष्ट तू अशी लक्षात घे, समजा कुणी आपल्याशी नीट बोललं नाही, किंवा घरातील लोकांशी भांडण झालं तर असे प्रश्न निर्माण होतात की, 'अखेर किती काळपर्यंत आम्ही असे दुःखी होत राहणार? आमची खुशी काय लोकांवर

निर्भर आहे? लोक चांगलं चांगलं, गोड गोड बोलले, तरच आम्ही खूश होऊ शकतो का? जर तसं असेल, तर आम्ही स्वतंत्र कधी होणार?' अशा वेळी आपल्या अंतरंगात अशी तीव्र इच्छा जागृत होते की, 'आमच्या आसपासचे लोक जरी सुधारले नाही... पृथ्वीवरचा एक माणूससुद्धा बदलला नाही तरी आम्ही मात्र खूश राहणार.' अशा तऱ्हेचे विचार तुला आश्चर्यजनक बल प्रदान करतील. त्यांचा परिणाम काही काळानंतर तुला आपल्या जीवनात दिसू लागेल.'

एकलव्य - हे सगळं ऐकल्यानंतर, माझ्या खुशीसाठी मी लोकांवर निर्भर राहता कामा नये, यावरचा माझा विश्वास दृढ होत चाललाय.

ऊपरवाला - ही दृढताच आपल्या जीवनात रंग भरते, माणसाची समज वाढवते. अन्यथा अज्ञानी लोक असं गृहीत धरून बसतात की, 'जेव्हा लोक आमच्याशी अशा अशा तऱ्हेचा व्यवहार करतील, तेव्हाच आम्ही खूश होऊ.' आता हा गैरसमज लवकरात लवकर दूर व्हायला हवा.

घटनांमधून येणारे बळ प्राप्त करून घेताना माणसाकडून काही छोट्या छोट्या चुकाही होतात.

एकलव्य - या छोट्या छोट्या चुका कोणत्या? त्या होऊ नयेत म्हणून कोणती सावधगिरी बाळगली पाहिजे?

ऊपरवाला - समजा, कुणी तुझ्यावर टीका केली, तर तुला ती गोष्ट बाणाप्रमाणे टोचते. तुला वाटतं, 'लोकांच्या असल्या वागण्यामुळे मी किती काळ दुःखी राहायचं? आता मला या सगळ्यातून बाहेर पडायला हवं.' हा विचार मनात येताच तुझ्या शुभेच्छेला बळ मिळू लागतं आणि त्या बळाचं फळ तुझ्याकडे येऊ लागतं. हे सगळं अदृश्यात घडू लागतं. माणसाला त्याचं ज्ञान होत नाही.

पण दुसऱ्याच क्षणी माणसाच्या मनात पुन्हा विचार येतो, 'तो अमुक-तमुक मला असं का म्हणाला?' बस... इथेच त्याची चूक होते. असा विचार करून तो पुन्हा नकारात्मक दृश्याकडे निघून जातो. नकारात्मक दृश्यावर लक्ष केंद्रित होताच भावना दुःखद होऊ लागते. म्हणून बळाचं फळ जीवनात येईपर्यंत मधला जो रिकामा वेळ आहे, त्यात तू स्वतःला सांभाळायला हवंस. त्यावेळी योग्य बीज रुजवायचं काम करायला हवंस. त्याचप्रमाणे मनाला अकंप राखायला हवंस.

एकलव्य - मग आता सांगा, योग्य बीज रुजवणं आणि मन अकंप राखणं, या

गोष्टी कशा करायला हव्या? आपल्याशिवाय मला हे कोण सांगणार?

ऊपरवाला - याबाबतीत तू असं लक्षात घे, एकदा एखाद्या घटनेतून बळ प्राप्त करून घेतल्यानंतर पुन्हा त्या घटनेकडे बघायचंच नाही. जर तू पुन्हा त्या घटनेकडे बघितलंस, तर त्यापासून मिळणारं बळ नाहीसं होईल. कारण दुःख तुला पुन्हा त्रास देऊ लागेल. म्हणून तू स्वतःमध्ये अशी दृढता निर्माण कर, की घटनेकडे बघायचं, ते केवळ बळ प्राप्त करून घेण्यासाठी, नाही तर बघायचंच नाही.

एकलव्य - पण...

ऊपरवाला - (एकलव्याचं बोलणं मध्येच थांबवत) घटनांमधून योग्य शिक्षण घेऊन आपण बलवान बनायला हवं. ही इतकी सूक्ष्म गोष्ट आहे, की याबाबत प्रत्येकाकडून चूक होते. म्हणून तुला आतून अशी तयारी करायला हवी, की प्रत्येक घटनेतून बळ प्राप्त करून घेतल्यानंतर , त्या घटनेच्या नकारात्मक पैलूंकडे पुन्हा बघायचंच नाही. ही गोष्ट सहज आहे आणि सरळही आहे. सरळ गोष्टी माणूस सहजतेने विसरून जातो. जसं तू एखाद्या कोड्याचं उत्तर शोधून काढलंस, तर त्याचं उत्तर तुला त्याक्षणी आठवतं, पण सोपेपणामुळे काही दिवसांनंतर तू विसरून जातोस की ते उत्तर तू कसं शोधून काढलं होतंस. आता पुन्हा आपल्या आत ती सहजता आण. आपलं काम अतिशय कष्टपूर्वक, लढून झगडूनच पूर्ण होतं, असं मुळीच वाटून घेऊ नकोस, उलट असा विचार कर की, 'सगळं अगदी सोपं आहे.' हे लक्षात ठेवण्यासाठी प्रत्येक घटनेमध्ये, समजपूर्वक प्रामाणिकपणे विचारपूस कर. प्रत्येक घटनेत आपल्या भावनांचं परीक्षण कर. दुःख देणाऱ्या घटनांपासून बळ प्राप्त करून घे. आता सांग, तू काय सांगू इच्छितोस?

एकलव्य - आता माझ्या शंकेचं निरसन झालं... (थोडं थांबून) आता माझा प्रश्न असा आहे की, माणूस दुःख देणाऱ्या घटनांपासून बळ का प्राप्त करून घेऊ शकत नाही?

ऊपरवाला - दुःख देणाऱ्या घटनांपासून दोन कारणांनी माणूस बळ प्राप्त करून घेऊ शकत नाही. पहिलं कारण हे की, माणसाला, दुःखाचं बटण दाबायची, प्रतिरोध करायची, स्पीड ब्रेकर लावायची सवय लागली आहे. त्यामुळे त्याच्या जीवनात दुःखाचा प्रवाह मुक्तपणे वाहू शकत नाही. तो आपल्या दुःखाला किनारा देऊन दुःखाची नदी बनवतो.

एकलव्य - 'दुःखाचा प्रवाह मुक्तपणे वाहिला पाहिजे.' आपण असंच म्हणालात ना, की मी नीट समजलो नाही?

ऊपरवाला - तू बरोबर ऐकलंस ! ज्याप्रमाणे स्वातंत्र्याचा मुक्तप्रवाह सगळ्यांना आवडतो, त्याचप्रमाणे दुःखाचाही प्रवाह मुक्त झाला पाहिजे, ही गोष्ट लोकांना माहीत नाही. मीठ जेव्हा सादळतं तेव्हा आपल्याला चांगलं वाटत नाही. आपली इच्छा असते की, मुक्तप्रवाह असायला हवा. त्याचप्रमाणे प्रतिरोधामुळे दुःखाचा मुक्तप्रवाह होत नाही, तेव्हा माणूस आपल्याच पायावर कुऱ्हाड मारून घेतो, पण ते त्याला कळत नाही. आता त्याला ही जाणीव प्राप्त झाली पाहिजे, की दुःखाचा प्रतिरोध फक्त वितळला, अस्वीकार वितळला, तर दुःख, दुःख वाटणार नाही. उलट दुःखाचा स्वीकार करण्याने बळ प्राप्त होईल.

एकलव्य - आणि दुसरं कारण?

ऊपरवाला - दुःखद घटनांमध्ये बळ प्राप्त करू न शकण्याचं दुसरं कारण म्हणजे माणसाचं अज्ञान. माणूस ही गोष्ट जाणतच नाही, की दुःख जीवनात बळ घेऊन येतं आणि ते नेहमी प्रबळ बनवण्याची आवश्यकता आहे. दुःख होतं, तेव्हा लोक 'दुःख झालं, निराश, उदास वाटतंय' अशा शब्दांचा वापर करतात आणि आपल्याच शब्दांच्या जाळ्यात फसतात. लोकांना जेव्हा कळत नाही, की आपल्या भावनांना काय नाव द्यावं, तेव्हा ते आपणच बोललेल्या मोठमोठ्या वजनदार शब्दांच्या जाळ्यात स्वतःच फसतात. कोळी ज्याप्रमाणे स्वतःच्याच तोंडातून धागा काढून जाळं विणतो आणि त्यात स्वतःच फसतो, तसंच माणसाचंही होतं. म्हणून बोलण्याआधीच माणसाने विचार करायला हवा की, दुःख झाल्यावर काय म्हणावं? निराश वाटतंय, उदास वाटतंय, असं म्हणायला हवं की, बळ मिळतंय, विकास होतोय, जोकर आलाय, फिडबॅक मिळतोय, ईश्वराचं बोलावणं, निमंत्रण, संदेश आलाय, असं म्हणावं !

एकलव्य - ही अगदी महत्त्वाची गोष्ट आपण सांगितलीत. यामुळे माझ्या जीवनात मोठंच परिवर्तन घडून येईल. आता मी अगदी पक्का निश्चय केलाय, दुःख झाल्यावर मी अशाच तऱ्हेने विचार करेन.

ऊपरवाला - अगदी योग्य विचार आहे. दुःखाला तू जोकर समजलास, तर तुझ्या लक्षात येईल, की या पृथ्वीरूपी सर्कशीत आपण आलो आहोत, तर प्रत्येक

क्षणी असा जोकर म्हणजे तथाकथित दुःख येतच राहणार. आम्हाला त्याच्यापासून आनंद घ्यायला शिकायचंय. दुःखी होऊन अश्रू ढाळायला शिकायचं नाही.

दुःखाला जर तू ईश्वराचं बोलावणं, संदेश किंवा निमंत्रण या रूपात बघशील, तर त्या दुःखामुळे तुला आनंदच होईल. कारण तुझ्या लक्षात येईल, की दुःखाच्या माध्यमातून ईश्वर तुला आपल्याकडे खेचून घेतोय.

एकलव्य - खरोखरच आपण प्रत्येक कोनातून दुःखाचं दर्शन घडवलंत. आज मला नवीन गोष्ट कळली की, दुःख आपल्याला दुःख देण्यासाठी येत नाही, तर आपल्याला आनंद प्रदान करण्यासाठी निमित्त बनून येतं. प्रत्येक घटना आपल्याला बळ देण्यासाठी येते. आपल्याला त्या बळाचा योग्य उपयोग करायला शिकायला हवं.

ऊपरवाला - जर तू प्रत्येक घटनेतून बळ मिळवत गेलास, तर तुला आणखी बळ मिळत राहील...

एकलव्य - (हसत) आणि... जर आम्ही बळाचा वापर केला नाही, तर जे सुख आम्हाला मिळतंय, ते मिळणंही बंद होईल. असाच याचा अर्थ ना !

ऊपरवाला - अगदी असंच आहे. पण सत्याची वचनं नुसतीच वचनं बनून राहू नयेत. त्या वचनांना मननाचं, चिंतनाचं बळ देऊन त्यांची महावाक्य बनवावी आणि त्या महावाक्याप्रमाणे वागून दुःखमुक्त व्हावं.

एकलव्य - मी आपल्याला वचन देतो की, आपण सांगितलेल्या गोष्टींवर सतत मनन करीन आणि जीवनात त्यांचा उपयोग करीन.

घर जवळ येत असलेलं पाहून एकलव्याने ऊपरवाल्याला विचारलं -

एकलव्य - उद्या फार्म हाऊसवर जायचंय नं?

ऊपरवाला - हो, पण त्यापूर्वी मॉर्निंग वॉकच्या वेळी भेटू. उठायला विसरू नकोस.

एकलव्याने हसून मान हलवली आणि दोघांनीही आपापल्या घराच्या दिशेने वाटचाल केली.

२१
फार्म हाऊसचा देवदूत

'एकलव्या, ऊठ, आज मॉर्निंग वॉकला जायचंय ना!' आईचा आवाज ऐकताच एकलव्य गडबडीने उठला. आज त्याला कोणत्याही परिस्थितीत मॉर्निंग वॉकला जायचंच होतं. एकीकडे उशिरा उठण्याची आपली सवय मोडायची त्याची इच्छा होती. त्याचबरोबर ऊपरवाल्याच्या संगतीची संधी कोणत्याही कारणासाठी तो गमवायला तयार नव्हता.

एकलव्य इतक्या नियमितपणे मॉर्निंग वॉकला जात होता, की त्याच्यामुळे त्याचे आई-वडीलही नियमितपणे सकाळी लवकर उठून घरातच योगासने करू लागले होते. आईचा आवाज ऐकताच एकलव्य उठला. फटाफट आवरून तयार झाला आणि घराबाहेर पडला. 'अरे, चहा तरी पिऊन जा' आई म्हणाली. 'आल्यावर घेईन' एकलव्याचा दूरवरून आलेला आवाज आईने ऐकला. पायऱ्या उतरता उतरता एकलव्याला ऊपरवाल्याच्या पावलांची चाहूल लागली. ऊपरवाल्याला बघून एकलव्य उत्साहाने म्हणाला-

एकलव्य - गुड मॉर्निंग. आज आपल्याकडून मला काही व्यक्तिगत गोष्टी जाणून घ्यायच्या आहेत.

ऊपरवाला गुड मॉर्निंग म्हणून एकलव्याकडे बघून हसू लागला.

एकलव्य - (खजील होत) आपण का हसता आहात?

ऊपरवाला - मला असं वाटतंय, तू उलटं-सुलटं यात फरक करणंच विसरून गेलायस.

एकलव्य आपल्या डाव्या-उजव्या बाजूला बघत ऊपरवाल्याचं म्हणणं जाणून घेण्याचा प्रयत्न करतो. एवढ्यात त्याचं लक्ष आपल्या टी-शर्टकडे जातं. तो त्याने उलटा घातलेला असतो. एकलव्य तो काढून सरळ करतो आणि म्हणतो -

एकलव्य - उलटं-सुलटं यातला फरक विसरून गेलो होतो, पण आता आठवलं. शर्ट उलटा घातला, म्हणून काही बिघडलं नाही. मॉर्निंग वॉकला न येणं मात्र नक्कीच उलटी गोष्ट घडली असती.

ऊपरवाला - (हसत) चांगला समजदार झाला आहेस. बरं ! विचार, काय विचारणार आहेस?

एकलव्य - आपण आज ज्यांच्या फार्महाऊसवर जाणार आहोत, ते आपल्याला कुठे भेले? म्हणजे मला आपल्याला असं विचारायचं आहे, की त्यांची नि आपली भेट कुठे झाली?

ऊपरवाला - त्यांचं नाव आहे, एकांत मल्होत्रा. ते लेखक आहेत. एकदा दिल्लीहून मुंबईला विमानातून येताना ते माझे सहयात्री होते. ते कुठलंसं आध्यात्मिक शिबिर पूर्ण करून परतत होते. बोलता बोलता ते म्हणाले, शिबिर झाल्यानंतरही त्यांना त्यांच्या प्रश्नांची उत्तरे मिळाली नाहीत. मग मुंबईला येईपर्यंत आमची आपापसात चर्चा झाली.

एकलव्य - चर्चेच्या दरम्यान आपल्यामुळे ते खूपच प्रभावित झाले असतील, नाही का?

ऊपरवाला - हो. मुंबईला पोहोचताच त्यांनी मला त्यांच्या फार्महाऊसवर आमंत्रित केलं. ते म्हणाले, महाबळेश्वरला त्यांचा फार्महाऊस आहे. तिथे दर रविवारी आध्यात्मिक चर्चासत्र आयोजित केलेलं असतं. या सत्रात शहरातले अनेक मान्यवर उपस्थित असतात. एकांतजींनी मलाही दर रविवारी तिथे येण्याचा आग्रह केला. तेव्हापासून दर रविवारी दुपारी १२ वाजता मी तिथे जातो.

एकलव्य - तिथे आणखी कोणकोणते लोक येतात?

ऊपरवाला - एकांतजींचे स्नेही, परिचित, विविध धर्मांचे, विविध व्यवसायातील लोक तिथे येतात. आपापल्या ज्ञानाच्या आणि अनुभवाच्या आधारे तिथे लोक काही गोष्टी सांगतात. कधी कधी जोरदार वादविवाद होतो.

एकलव्य – आपलं बोलणं ऐकून ते गप्प बसत असतील ना !

ऊपरवाला – होय ! त्यांना माझं बोलणं आवडतं. पण माझं बोलणं केवळ लोकांना आवडावं, असं मला वाटत नाही. मला वाटतं, त्या गोष्टी त्यांचा अनुभव बनाव्यात.

एकलव्य – ते लोक खूप बुद्धिमान असतील. त्यांना सत्य लगेच समजत असेल.

ऊपरवाला – बुद्धिमान लोकांना सत्याचं आकलन लवकर होतं, ही धारणा सोडून दे एकलव्या !

एकलव्य – का? असं नाही का?

ऊपरवाला – माणूस जर आपल्या बुद्धीचा उपयोग सत्याच्या शोधासाठी करू लागला, तर त्याला 'सत्याची समज' लवकर प्राप्त होऊ शकेल. पण जर त्याने आपला अहंकार वाढविण्यासाठी बुद्धीचा वापर केला, तर बुद्धी हानीकारक सिद्ध होऊ शकते.

एकलव्य – म्हणजे बद्धिबळ, बुद्धिछल होऊ शकतो. पण कसा?

ऊपरवाला –बुद्धीमुळे तर्क–कुतर्काच्या विळख्यात सापडून माणूस कुठल्याही गोष्टीच्या तळापर्यंत पोहोचू शकत नाही. कुठल्याही गोष्टीच्या तळापर्यंत पोहोचण्यासाठी प्रयोग करण्याची आवश्यकता आहे. ही गोष्ट बुद्धीने समजून घेतल्यामुळे तो प्रयोग करायला तयार होतो. अन्यथा तो आपल्याच म्हणण्यावर आडून राहतो आणि 'मला सगळंच माहीत आहे' असं म्हणतो. अशा तऱ्हेने माणूस आपलं नुकसान करून घेतो.

एकलव्य – म्हणजे बुद्धी आध्यात्मिक आनंदाच्या शोधात बाधक आहे, असं म्हणावं लागेल का?

ऊपरवाला –'होय' ही आणि 'नाहीही'. ही गोष्ट माणसावर अवलंबून आहे, की या हत्याराचा (बुद्धीचा) उपयोग तो कसा करतो?

एकलव्य – एक गोष्ट खरी खरी सांगू? आपलं हे दुहेरी बोलणं मला मोठ्या कोड्यात टाकतं. कोणत्याही गोष्टीचं उत्तर होयही... आणि नाहीही... असं दोन्हीही कसं असेल?

ऊपरवाला – तेच तर ! मनाला एक निश्चित उत्तर हवं असतं. एक तर ही तड नाही तर ती तड. परंतु असं नाही. एकाच गोष्टीचे अनेक पैलू असतात आणि त्या पैलूंना समजून घेण्यासाठी हवी, 'समज '.

एकलव्य – आपण नेहमी ज्या 'समजेबद्दल' बोलता, ती आता मला लक्षात येऊ लागली आहे. वास्तवात आमचा दृष्टिकोन व्यापक होण्याची गरज आहे.

ऊपरवाला – (हसत हसत) आता कळलं नं ! आता या समजेच्या आधारे प्रत्येक घटनेकडे नव्या दृष्टिकानातून पाहिलंस, तर 'हो' आणि 'नाही'च्या चक्रातून बाहेर येशील.

एकलव्य –धन्यवाद ! आज घरी लवकर जायला हवं ! बारा वाजता फार्महाऊसला पोचायचं आहे नं?

ऊपरवाला – ठीक आहे. वेळेवर 'अनाकार एकांता' साठी तयार राहा.

एकलव्यासाठी ऊपरवाल्याचे शेवटचे शब्द कोडं बनूनच राहिले, जे काही तासातच उलगडणार होते.

२२
फार्म हाऊसमधील चर्चासत्र

एकांत मल्होत्रांची सारी मित्रमंडळी तिथे बनवलेल्या बांबूच्या झोपडीत बसली आहेत. त्यांच्यात हास्य-विनोद चालू आहे. वातावरणं हलकं-फुलकं आणि प्रसन्न आहे.

डेव्हिड - काही म्हणा, रविवारचं चर्चासत्र मोठं नावीन्यपूर्ण आणि प्रसन्नता देणारं असतं. आठवडाभर जमलेला धुराळा साफ होऊन जातो.

अक्षय - बरोबर ! मी देखील इथे येऊन ताजातवाना होऊन जातो आणि मोठ्या उत्साहात सारा आठवडा घालवतो.

दलपत सिंह - (एकांतकडे बघत) एकांत तुम्हाला धन्यवाद. तुम्ही आमच्यासाठी इतकी चांगली व्यवस्था केलीत.

हमीद - अरे एकांत, आज मनोहर जैन, पंकजभाई मेहता, संजीव सखूजा, मीरा आणि मारिया कुठे गेलेत? (घड्याळाकडे बघत) एव्हाना ते खरं म्हणजे पोहोचायला हवेत.

एकांत - काल मला त्यांचा एस एम एस आला होता. त्यांना आज कुठे तरी लग्नाला जायचं आहे त्यामुळे ते आज येणार नाहीत.

हमीद - आणि अनाकारजी आले नाहीत?

डेव्हिड - अनाकारजी आज वास्तवात निराकार झाले आहेत (सगळे हसतात.)

एकांत - आज अनाकारजींना यायला कदाचित थोडा उशीर होऊ शकतो. आज त्यांच्याबरोबर त्यांचा कुणी परिचितही येणार आहे.

एवढ्यात समोरून अनाकारजी प्रसन्न मुद्रेने येताना दिसतात.

अक्षय - ते बघा, अनाकारजी प्रकट झाले.

सगळे मोठ्याने हसू लागतात. अनाकारजी सगळ्यांना एकलव्याचा परिचय करून देतात आणि विचारतात -

अनाकार - काय झालं? कोणत्या गोष्टीवरून खदखदून हसणं चालू आहे?

अक्षय - अनाकारांच्या अचानक प्रकट होण्यावरून आम्ही हसत आहोत.

एकलव्य आश्चर्याने सगळ्यांचं बोलणं ऐकत होता. सगळ्यात आधी त्याच्या मनात प्रश्न आला तो असा की, 'ऊपरवाल्याचंच नाव अनाकार आहे का?' ऊपरवाल्याने वेगवेगळ्या जागी वेगवेगळी नावे धारण केली आहेत का? जर असं असेल, तर त्याने तसं का केलं असेल?

अनाकार - (हास्याचं उत्तर हास्यानेच देत) मग तुम्ही जे काही करत आहात, ते कमीच करत आहात !

डेव्हिड - मग आम्ही काय करायला पाहिजे?

अनाकार (ऊपरवाला) - डोललं पाहिजे. गायलं पाहिजे. नाचलं पाहिजे.

सगळे मित्र असमंजस स्थितीत अनाकारजींकडे पाहू लागले. तेवढ्यात हमीद म्हणाला -

हमीद - बरं ! आता चेष्टामस्करी खूप झाली. हे आकार-निराकाराचं कोडं मोठं बिकट आहे. ईश्वर निराकार आहे. एक ऊर्जा आहे. लोक त्याला आकारात का बांधतात, कुणास ठाऊक? ढोंगी बुवांच्या (पोंगा पंडितांच्या) बोलण्यावर विश्वास ठेवून हे लोक ईश्वराच्या विविध मूर्ती मानत राहतात. मला तर अशा लोकांची कीव कराविशी वाटते. कसं समजावायचं या लोकांना? अनाकारजी आपण याबाबतीत काही करू शकत नाही का?

ऊपरवाला (अनाकार) - त्यासाठी जे करायला हवं, ते अवश्य केलं जाईल. पण प्रथम मला हे सांगा, आपण ईश्वराला किती जवळून जाणता?

हमीद - म्हणजे? मला कळलं नाही.

ऊपरवाला - आत्ताच आपण म्हणालात, ईश्वराला कुठल्याही रूपामध्ये बांधलं जाऊ शकत नाही. मग ईश्वर कोण आहे? कसा आहे?

हमीद - (गडबडून) आजपर्यंत असंच वाचण्यात, ऐकण्यात आलं, की ईश्वर निर्गुण, निराकार आहे. खरंतर मला त्याचा काही अनुभव नाही. पण, ईश्वराच्या कपोलकल्पित कथा आणि दाग-दागिन्यांनी सजलेल्या आणि मुकुट धारण केलेल्या त्याच्या वेगवेगळ्या मूर्ती म्हणजे मला अवडंबरच वाटतं.

ऊपरवाला - निराकार हाच ईश्वराचा आकार आहे. ईश्वर मन, शरीर आणि बुद्धीपलीकडचा स्वानुभव आहे. माणूस प्रत्येक गोष्ट समजून घेण्यासाठी मन आणि बुद्धीचा वापर करतो. मुलांना काही शिकवण्यासाठी चित्र दाखवणं आवश्यक असतं, तशीच अध्यात्माची सुरुवात करणाऱ्यांसाठी ईश्वराची मूर्ती बनवली गेली. याची गरज लक्षात घेऊन महापुरुषांद्वारे ही चूक जाणीवपूर्वक केली गेली. ईश्वर (स्वानुभव) प्राप्त केल्यानंतर ही चूक नाहीशी होते.

हमीद - (विचार करत) जो नाहीच त्याला मध्ये का आणता? सरळ निराकारापासून सुरुवात करता येणार नाही का?

ऊपरवाला - (हसत) लहानपणी गणित सोडवताना आपण अज्ञात अंकाला एक्स (X) मानत होता की नाही? शेवटी एक्सची व्हॅल्यू मिळत होती की नाही?

हमीद - तर्काच्या बाबतीत आपल्याला कोण जिंकणार?

ऊपरवाला - मी आपल्या सगळ्यांचा शुभचिंतक आहे. आपलं मंगल व्हावं अशी माझी इच्छा आहे. तर्काशिवाय लोक मानत नाहीत, म्हणून मला तर्क द्यावा लागतो.

अनाकार म्हणजे ऊपरवाल्याचं बोलणं ऐकून हमीद खोलवर चिंतनात बुडून गेला. इकडे एकलव्य नव्या वातावरणात नव्या गोष्टींमुळे उल्हसित होत होता.

अक्षय - मी काही बोलू?

ऊपरवाला - हो... हो...

अक्षय - माझा एक मित्र एका आध्यात्मिक संस्थेशी संबंधित आहे. तो नेहमी मला सांगतो, 'अध्यात्म ही काही सोपी गोष्ट नाही. आध्यात्मिक उन्नतीसाठी खूप जप-तप करावं लागतं. व्रत पाळावं लागतं. तेव्हा कुठे जाऊन... त्यामुळेच आमच्या संस्थेत खूप थोडे लोक येतात. आध्यात्मिक साधना ही काही सगळ्यांना जमणारी गोष्ट नाही.' खरोखरच असं आहे का?

ऊपरवाला – हीच तर गमतीची गोष्ट आहे. आपण जसा विश्वास ठेवतो, तसे पुरावे आपल्याला मिळतात. आपण जीवन साधं सरळ मानलंत, तर प्रकृती आपला विश्वास त्या पद्धतीने सार्थ ठरवील.

अक्षय – काही एका मर्यादेपर्यंत ही गोष्ट खरी वाटते, पण… सत्यासाठीही ही गोष्ट लागू होते का?

ऊपरवाला – का नाही? हे असीम सत्य (Universal Truth) आहे. आपण ज्याचा विचार करता, तेच भोजन ताटातून आपल्यापुढे येतं.

एकांत – हे खरोखरच आश्चर्य आहे. कोणतीही घटना घडल्यानंतर आपण म्हणतो, 'मला माहीत होतं, हे असंच होणार.' याचा अर्थ आमचा विश्वास ती घटना घडवतो.

ऊपरवाला – अगदी कळीची गोष्ट सांगितलीत. हेच सत्य आहे.

डेव्हिड – मला वाटतं, कोणतीही घटना आपल्या विश्वासाने घडत नाही. ती आपल्या कर्माचे फळ असते.

ऊपरवाला – असं लक्षात घे, की विश्वास ठेवणं, हेसुद्धा एक कर्म आहे आणि त्याचंच फळ आपल्याला मिळतं.

डेव्हिड – गीतेत तर म्हटलंय, 'माणसा, कर्म करत जा. फळाची इच्छा बाळगू नको…' आणि आपण म्हणताय, विश्वास ठेवण्याचं कर्म करत राहा. त्याचं फळ तुम्हाला जरूर मिळेल. आपल्याला फळ मिळण्याच्या अपेक्षेने कर्म करायला हवं का?

ऊपरवाला – वस्तुतः कर्म केल्यावर फळाची इच्छा ठेवण्याची जरूरच नाही. ते आपोआपच मिळतं. ही स्वचलित-स्वघटित कार्यप्रणाली आहे.

डेव्हिड – या गोष्टीशी मी सहमत नाही. जीवनात मला असा अनेक वेळा अनुभव आलाय, की मी ज्यांना ज्यांना मदत केलीय असे लोक मला गरज पडताच तोंड चुकवून निघून गेलेत. त्यावेळी कुणी तरी दुसरेच माझ्या मदतीला आले. मग सगळं स्वचलित-स्वघटित कसं झालं?

ऊपरवाला – हीच तर निखळलेली (Missing Link) कडी आहे. आपण ज्याला मदत करता आणि त्याच्याकडूनच फळहीअपेक्षिता.

डेव्हिड – मग हे काय चूक आहे?

ऊपरवाला – फळाची इच्छा करावी, पण कुणा व्यक्तीकडून नव्हे, तर निसर्गाकडून करावी. निसर्ग कुणा ना कुणा व्यक्तीच्या माध्यमातून आपल्याला जरूर मदत करेल. तो आपल्याला केवळ फळच नाही, तर महाफळ देईल.

डेव्हिड – मला काही कळलं नाही.

ऊपरवाला – आत्ताच आपण म्हणालात ना, की अडचणीच्यावेळी कुणी दुसराच उपयोगी पडतो.

डेव्हिड – होय, म्हटलं होतं...

ऊपरवाला – मग असं लक्षात घ्या, ही निसर्गाची स्वचलित- स्वघटित रीत आहे. तो कुठल्या ना कुठल्या मनोशरीर यंत्राद्वारे आपल्याला मदत करतो.

डेव्हिड – आणि... आपण कोणत्या महाफळाबद्दल बोलत होता? हे महाफळ काय आहे?

ऊपरवाला – बरं, हे सांगा, फळ मिळवण्याची इच्छा कोण करतोय?

डेव्हिड – माझं मन.

ऊपरवाला – आता ही इच्छा करणारं मनच राहिलं नाही, तर मिळालं ना महाफळ !

डेव्हिड – (असमंजसपणे) म्हणजे?

ऊपरवाला – आपल्या कर्माचं फळ तसंही आपल्याला मिळणारच आहे. पण ते मिळेपर्यंत तुलनात्मक मनाची जी बडबड चालते, की फळ कधी मिळेल? फळ चांगलं मिळेल, की वाईट? वेळेवर मिळेल की नाही? उशिरा तर नाही मिळणार? वेळेवर मदत नाही मिळाली तर काय होईल? इत्यादी प्रश्नांपासून मुक्ती मिळाली, तर हे काय महाफळ नाही?

डेव्हिड – (विचार करत) हं... हे खरोखरच महाफळ म्हणता येईल. मन मला नेहमीच त्रास देतं. प्रत्येक कर्म आणि त्याचं फळ तोलून बघतं. पण निष्काम कर्म होणार कसं? हे मन गप्प कसं बसणार?

ऊपरवाला – प्रत्येक जण स्वतःलाच जाणून, निष्काम कर्म करू शकतो. खरं अध्यात्म आपल्याला हेच शिकवतं.

अक्षय – खरोखरच ही महान गोष्ट वाटते. जोपर्यंत आपण स्वतःला जाणत नाही, तोपर्यंत काय करायचं?

डेव्हिड – अक्षय, तू जरा गप्प बसशील? अनाकारजी आपण बोला.

ऊपरवाला – आपण कोण आहोत हे जोपर्यंत आपल्याला कळत नाही, तोपर्यंत आपण स्वीकार करायला हवा. 'करून स्वीकार, बघा त्याचा चमत्कार.' काय एकलव्या?

एकलव्य इतका वेळ सगळ्यांचं बोलणं ऐकत होता. या ज्ञानाच्या गोष्टीत त्याला मोठी गंमत वाटत होती. त्याने मॉर्निंग वॉकच्या वेळी बऱ्याचशा गोष्टी ऊपरवाल्याकडून ऐकल्या होत्या, तरीही लोकांचे प्रश्न त्याला आपले वाटत होते. ऊपरवाला त्यांच्या प्रश्नांची उत्तरे कशी देतो, हे तो उत्सुकतेने ऐकत होता. त्याने ऊपरवाल्याच्या प्रश्नावर होकारार्थी मान हलवली आणि म्हणाले –

एकलव्य – आपलं बोलणं शंभर टक्के खरं आहे, कारण याबाबतीत मी प्रयोग करून बघितला आहे.

अक्षय – जर आपण प्रत्येक गोष्टीचा स्वीकार केला, तर, समोरचा आम्हाला एका क्षणात उखडून फेकून देईल. तो आम्हाला शक्तिहीन समजेल.

ऊपरवाला – स्वीकाराचा अर्थ प्रत्येक गोष्ट डोळे मिटून मान्य करायची असा मुळीच नाही. आपलं मन जर एखाद्या गोष्टीचा अस्वीकार करत असेल, तर त्या अस्वीकाराचाही स्वीकार केला पाहिजे.

अक्षय – आपल्या बोलण्याचा अर्थ तरी काय?

ऊपरवाला – जर डेव्हिड तुला काही अपशब्द बोलला, आणि तूही त्यावर त्याला काही तरी उलटं-सुलटं बोललास, तर या पूर्ण घटनेचा तू स्वीकार केला पाहिजेस. नाही तर असं होतं, की समोरच्याने शिवी दिली, तर माणूस त्याचा अस्वीकार करतो, पण त्याचबरोबर आपल्या नाराज होण्याचाही अस्वीकार करतो. त्याचं मन या गोष्टीवर कोलांट उड्या मारू लागतं की 'मी समोरच्याला नाराज होऊन असं का म्हणालो?' मी असं करायला नको होतं.

अक्षय – म्हणजे आम्ही संपूर्ण घटनेचा स्वीकार करायला हवा.

दलपत सिंह – आजपर्यंत स्वीकाराचा जो अर्थ मी समजत होतो, त्यापेक्षा

आपण काही तरी वेगळंच सांगत आहात. स्वीकाराचा संबंध मी सरळ सरळ माझ्या अस्मितेशी जोडत होतो. समोरच्याची प्रत्येक गोष्ट मान्य करण्यात मला कमीपणा वाटत होता. पण आज लक्षात आलं, आम्हाला केवळ समोरच्यालाच नव्हे, तर स्वतःलाही स्वीकारायला हवं.

ऊपरवाला – हे सारं केवळ इथेच संपत नाही.

दलपत सिंह – मग पुढे काय आहे?

ऊपरवाला – स्वीकार केल्यानंतरच पुढचं पाऊल येतं. स्वीकार करूनच आपण समस्येवरील उपाय शोधू शकतो. स्वीकार करणं म्हणजे प्रत्यक्षात आपले दोन्ही हात उघडणं. अस्वीकार करून आपण आपले दोन्ही हात बांधून घेतो.

एकांत – स्वीकाराबाबत एक महत्त्वाची निखळलेली कडी आज आपण दाखवलीत. चला, आता सगळे मिळून भोजनाचाही स्वीकार करू या.

सगळे मिळून भोजन कक्षात जातात. सगळ्यांचे चेहरे खुशीने चमकताहेत. सगळ्यांना असं जाणवतंय, की त्यांना अशा गोष्टी ऐकायला मिळाल्या, ज्या सध्याच्या धकाधकीच्या जीवनात क्वचितच ऐकायला मिळतात.

भोजनानंतरही ज्ञान-चर्चेचं अमृतपान चालूच राहिलं. सगळ्यांनी निसर्ग सौंदर्याचा आणि पक्षी-निरीक्षणाचा (Bird watching) डोळे भरून आनंद घेतला. संध्याकाळ झाली, तेव्हा काही जण आपापल्या घरी परतले, तर काहींनी दुसऱ्या दिवशी परतण्याचा निर्णय घेतला.

२३

मनबुद्धिआत्मबळ

रोजच्या प्रमाणे एकलव्य पहाटे उठून फिरायला जाण्यासाठी तयार झाला. आताही त्याच्या मनात फार्महाऊसचं चित्र ताजं होतं. निसर्गाच्या कुशीत, सर्व तऱ्हेच्या प्रदूषणापासून मुक्त, तजेलदार हिरव्या वातावरणात, ऊपरवाला आणि एकांत मल्होत्रा यांच्या बरोबर झालेली चर्चा मोठी रंगतदार झाली होती. त्या सगळ्यांच्या प्रश्नांमुळे काही गोष्टी एकलव्यालाही स्पष्ट झाल्या होत्या.

एकलव्य घराबाहेर पडला आणि एवढ्यात लिफ्टचा दरवाजा उघडून ऊपरवाल्याने एकलव्याला आत येण्याचा आणि शांत राहण्याचा इशारा केला. तो त्याला टेरेसवर घेऊन गेला. एकलव्य आश्चर्याने आणि आनंदाने ऊपरवाल्याचं अनुकरण करत होता. टेरेसच्या एका कोपऱ्यात पोहोचल्यावर ऊपरवाला म्हणाला, ‘आज सकाळीच एक जण मला भेटायला येणार आहे, म्हणून आज आपण इथे टेरेसवरच फिरू या. इथून आपल्याला येणाऱ्या जाणाऱ्यांवर नजरही ठेवता येईल.’

एकलव्य -(ऊपरवाल्याच्या वागण्याचं रहस्य लक्षात येऊन) ठीक आहे ! आपण तर मला गोंधळातच टाकलंत.

ऊपरवाला - बरं ! चल ! तुझ्या मनाची अवस्था सांग.

एकलव्य - आज मी इतका खूश आहे, इतका खूश आहे, की वाटतंय, जीवनात आणखी काय हवं? ऊपरवाला भेटला. त्याचे साथी-सोबतीही भेटले. आता कसलीच कमतरता उरली नाही.

ऊपरवाला - (हसत) माणसाच्या जीवनात थोडा जरी आनंद आला, तर तो त्यातच खूश होऊन जातो.

एकलव्य - याला आपण थोडा म्हणता?

ऊपरवाला - परिपूर्ण आनंदाची शक्यता तुला अद्याप कुठे माहीत आहे?

एकलव्य – (बेफिकिरीने) ठीक आहे ! ठीक आहे ! थोड्यामध्ये खूश राहण्याने माझं काही बिघडणार आहे का?

ऊपरवाला –माझ्या म्हणण्याचा तू चुकीचा अर्थ लावतो आहेस. माझ्या म्हणण्याचा अर्थ असा आहे, की थोड्याशा विकासामुळे खूश होण्यामुळे मनुष्य तिथेच थांबतो. त्याचा परिणाम असा होतो, की तो पुढे जाऊ शकत नाही. त्यामुळे पुढे जी उच्चतम आनंदाची शक्यता विकसित झाली असती, ती होत नाही. थोड्याशा विकासामुळे खूश होण्याच्या सवयींमुळे, माणूस ज्या गोष्टीमुळे आनंदाची अवस्था अनुभवत होता, ते काम करणंच तो बंद करतो.

एकलव्य – (काही विचार करत) अच्छा... ! ! !

ऊपरवाला – याचा परिणाम असा होतो, की माणसाची जुन्या साच्याप्रमाणे जगण्याची, जुन्याच रस्त्याने जाण्याची शक्यता वाढते. तो ज्या रस्त्याने दररोज घरी जातो, त्याच रस्त्यावर त्याची पावले विचार न करताच वळतात. सजगता असेल, तर तो नवीन रस्ता शोधेल. सजगता थोडी जरी कमी झाली, तरी जुन्या रस्त्यावर जाण्याची शक्यता वाढते.

एकलव्य –ओह, असं आहे होय... ! यापासून बचाव करण्यासाठी मला काय करायला हवं?

ऊपरवाला – यापासून बचाव होण्यासाठी आज तुला जो आनंद मिळालाय, तो तू पूर्णपणे घेच, पण तिथे थांबू नकोस. आपल्या पुढच्या विकासाच्या शक्यतांसाठी प्रार्थनेद्वारे बळही देत रहा. थोड्याशा विकासाने खूश होऊन थांबू नकोस. प्रत्येक माणसातले गुण पाहा. निसर्गाचा असा नियम आहे, की ज्या गोष्टीकडे तुम्ही लक्ष देता, ती तुमच्यात येऊ लागते. याच्या निरंतर जाणिवेमुळे तुझं लक्ष दुसऱ्याच्या गुणांकडे जाऊ लागेल आणि दुःखापासूनही हटू लागेल.

एकलव्य – पण समाजात बहुतेक लोक दुःखीच दिसतात. त्यांच्याकडून नक्की कोणती चूक होते?

ऊपरवाला – समाजात बहुतेक लोक दुःखीच दिसतात, कारण ते दुःखातून मिळालेलं बळ प्रबळ बनवण्याऐवजी घटनेचं अयोग्य विश्लेषण करतात. उदा. कुणी शिवी दिली, तर माणूस विचार करतो, 'त्या फलाण्या माणसाने माझ्यासाठी असे असे अपशब्द उच्चारले, निश्चितपणे तो मला काय सांगू इच्छित होता...? मला तो काय समजतो ...? तो स्वतःच कसा आहे ...? मी त्याला असं काय म्हणालो, म्हणून तो

मला शिव्या देऊ लागला?' इत्यादी.

अशा तऱ्हेने अयोग्य विश्लेषण करून तो आपलं बळ प्रबळ बनवण्याऐवजी नकारात्मक गोष्टींचा पुनरुच्चार करून चुकीची प्रार्थना करू लागतो.

एकलव्य - तर मग बळ प्रबळ बनवण्याऐवजी माणूस नकारात्मक गोष्टींचा पुनरुच्चार का आणि कसा करतो?

ऊपरवाला - माणसाच्या जीवनात ज्या काही घटना घडतात, त्या त्याच्या प्रार्थनेमुळेच घडतात. त्यामुळे त्याच्या उच्च दर्जाच्या इच्छा आणि शक्यतांना बळ मिळतं, त्याचा विकास होतो. ईश्वर माणसाला त्या सगळ्या गोष्टी देत असतो ज्या त्याच्या इच्छेला बळ देतील. मात्र प्रार्थनेचं फळ येईपर्यंत तो धीर धरत नाही. प्रार्थना थांबवतो. त्याचे विचार पुन्हा नकारात्मक होऊ लागतात. घनदाट जंगलात हरवलेल्या माणसाच्या उदाहरणाने मी तुला ही गोष्ट समजावून सांगतो. नीट ऐक.

एकलव्य - (उत्सुकता दर्शवत) हो.. हो... सांगा पाहू.

ऊपरवाला - एकदा एक माणूस घनदाट जंगलात हरवला. आपल्याला मदत मिळावी, या इच्छेने तो जोरजोरात ढोलकं वाजवू लागला. ढोलक्याचा आवाज ऐकून लोक त्याला मदत करायला बाहेर पडले. पण मधून मधून तो ढोलकं वाजवणं बंद करत होता. त्यामुळे जे लोक त्याला मदत करण्यासाठी येत होते, ते मध्येच थांबत होते. त्यांना हे कळत नव्हतं, की मदत मागण्यासाठी आवाज कुठून येतोय आणि आपल्याला कोणत्या दिशेला जायला हवं? पुन्हा जेव्हा ढोलक्याचा आवाज येई, तेव्हा लोक त्या आवाजाच्या दिशेने त्याला मदत करण्यासाठी पुढे जात.

एकलव्य - (थोडा विचार करत) कदाचित आम्हीसुद्धा त्या माणसाप्रमाणेच व्यवहारात वागत असू. आम्ही प्रार्थना करतो. ती गोष्ट आमच्याकडे येऊही लागते पण आम्ही मध्येच प्रार्थना थांबवतो.

ऊपरवाला - बहुतेक लोक असंच करतात. व्यक्तीच्या प्रार्थनेमुळे तिला हवी असलेली गोष्ट त्यांच्याकडे येऊ लागते. पण या गोष्टी अदृश्य असल्यामुळे, किंवा त्या दिसत नसल्यामुळे त्याला वाटतं, प्रार्थनेमुळे काही होतच नाही. त्यामुळे तो प्रार्थना थांबवतो आणि आपला विश्वास हरवून बसतो. आणि तो पुन्हा नकारात्मक विचार करू लागतो. प्रार्थना करून, जर त्या रिकाम्या वेळात कोणतंही नकारात्मक बीज न रुजवता फक्त थांबला असता, तर त्या गोष्टी (मदत) त्याच्याकडे येण्यापासून कुणीच थांबवू शकलं नसतं.

'वा ! क्या बात है,' असं म्हणत एकलव्याने आपले डोळे मिटले. या सत्याच्या जाणिवेमध्ये काही क्षण तो तसाच बुडून गेला. आपल्याकडून नेमकी काय चूक होत आहे, याची त्याला जाणीव झाली. ऊपरवालाही गप्प बसला आणि एकलव्याला मौनात बुडून जाण्याची संधी दिली. काही क्षण मूक राहिल्यानंतर एकलव्य शांत स्वरात म्हणाला-

एकलव्य - म्हणजे अदृश्यामध्ये घडणाऱ्या घटनांचं ज्ञान न झाल्याने माणसाकडून नेहमी ही चूक होते, की रिकाम्या वेळी तो रिकामा बसू शकत नाही.

ऊपरवाला - तेच तर ! जर हा वेळ त्याने योग्य पद्धतीने, योग्य समजुतीने, मनात कुठलेही नकारात्मक विचार न आणता घालवला असता, तर त्याला जीवनात जे हवं होतं, ते मिळालं असतं. ईश्वराची अशीच इच्छा असते, की माणूस या पृथ्वीवर आलाय, तर त्याने आपला उच्चतम शक्यतेचा मार्ग मोकळा करावा. त्यासाठी त्याने आपल्या शुभ इच्छांचे बळ प्रबळ बनवले पाहिजे. आपलं ध्यान योग्य दिशेला लावलं पाहिजे.

एकलव्य - आपलं ध्यान योग्य दिशेला लावल्याचे आणखी काय परिणाम होतात?

ऊपरवाला - ध्यानाचं प्रशिक्षण न मिळाल्याने माणूस थोडा वेळ शुभेच्छेला बळ देतो आणि नंतर पुन्हा त्या घटनेचं चुकीचं विश्लेषण करू लागतो. त्यामुळे जे बळ वाढलं होतं, प्रबळ झालं होतं, ते नष्ट होतं. त्याचबरोबर नकारात्मक भावनादेखील तयार होते. अशा तऱ्हेने अज्ञानात तो नकारात्मक प्रार्थना करून बसतो.

एकलव्य - माणूस अशी चूक का करतो?

ऊपरवाला - अज्ञान जे करवेल, ते कमीच आहे. अजाणतेपणे माणूस बऱ्याच गोष्टी बघतो आणि त्यावर विचार करतो. वर्तमानपत्र वाचण्यापासून, आसपासच्या लोकांचं बोलणं ऐकताना तो सजग नसतो. त्यामुळे अनेक नकारात्मक गोष्टी तो आपल्या आत घेतो. उदा. इथे ॲक्सिडेंट झाला... इथे मृत्यू... हिंसा... चोरी झाली... तिकडे कुणी आजारी पडलाय... अशा तऱ्हेने तो हळूहळू स्वतःला नकारात्मकता बघण्याची सवय लावून घेतो.

एकलव्य - अरेरे ! मला ही गोष्ट कुणी लहानपणीच सांगितली असती तर... ठीक आहे. देर आये, दुरुस्त आये. उशिरा का असेना, घडतंय ते चांगलंच तर आहे ना!

आता आपण मला सांगा, ही सवय कशी विकसित करायला हवी?

ऊपरवाला – प्रथम एक गोष्ट निश्चित कर. ती म्हणजे, कुठल्याही नकारात्मक गोष्टीबद्दल किती काळ विचार करायचा. समजा, घरातलं वातावरण बिघडलंय. त्यावर किती वेळ विचार करायला हवा, हे तुझं तुला ठरवावं लागेल. जी समस्या निर्माण झालीय, तिच्यावर जेवढा वेळ विचार करायला हवा, तेवढाच वेळ विचार कर. गरजेपेक्षा जास्त वेळ विचार करत बसू नकोस. जर तू दिवसभर नकारात्मक घटनांबद्दल विचार करत बसलास, तर अजाणता तू त्या नकारात्मक घटनेला टिकून राहण्याची शक्ती देत राहशील. म्हणून प्रत्येक घटनेमध्ये मन योग्य दिशेला केंद्रित करून, त्या घटनेमुळे जे बळ मिळतंय, ते प्रबळ बनवण्याच्या दृष्टीने पुढे जा. नाही तर सतत नकारात्मक घटनांबद्दल विचार केल्याने भविष्यात त्याच घटना पुनःपुन्हा घडत राहतील.

एकलव्य – यातून पार पडण्यासाठी काय केलं पाहिजे?

ऊपरवाला – यातून पार पडण्यासाठी महाअनुवाद केला पाहिजे. त्यामुळे त्या घटनेबद्दलची तुझी भावना लगेचच बदलेल. तुझी भावना बदलली, तर तू इतरांची भावना बदलू शकशील. जीवनात ठीकठाक चालल्या नाहीत अशा ज्या घटना आहेत, त्याकडे आपण किती काळ लक्ष दिलं पाहिजे, हे तुला स्वतःला ठरवायला हवं. जर नकारात्मक घटनेकडे लक्ष दिलंस, तर तू पितळ बनशील आणि सकारात्मक बाबींकडे लक्ष पुरवलंस, तर तू सकारात्मक मॅग्नेट बनशील.

एकलव्य – पण आम्ही कधी पितळ बनतो, आणि कधी मॅग्नेट याचाच आम्हाला पत्ता लागत नाही.

ऊपरवाला – तुझं म्हणणं खरं आहे. अज्ञानामुळे तुम्ही कधी मॅग्नेट बनता, आणि कधी पितळ याचा तुम्हाला पत्ता लागत नाही. जर अशी व्यवस्था असती की, तुम्ही मॅग्नेट बनल्याबरोबर तुमच्या भोवतालचं सारं वातावरण बदलून गेलंय, तिथे प्रकाश आलाय आणि जेव्हा तुम्ही पितळ बनता, तेव्हा वातावरण उदास, दमट झालेलं आहे, अंधार पसरलाय, तर त्यावेळी तुम्हाला क्षणात पितळ आणि क्षणात मॅग्नेट बनण्याचं दृश्य दिसलं असतं. पण आजपर्यंत अशी काही व्यवस्था झालेली नाही.

एकलव्य – पण मग अशी काही व्यवस्था होईपर्यंत काय करायला हवं?

ऊपरवाला – (हसत) अशी काही व्यवस्था होईपर्यंत तुला आपल्या ध्यानाला

प्रशिक्षण द्यायला हवं. त्यामुळे प्रत्येक घटनेतून येणारं बळ तुला प्रबळ बनवेल.

एकलव्य - मला प्रबळ मॅग्नेट बनायचंच आहे.

ऊपरवाला - निर्णय चांगला आहे. आता कुठल्याही घटनेत तुला दुःख झालं, तर स्वतःलाच विचार की, 'या घटनेमुळे इतकं दुःखी होण्याची आवश्यकता आहे?' हा प्रश्न तुम्ही स्वतःला कधीच विचारत नाही. परिणामस्वरूप दुःखावरच तुमचं सगळं ध्यान एकवटतं. त्यामुळे भविष्यातही तुमच्या जीवनात दुःखच येतं. आता स्वतःलाच प्रश्न विचारल्यानंतर उत्तर येईल, 'नाही. मला इतकं दुःखी होण्याची आवश्यकता नाही.'

एकलव्य - आपल्या म्हणण्याचा अर्थ असा की कुठल्याही गोष्टीत जर आम्ही दुःखी झालो, तर त्याचं कारण आम्ही स्वतःच असतो.

ऊपरवाला - अगदी बरोबर. ही गोष्ट मी तुला आधीही सांगितली आहे. एखादं काम न होण्यात अनेक लोकांचा दोष असू शकतो, पण कुणी काही म्हटलं, आणि त्यामुळे तू दुःखी झालास, तर तुझ्या दुःखी होण्यात १०० टक्के तुझाच सहयोग असतो. कुणीही दुसरा माणूस तुला दुःखी करू शकत नाही. तू दुःखी झालास, वा आनंदी राहिलास, तर दोन्ही प्रकारच्या परिस्थितीला तूच जबाबदार असशील. कुणी दुसरा तुझ्या जीवनात आनंद वा दुःख आणत नाही. समोरच्या माणसाने तुझ्याशी कितीही नकारात्मक व्यवहार केला, तरी त्याही परिस्थितीत तू खूश राहू शकतोस आणि हे शक्य आहे.

एकलव्य - माझ्या बाबतीत असंच झालं आहे. माझे बॉस मिस्टर द्रोणनाथन यांच्या पक्षपाती व्यवहाराने विचलित न होता मी खूश राहिलो. त्याचा परिणाम असा झाला की आजकाल मिस्टर द्रोणनाथन यांचं वागणंही खूप बदललंय. आता माझ्याशी ते अतिशय नरमाईने वागतात. मला आश्चर्य वाटतं, की त्यांच्यात हे परिवर्तन कसं झालं?

ऊपरवाला - तू मिस्टर द्रोणनाथनसाठी प्रार्थना करत होतास ना, त्यामुळे तुझ्या अंतरात बदल झाला. त्यांच्या बाबतीतली तुझी देहबोली पहिल्यासारखी राहिली नाही. ती बदलली. त्यामुळे मिस्टर द्रोणनाथनमधील तरंगही बदलले आणि तुझ्याशी चांगलं वागण्याची त्यांना आंतरिक प्रेरणा झाली. अशा तऱ्हेने जेव्हा तू सकारात्मक तरंग प्रसारित करतोस, तेव्हा ब्रह्मांडातल्या साऱ्या सकारात्मक शक्ती तुला मदत करू लागतात.

एकलव्य – तसं असेल तर, मी माझं बळ प्रबळ व्हावं, म्हणून आवश्य उपाययोजना करेन. तसंही मिस्टर द्रोणनाथनच्या बाबतीत अजाणतेपणे का होईना, पण बळ प्रबळ बनवण्याचा प्रयास आणि अभ्यास झालेलाच आहे. ते माझ्यासाठी दुःखमुक्तीचं निमित्त बनेल. त्यांच्यामुळेच दुःखमुक्तीची प्रार्थना माझ्याकडून उमटली.

ऊपरवाला – हं ! इतकं जरी तू केलंस, तरी तुझ्या लवकरच लक्षात येईल, तुझं बळ, बुद्धिबळ आणि मनोबळ खूपच वाढलंय. बुद्धिबळ, बिरबलाजवळ होतं आणि मनोबळ सुकरात, जीज़स, तुकाराम, मीरा,आणि ज्ञानेश्वरांपाशी होतं. त्यांच्या जीवनात काय काय घटना घडल्या नाहीत? पण त्यांनी आपलं बळ प्रबळ राखलं. त्यांचं आत्मबळ आणि मनोबळ कधीही कमी झालं नाही.

एकलव्य – मी बुद्धी, मन आणि आत्मबळाच्या बाबतीत विस्ताराने समजून घेऊ इच्छितो.

ऊपरवाला – दुःखात खूश राहण्याचा पाचवा उपाय हाच आहे की, प्रत्येक बळ, म्हणजे बुद्धिबळ, मनोबळ आणि आत्मबळ प्रबळ बनवणं. ही तीन बळं प्रबळ झाली, तर प्रत्येक दुःखात खूश राहणं शक्य आहे. या तीन बळांचा विकास होण्यावरच रचनात्मकता, एकाग्रता, मौन आणि समाधी यांचा अभ्यास होतो. मी एक एक करत तीनही बळांच्या बाबतीत सांगतो. प्रथम आपलं बुद्धिबळ कसं वाढवायचं, ते समजून घे.

एकलव्य – (हसत) बिरबलाप्रमाणे?

ऊपरवाला – अगदी बरोबर. विवेक आणि बुद्धिबळाने तू अवघड निर्णयदेखील बिरबलाप्रमाणे चुटकीसरशी घेऊ शकशील. बुद्धिबळ प्राप्त झाल्यावर माणूस केवळ समस्याच सोडवू शकतो असं नाही, तर इमानदारीने स्वतःची विचारपूस करूनदेखील स्वतःला जाणून घेण्याचं कार्यही पुरं करू शकतो. माणसाला आपलं बुद्धिबळ यासाठीही वाढवायला हवं, की त्यामुळे अधिकाधिक लोकांना त्याचा फायदा होऊ शकेल.

एकलव्य – म्हणजे बुद्धिबळ प्राप्त करून घेतल्यानेच माणूस बुद्धीचा योग्य उपयोग करू शकतो.

ऊपरवाला – नाही. तसं नाही. कधी कधी बुद्धीचं बळ असूनही लोक अज्ञानाने बुद्धीचा दुरुपयोग करतात. जो माणूस बुद्धीचा उपयोग केवळ पैसे कमावण्यासाठी, लोकांना फसवण्यासाठी करतो, तो बुद्धीचा उपयोग खालच्या स्तरावर करतो. ज्याची बुद्धी शुद्ध नाही असा बुद्धिमान आपल्या बुद्धीचा उपयोग मुख्यतः वेगवेगळे बहाणे देण्यासाठी करतो.

एकलव्य – आपण मला उदाहरण देऊन सांगाल का, की बुद्धीचं बळ असूनही लोक अज्ञानाने त्याचा चुकीचा उपयोग कसा करतात?

ऊपरवाला – जरूर. एका बागेच्या बाहेर एक बोर्ड लावलेला होता, 'इथे फुले तोडण्यास मनाई आहे.' ते वाचल्यावर एक मुलगा पूर्ण रोपटंच उपटून घेऊन गेला. मग कुणी तरी विचारल्यावर त्याने उत्तर दिलं, 'मी फूल कुठे तोडलं, मी तर झाडंच उपटलं. इथे असं काही लिहिलेलं नाही, की झाड उपटण्यास मनाई आहे.'

एकलव्य – (हसत) हा मुलगा तर सगळ्यांना फूल (fool) बनवतोय.

ऊपरवाला – हं ! त्याचा प्रयत्न तसाच होता. पण तो आपल्या जीवनात फुलं नाही, काटे उगवत होता. आता तू विचार करू शकशील, की त्या मुलाचं डोकं किती शीघ्र गतीनं चालत होतं. पण त्याने आपल्या बुद्धीचा उपयोग चुकीच्या पद्धतीने केला. पूर्ण झुडूप उपटून त्याने बागेचं सौंदर्यही बिघडवलं, त्याचबरोबर नियमांचंही उल्लंघन केलं.

एकलव्य – (काही क्षणानंतर) बुद्धीच्या विकासासाठी आम्हाला काय करायला हवं?

ऊपरवाला – बुद्धीला प्रबळ बनवण्यासाठी सगळ्यात महत्त्वाची गोष्ट ही, की प्रत्येक वेळी सजग राहून बुद्धीचा वापर करायला हवा. त्यासाठी माणसाला प्रज्ञावान लोकांच्या संगतीत राहायला हवं. प्रज्ञावान लोकांचं बोलणं ऐकून, त्यांची काम करण्याची पद्धत पाहून बुद्धी खुलते, विकसित होते. कुणाचं गगनचुंबी उड्डाण पाहून आपल्यालाही उड्डाणाची प्रेरणा मिळते.

बुद्धीविकासाच्या दृष्टीने दुसरी महत्त्वपूर्ण गोष्ट अशी की, ती मलीन होऊ नये म्हणून काळजी घेतली पाहिजे.

एकलव्य – ती कशी?

ऊपरवाला – बुद्धी मलीन होऊ नये, म्हणून इंद्रियांवर संयम ठेवणं जरुरीचं आहे. त्याचप्रमाणे धार्मिक आणि आत्मविकासाला मदत करणाऱ्या पुस्तकांचं वाचन नियमितपणे करायला हवं. बुद्धी कुशाग्र बनवण्यासाठी व्यक्तीने इतरांच्या समस्या सोडवायला मदत केली पाहिजे. सेवा करून आपले आंतरिक गुण प्रकट केले पाहिजेत. बुद्धीचा चांगला उपयोग व्हावयास हवा असेल तर, व्यर्थ अशा वायफळ गोष्टीत वेळ घालवता कामा नये. रिकाम्या वेळेत अशा तऱ्हेचा पुनर्विचार करायला हवा, की ज्या पद्धतीने जीवन चाललंय, त्यात काही बदल घडवणं गरजेचं आहे का? जर बदलाची

गरज असेल, तर लगेचच ते कार्य करायला सुरुवात केली पाहिजे. नवे प्रयोग आणि काम करण्याच्या नव्या पद्धतींचा वापर केला पाहिजे. आपल्या विचारांना सकारात्मक बनवायला हवं. नकारात्मक विचारांकडे अनासक्त होऊन बघण्याची कला आत्मसात केली पाहिजे. अशा तऱ्हेने बुद्धीचा सर्वांगीण विकास करून विश्वाची मोठी जबाबदारी उचलली पाहिजे.

एकलव्य – अरे बाप रे ! ही तर भलतीच लांबलचक यादी ऐकवलीत आपण! इतकं सगळं मला कसं जमेल?

ऊपरवाला – बुद्धिबळ वाढवलंस, तर कुठलंच काम काम वाटणार नाही. ती तुझी अभिव्यक्ती असेल.

एकलव्य – म्हणजे नवं काही शिकायचं कामही आनंदासाठीच होईल. बरोबर!

ऊपरवाला – बरोबर ! तुला नेमकं कळलं.

एकलव्य – हे तर बुद्धिबळाच्या बाबतीत झालं. पण आमचं मनोबळ कमजोर आहे, की मजबूत आहे, हे आम्हाला कसं कळणार?

ऊपरवाला – कुठल्याही घटनेमध्ये तू जास्त दुःखी झालास, तर तुझं दुःखी होणंच तुझं मनोबल कमी झाल्याचं दर्शवतं.

एकलव्य – बरं आता मला हे सांगा, की मनोबल वाढल्याने कोणकोणते फायदे होतात?

ऊपरवाला – उच्च मनोबळामुळे माणसाचं मन अकंप होतं. कोणतीही घटना घडली तरी ते हलत नाही. माणसाचं मन अकंप नसेल, तर साधी दरवाजावरची घंटी वाजली, तरी ते थरकापून जातं. घंटीचा आवाज ऐकताच आतमध्ये लगेचच नकारात्मक संवाद सुरू होतो. 'आता आलं एक नवीन संकट... अवेळी नको असलेले पाहुणे आले... कुणास ठाऊक कधी जातील? इत्यादी. कंपित मन कुठल्याही परिस्थितीत हलतं. असं मन नेहमी दुःखालाच निमंत्रण देतं. म्हणून आपलं मनोबळ प्रबळ बनवायला हवं.

एकलव्य – मनोबळ वाढवण्यासाठी मला काय करायला हवं?

ऊपरवाला – ज्याप्रमाणे कपड्यातला मळ काढून ते स्वच्छ केले जातात, त्याचप्रमाणे आपल्या मनाचा मळ काढून मन स्वच्छ तसंच पवित्र बनवायला हवं. मनोबळ वाढवण्यासाठी तुला आपल्या जीवनातल्या प्रत्येक घटनेची किंमत निश्चित करायला हवी.

एकलव्य - काय? घटनेचीही किंमत असते?

ऊपरवाला - हो. असते. ही किंमत बुद्धी निर्धारित करते. म्हणून ज्या घटनेला जेवढी किंमत द्यायची आहे, तेवढीच दे. त्यापेक्षा जास्त नको. स्वतःलाच विचार, 'या घटनेची किंमत किती?' जर उत्तर आलं की, 'या घटनेची किंमत दहा मिनिटे दुःख होणं ही आहे.' तेव्हा तू दहा मिनिटेच दुःखी हो. जास्त नको. घड्याळ बघितल्यावर तुझ्या लक्षात येईल की, 'दहा मिनिटांपूर्वीच तुझी दुःखद भावना नाहीशी झाली.' याचा अर्थ असा की, त्या घटनेसाठी दहा मिनिटे दुःखी होणंही जास्तच झालं. असं करता करता एक दिवस असा येईल, की नकारात्मक घटना घडल्यानंतर घड्याळ बघताच तुझं दुःख विलीन होऊन जाईल. अशा तऱ्हेने मनोबळ वाढल्यानंतर अकंप होऊन, प्रत्येक वादळात तू योग्य प्रकारे तुझे निर्णय घेऊ शकशील.

एकलव्य - हे सगळं ऐकत असताना माझं मनोबळ वाढल्याचं मला जाणवू लागलंय. कृपया, आपण पुढे बोलत राहा.

ऊपरवाला - मनोबळ वाढवण्यासाठी तुला आपल्या मनाच्या विविध अवस्था जाणून घ्यायला हव्यात. मनाची इच्छा आणि अवस्था प्रत्येक क्षणी बदलते. कंपित मनाचा स्वभाव आहे, अशांती. मन कधी व्याकुळ होतं, कधी खूश असतं. कधी रागाने, तर कधी लोभाने, कधी लालसेने रंगून जातं. कधी ते भयकंपित होतं, तर कधी थरारलेलं, काळजीने व्यग्र झालेलं असतं. कधी कुणाबद्दल तिरस्कार आणि घृणेने, तर कधी अपराधबोधाने ते भरलेलं असतं. ते कधी अहंकारी होतं, तर कधी इच्छाधारी. कधी कपटी असतं, तर कधी तार्किक. कधी तुलनात्मक विचार धारण केलेलं, तर कधी कल्पनेचा दास होऊन बसलेलं दिसतं, कधी ते नशेत असतं, तर कधी उत्तेजित.

एकलव्य - बरोबर अगदी असंच होतं. आपण मनोवैज्ञानिक आहात असं वाटू लागलंय.

ऊपरवाला -तुला वाटतंय तर तसंच समज. जो आपल्या मनाच्या या वेगवेगळ्या अवस्था जाणेल, तो आपलं मनोबळ सहजपणे वाढवू शकेल. मनोबळ वाढल्याने जीवनात सुरक्षितता आणि शांती पसरेल. आत्मनिरीक्षणाद्वारे तू जेव्हा आपल्या मनाची सच्चाई बघू लागशील, तेव्हा मन ज्ञान घेण्यासाठी आणि कपटमुक्त होऊन आत्मनिरीक्षण करण्यासाठी तयार होईल.

एकलव्य - आपलं बोलणं ऐकून मला समाधान वाटतंय. आता आपण मला आत्मबळाबद्दल काही सांगा.

ऊपरवाला - जरूर. आत्मबळाशिवाय दया, करुणा, अहिंसा आणि प्रेम म्हणजे केवळ भ्रम होय. आत्मबळामुळे काम-क्रोध, लोभ-मोह आणि अहंकाररूपी राक्षस पराजित होऊ शकतात.

आपल्याला जी शक्ती बाहेरून मिळते, ती लवकरच संपूनही जाते, पण आपल्या आत एक अशी शक्ती आहे, तिचा वापर जेवढा करावा, तितकी ती वाढत जाते. ती शक्ती म्हणजेच आत्मशक्ती किंवा आत्मबळ.

एकलव्य - आत्मबळ वाढवण्यासाठी आम्ही काय करायला हवं?

ऊपरवाला - आत्मबळ वाढवण्यासाठी तुला निर्णय घेण्याच्या शक्तीवर काम करावं लागेल. एखाद्या दिवशी तू जर महापुरुषाचं चरित्र वाचायचा निर्णय घेतलास, तर त्याचा अर्थ असा, की तू आत्मविकास करण्याचा निर्णय घेतला आहेस. एखाद्या दिवशी तू व्यायामाचा निर्णय घेतलास, तर त्याचा अर्थ असा, की तू स्वस्थ जीवन जगण्याचा निर्णय घेतला आहेस. एखाद्या दिवशी तू सत्संग करण्याचा निर्णय घेतलास, तर त्याचा अर्थ असा, की तू सत्यश्रवणाचा निर्णय घेतलास. या निर्णयांवर दृढ राहण्याने आत्मबळ वाढतं.

एकलव्य - म्हणजे हे छोटे छोटे निर्णय आमचं आत्मबळ वाढवतात.

ऊपरवाला - हो ! प्रत्येक निर्णयाबरोबर तू आत्मविश्वासाच्या मनोऱ्याची एकेक वीट जोडत राहतोस. प्रत्येक निर्णयावर काम करत तू मनोऱ्याच्या शिखराकडे अग्रेसर होतोस. जेव्हा तू योग्य निर्णय घेतोस, तेव्हा जीवनातही खूप काही योग्य असंच घडू लागतं. सत्यसंग, पुस्तक-वाचन आणि व्यायाम यांच्या जागी तू टीव्हीवरील प्रोग्रॅमही बघू शकला असतास. पण तू सत्यमार्गाने जाण्याचा, विकास करण्याचा निर्णय घेतला आहेस, तर तू स्वतःच या मायावी आकर्षणापासून दूर राहशील. असे निर्णय नेहमीच घेत राहा आणि आपलं आत्मिक बळ वाढव.

एकलव्य - उच्च आत्मबळ प्राप्त करून घेतलेल्या लोकांचं जीवन कसं असतं?

ऊपरवाला - आत्मबळ वाढताच माणूस मोठमोठी कामे धैर्यपूर्ण आणि इतरांविषयीची मंगल कामना करत करू शकतो. त्याच्या मनात हेच विचार येत असतात, की त्याला जे ज्ञान मिळालंय, ते इतरांना कसं मिळू शकेल? अव्यक्तिगत जीवन जगणाऱ्यांना आपल्या आत आत्मबळाची कमतरता कधीच भासत नाही. दुसऱ्यांच्या सेवेत रात्रंदिवस काम करणारे, साहस आणि निडरतापूर्वक जगतात. त्यांना जरी कधी भीती जाणवली, तरी ते आपलं कार्य मध्येच सोडत नाहीत.

एकलव्य - माझ्यात आत्मबळाची उणीव आहे, असं मला वाटू लागलंय.

ऊपरवाला - जर तुझ्यात आत्मबळाची उणीव असेल, तर तू विचार कर, 'मी अव्यक्तिगत जीवन जगतोय का? मी दुसऱ्यांसाठी असं काय करतोय, जे अव्यक्तिगत आणि निःस्वार्थ आहे?' या प्रश्नांची उत्तरे मिळवल्याने तुझ्यातील आत्मबळ वाढेल. आत्मबळ प्राप्त करून घेतल्याने तू सुख-दुःखापलीकडे स्थितप्रज्ञ अवस्थेत पोहोचशील. आपलं जीवन कशासाठी आहे, कोणत्या महाजीवनाशी जोडण्यासाठी आहे, हे तू जाणशील.

एवढ्यात ऊपरवाल्याची दृष्टी खाली, दूरवरून येणाऱ्या एका महिलेवर पडली. त्यांच्याच घराकडे ती येत होती. ऊपरवाला एकलव्याला दुसऱ्या दिवशी भेटण्याचे आश्वासन देत आपल्या घराकडे निघाला. एकलव्य विचार करत राहिला, ऊपरवाल्याला भेटायला कोण येत असेल? असा विचार करत करतच तो पायऱ्या उतरू लागला.

ऑफीसमध्ये जाता जाता एकलव्याच्या मनात बुद्धिबळ, मनोबळ, आत्मबळ, बुद्धिछळ हेच शब्द निनादत होते. ऑफीसमध्ये पोहोचताच तो आपल्या कामात व्यग्र होऊन गेला. दुपारी भोजनाच्या वेळी, एकलव्याच्या मनात असे विचार आले, 'उद्या माझा वाढदिवस आहे. या वाढदिवसाच्या वेळी नेहमीपेक्षा मला वेगळंच काही तरी जाणवतंय. जीवनात प्रथमच एवढी धन्यता वाटत आहे. या खाली राहणाऱ्याच्या जीवनात वर राहणाऱ्याचे पदार्पण, ही गोष्ट महाकृपेपेक्षा कमी नाही. ऊपरवाल्याला मी कसे धन्यवाद देऊ? मी असं काय करू ज्याने ऊपरवाला खूश होईल?

अचानक एका विचाराने एकलव्याच्या मनाच्या दारावर टकटक केली आणि पाठोपाठ आनंदानेही हजेरी लावली. संध्याकाळी घरी जाताना एकलव्याने फुलांच्या दुकानातून एक पुष्पगुच्छ खरेदी केला. दुकानातून थोडी मिठाईदेखील घेतली.

२४
जीवनाच्या कारची स्क्रीन

आज एकलव्याचा वाढदिवस होता. वाढदिवसाच्या खुशीत तो सकाळी लवकर उठला. आपला जन्मदिवस नवीन पद्धतीने साजरा करण्याची त्याने योजना आखली होती. आपल्या योजनेवर तो मनातल्या मनात खूश होता. कारण या योजनेमुळे त्याच्या हातून अव्यक्तिगत कार्य पूर्ण होणार होतं. या विचारांबरोबर, कालच आणलेला गुलाबांचा गुच्छ घेऊन तो उपरवाल्याच्या घरी पोहोचला होता. ऊपरवाल्याचा दरवाजा उघडाच होता, कारण तो फिरण्यासाठी बाहेर पडत होता. एकलव्याच्या हातात पुष्पगुच्छ पाहून त्याने आश्चर्याने विचारले -

ऊपरवाला - आज काय विशेष?

'आज माझा वाढदिवस आहे,' असं म्हणत एकलव्याने प्रसन्न होऊन फुलांचा गुच्छ व मिठाई ऊपरवाल्याला दिली आणि वाकून प्रणाम केला. ऊपरवाल्याने मोठ्या प्रेमाने त्याच्या डोक्यावर हात ठेवून त्याला आशीर्वाद दिला. त्या मृदु, करुणामय, दिव्य अशा स्पर्शाने एकलव्य रोमांचित झाला. आनंदविभोर झाला. त्याचं सारं अस्तित्व पुलकित होऊन उठलं. या अनुभवात किती काळ हरवून गेलो, याचा एकलव्याला पत्ताच लागला नाही. थोड्या वेळाने एकलव्याने डोळे उघडले.

ऊपरवाला - वाढदिवसाच्या अनेकानेक शुभेच्छा !

एकलव्य - (उत्साहाने) धन्यवाद ! आज मी काहीशा वेगळ्या पद्धतीने हा दिवस साजरा करू इच्छितो.

ऊपरवाला - खूपच छान ! काय करणार आहेस तू?

एकलव्य - मी माझ्या वाढदिवसाच्या निमित्ताने एखाद्या अनाथाश्रमात जाऊन मुलांना मिठाई वाटू इच्छितो.

ऊपरवाला - चांगला विचार आहे. ऐकून आनंद वाटला.

एकलव्य - आपण मला एखाद्या अनाथाश्रमाचा पत्ता सांगाल?

ऊपरवाला - जरूर ! मी एका प्रौढ महिलेला जाणतो. ती 'हॅपी होम' नावाचा बालकाश्रम चालवते.

एकलव्य - काय नाव आहे त्यांचं?

ऊपरवाला - एकांबरम मॅडम. या बाई त्या लोकांपैकी आहेत, ज्यांनी आत्मज्ञान मिळवलंय, आणि ज्यांच्या वृत्ती मुक्त झाल्या आहेत. आता त्या अनाथाश्रम चालवून आपल्या आनंदाची आणि प्रेमाची अभिव्यक्ती करताहेत.

एकलव्य - वा ! मग तर दुहेरी लाभ होईल. आपण त्यांचा फोन नंबर आणि आश्रमाचा पत्ता देऊन ठेवा. मी त्यांच्याशी संपर्क करेन.

ऊपरवाला - ठीक आहे. मॉर्निंग वॉकहून परत आल्यावर पत्ता आणि फोन नंबर घे.

दोघेही आता सोसायटीच्या बाहेर बागेकडे जाणाऱ्या रस्त्यापर्यंत पोहोचले होते.

एकलव्य - (खोडकरपणे) आता हेही सांगा, की त्या आपल्याला कोणत्या नावाने संबोधतात? नाही तर एखादं अपरिचित नाव ऐकून मी गोंधळात पडेन.

ऊपरवाला - त्यांनी माझं नाव 'नचिकेता' ठेवलंय. बरं मग आता आजचा खुराक होऊन जाऊ दे का?

एकलव्य - हो ऽऽऽ फक्त एक मिनिट... मला काही सांगायचंय... मी अनाथाश्रमात जाण्याचा निर्णय घेतल्यापासून माझ्या मनात पुनःपुन्हा अनाथ मुलांचं दुःख, त्यांच्या वेदना, त्यांना होणारी पीडा याबद्दलचेच विचार भरून राहिलेत. ईश्वराने त्यांच्या बाबतीत असा अन्याय का केला?

ऊपरवाला - हीसुद्धा ईश्वराचीच व्यवस्था आहे.

एकलव्य - (आश्चर्याने) मला काही कळलं नाही.

ऊपरवाला - माणसाला मजबूत, दमदार, तेजस्वी आणि प्रभावशाली बनवण्यासाठी निसर्गाने केलेली ही एक वेगळी आणि वैशिष्ट्यपूर्ण व्यवस्था आहे.

एकलव्य - (उत्सुकतेने) कोणती व्यवस्था?

ऊपरवाला - माणसाच्या जीवनात ज्या समस्या, अडचणी, त्रास त्याला दिसतो, तो वस्तुतः त्याच्या दृष्टीने उपाय, भेट, शिडी, शिकवण, आणि आव्हान असते. पण माणूस ते समजू शकत नाही. हे समजणं, हा दुःखमुक्तीचा उपाय आहे.

एकलव्य - ओह... !

ऊपरवाला - अन्यथा माणूस त्या समस्यांना आपल्या वाईट कर्माची फळं मानून बसतो.

एकलव्य - होय. मलाही तसंच वाटतं. व्यक्तीला भेडसावणाऱ्या समस्या हे त्याच्या कुकर्माचं फळ नव्हे का?

ऊपरवाला - आत्ताच मी म्हटलं ना, की समस्या वास्तवात उपाय, भेट, शिडी, शिकवण आणि आव्हान असते. मग ती त्याच्या कुकर्माचं फळ कसं असेल? त्या तर तुमच्या भल्यासाठीच येतात.

एकलव्य - (असमंजसपणे) अं... हे थोडं स्पष्ट करा ना !

ऊपरवाला - ही समज प्राप्त करून आपल्या जीवनाच्या कारची स्क्रीन (समोरील काच) साफ करणं, हा दुःखमुक्तीचा सहावा उपाय आहे. तू असं लक्षात घे, जर विषम परिस्थितीचं वादळ माणसाला मजबूत बनवत असेल, तर ही 'मजबुती' त्याच्यासाठी केवढा मोठा उपहार आहे. जर तशी स्थिती त्याच्या जीवनात आली नसती, तर त्याचं मन कधी पोलादाचं झालंच नसतं.

एकलव्य - अरे हा ! खरंच की ! मी अशा रीतीने कधी विचारच केला नव्हता. याचा अर्थ असा की, समस्या निर्माण झाल्यावर माणसानं असं लक्षात घेतलं, ती समस्या त्याला मजबूत बनवण्यासाठी आलीय, तर त्याला ती निश्चितपणे उपहार किंवा आव्हानस्वरूपच दिसेल.

ऊपरवाला - अगदी निश्चित ! जर माणसाजवळ हे ज्ञान असतं, तर त्याला समस्या, काळज्यांच्या आत दडलेला उपहारच दिसला असता. हे ज्ञान नसल्यामुळे माणूस नकारात्मक दिसणाऱ्या घटना बघून दुःखी होतो. जसं, कुणी नातेवाईक गेला... कुणी मित्र आजारी पडला, नोकरीत प्रमोशन मिळालं नाही... नोकरीवरून काढून टाकलं... मुलगा नापास झाला... इत्यादी. जर माणसाने मागे वळून घटनांचा आढावा

घेतला, तर त्याला कळेल, की ज्या घटना त्याला त्रासदायक वाटत होत्या, वास्तवात त्या त्याला भेटी नजराणा देऊन गेल्या आहेत. सगळं काही दिव्य योजनेनुसार चाललंय तरीही काही कारण नसताना तो किती वैतागत होता, त्रस्त होत होता. संगतीचा रंग चढू लागलाय ! काय? खरंय नं? शब्दांची फोड समज वाढवण्यासाठी करत असशील, तर तू योग्य मार्गानेच जात आहेस.

एकलव्य - (खूश होऊन) आता मी परेशान झाल्यावर शान से परे, म्हणजे खुशीपासून दूर जाणार नाही, उलट प्रत्येक समस्येत, सुमधुर फळ, उपहार शोधण्याचा प्रयत्न करेन.

ऊपरवाला - तुला असंच केलं पाहिजे. कारण तुला आता हे कळलंय की, प्रत्येक समस्येत केवळ तिची उकलच असते, असं नव्हे, तर त्याशिवाय बक्षीस, भेटही मिळते. ज्या लोकांच्या जीवनात समस्या येतच नाहीत, ते लोक बुद्धूच राहून जातात. ज्यांच्या जीवनात समस्या येतात, तेच संपूर्ण विकास करू शकतात.

एकलव्य - ते कसं काय?

ऊपरवाला - असं बघ, प्रत्येक समस्येची उकल तिच्या आतच दडलेली असते. समस्या सोडविल्याने, समस्येच्या आत लपलेला उपाय शोधून काढण्याची सजगता आणि कला माणसाच्या आत विकसित होऊ लागते.

एकलव्य - अच्छा... असं आहे तर !

ऊपरवाला - ही नवी नजर, नवा दृष्टिकोन तुला संपूर्ण विकास करण्यासाठी दिला जातोय. म्हणजे सत्याकडे बघण्याचा दृष्टिकोन तुला उपहारस्वरूप दिला जात आहे. तसाही आज तुझा वाढदिवस आहे ना !

एकलव्य -ज्ञानाचा उपहार दिल्याबद्दल मी आपल्याला अंतःकरणापासून धन्यवाद देतो.

ऊपरवाला - समस्या दूर करण्याच्या व्यायामाबरोबर तुला एक महान भेटही (उपहार) मिळेल. या भेटीचं वैशिष्ट्य असं, की तू जितकी ती पारखशील, तेवढा तुझा आनंद वाढीस लागेल.

एकलव्य - म्हणजे?

ऊपरवाला -असं बघ, तुला आत्तापर्यंत वाढदिवस, सण-उत्सव, लग्नकार्य

यांच्या निमित्ताने अनेक भेटवस्तू मिळाल्या असतील. त्या सगळ्या भेटवस्तू उघडताना तुला खूप आनंद झाला असेल. परंतु दुसऱ्या दिवशी त्या भेटवस्तूंकडे पाहताना तुला तेवढाच आनंद झाला होता का, जेवढा पहिल्या वेळी झाला?

एकलव्य - (विचार करत) नाही.

ऊपरवाला - अशा तऱ्हेने तिसऱ्या वेळी भेटीकडे पाहिलं... चौथ्या दिवशी पुन्हा पाहिलं... हळूहळू तुला जाणवलं असेल, की तुझी खुशी कमी कमी होत गेलीय आणि एक दिवस असा आला असेल, की तुझ्या लक्षातही आलं नसेल, की ती वस्तू तुला भेट म्हणून मिळालीय.

एकलव्य - होय, अगदी असंच होतं आणि एक दिवस आपण ती वस्तू शोकेसमध्ये ठेवतो. नंतर पुन्हा कधी तिच्याकडे लक्षही जात नाही.

ऊपरवाला - प्रत्येकाच्या बाबतीत असंच होतं, पण तू जर समस्येच्या मूळ स्थानापर्यंत पोहोचशील, तर तुला एक असा काही उपहार, अशी काही भेट मिळेल, जी पुनःपुन्हा बघितल्याने तुझा आनंद वाढतच जाईल. प्रत्येक दिवशी तुझी खुशी वाढत जाईल. असा महाउपहार तुला मिळू शकतो.

एकलव्य - असा महाउपहार ! तो मिळण्यासाठी मला काय करायला हवं?

ऊपरवाला - हा महाउपहार आपल्या विचारांच्या मागे उपस्थित असतो. तो बघण्यासाठी जीवनाच्या कारची स्क्रीन साफ असायला हवी. तीच जाणीव तुला देण्याचा प्रयत्न करतोय. त्यामुळे तू तुझ्या जीवनाच्या कारची स्क्रीन साफ करून लवकरच खऱ्या विकासाची शिडी चढू शकशील.

एकलव्य - म्हणजे विकासाची शिडी दाखवण्यासाठी आमच्या जीवनात समस्या येतात.

ऊपरवाला - होय. समस्या ही ईश्वरीय गुणांच्या अभिव्यक्तीची संधी आहे, असं समजून ती सोडव. यामुळे तुझ्या लक्षात येईल, की ज्या घटना तुझ्या रोजच्या जीवनात येत नाहीत, क्वचितच कधी येतात, त्या घटनांमुळे तुझं मनन होऊ शकतं, नाही तर तुझ्या रोजच्या जीवनात तू मनन करतच नाहीस.

एकलव्य - म्हणजे आमच्या जीवनात समस्या आल्या नसत्या, तर आमचं रोजचं जीवन घाण्याच्या बैलाप्रमाणे गोल गोल चकरा मारण्यातच व्यतीत झालं असतं.

ऊपरवाला – अगदी बरोबर ! म्हणून जीवनात येणाऱ्या धक्क्यांचं स्वागत करा, कारण ते आपल्याला काही तरी शिकवण्यासाठी येतात आणि समस्या माणसाला जीवनातून पळवून लावण्यासाठी नाही, जागवण्यासाठी येतात.

एकलव्य – ही तर अगदी अद्भुत अशी गोष्ट सांगितलीत आपण !

ऊपरवाला – तू एक खूप मोठं लक्ष्य घेऊन या जगात आला आहेस. समस्यांमध्ये अडकून ते लक्ष्य विसरू नकोस. जेव्हा तुझ्या मनात हा प्रश्न येईल, की 'ही समस्या मला का गुंतवते आहे?' तेव्हा ती निमित्त समज. साधन समज. जसं, आज तू आपला जन्मदिवस, प्रथमच निमित्त बनवून तो साजरा करायचा निश्चय केला आहेस, तसंच!

एकलव्य – आज माझ्या मनात केवळ धन्यवादाचेच भाव आहेत.

ऊपरवाला – बस. आता केवळ या भावातच राहणं शिकून घे. भविष्यात जेव्हा एखादी समस्या तुझ्या जीवनात येईल, तेव्हा तू तिला धन्यवाद देशील आणि प्रार्थना करशील.

समस्या निर्माण झाल्यावर, ती निवारण करण्यासाठी माणसाला जी ईश्वरीय शक्ती दिली गेली आहे, ती म्हणजे प्रार्थना.

एकलव्य – मी लहानपणापासूनच प्रार्थना करत आलोय.

ऊपरवाला – ही चांगलीच गोष्ट आहे. तुझ्या प्रार्थनेमुळेच तर आज तुला हे मार्गदर्शन मिळतंय. पण आजची शिकवण ध्यानात घेऊन जाणीवपूर्वक प्रार्थना कर. जर तसं झालं, तर तुला कुठल्याच गोष्टीची कमतरता भासणार नाही.

एकलव्य – (आश्चर्याने) प्रार्थना म्हणजे प्रत्येक रोगावरील औषध... !

ऊपरवाला – रोगापूर्वीच त्यावर उपाय, त्यावर समाधान प्रार्थनेच्या रूपाने दिलं गेलंय. तुला फक्त आपल्या आत ते उत्तर शोधायचं आहे. तुझ्याकडे प्रार्थनेची अशी अद्भुत शक्ती आहे. तू तिचा वापर करायला शीक. असं घडायला नको, की अल्लाउद्दिनाचा दिवा तुझ्याकडे आहे, पण तू त्याचा उपयोगच करत नाहीस.

एकलव्य – समजा आमच्या जीवनात अशी एखादी समस्या आली, जी सोडवण्याचा प्रयत्न अनेक दिवसांपासून आम्ही करतोय, पण प्रार्थना करूनही आम्हाला यश लाभलं नाही, तर अशा परिस्थितीत काय करायला हवं?

ऊपरवाला – अशा परिस्थितीत स्वतःलाच प्रश्न विचार 'या समस्येतून मला

कोणती शिकवण प्राप्त करून घ्यायचीय?' समस्या, जी काही तरी तुला शिकवण्यासाठी आलेली आहे, ती शिकवण समजून घे. समस्या सोडवणं, हे काही तुझ्या जीवनाचं लक्ष्य नाही, तर त्यातून जी शिकवण मिळते, ती जाणून घेणं, हे तुझं लक्ष्य आहे.

एकलव्य - आपल्या आशीर्वादाने मी सगळे धडे लवकरच शिकेन.

ऊपरवाला - खूपच छान ! आजच्या समस्येकडे तू अशा दृष्टीने बघ, जसं तू दहा वर्षांनंतर त्या समस्येकडे बघशील. अशा तऱ्हेच्या बघण्यामुळे तुला ती समस्या खूपच छोटी वाटेल. म्हणजे तू दहा वर्षांनंतर जे बघशील, ते आत्ता बघायला शीक.

एकलव्य - जसं, दहा वर्षापूर्वी दहाव्या इयत्तेत अभ्यास करताना परीक्षेचा मला केवढा तरी ताण वाटत होता. आता विचार केला, की वाटतं, वास्तविक तसा ताण घेण्याची काहीही गरज नव्हती. आता आम्ही कुठल्याही समस्येतून जात असताना, त्या समस्येकडे बघण्याचा आमचा दृष्टिकोन बदलून जातो.

ऊपरवाला - होय. हेच तर मी सांगतोय. प्रत्येक समस्येत उपाय, फळ, शिडी, शिकवण आणि आव्हान या पाच गोष्टी असतात. मात्र या पाच गोष्टींबद्दल माणसाला मागाहून कळतं. दहा वर्षांनंतर तू बघितलंस, तर तुझ्या लक्षात येईल, तुझी समस्या विलीन झाली आहे. त्यावेळी तू त्या समस्येकडे ज्या पद्धतीने पाहशील, आज तोच दृष्टिकोन ठेवून, ती पाहणे संभव आहे का? आत्तासुद्धा तू त्याच दृष्टिकोनातून बघू शकशील, फक्त तुझ्या जीवनाच्या कारची स्क्रीन स्वच्छ हवी.

एकलव्य - समस्या आल्यावर मी कोणता विचार करायला हवा?

ऊपरवाला - समस्येच्या बाबतीत असाही विचार करायला हवा, की कोणत्या गोष्टी धूसर झाल्या आहेत? कोणत्या बाबी तुला अद्याप स्पष्ट झालेल्या नाहीत. कारण समस्या तुझ्याकडून गृहपाठ (होमवर्क) करून घेण्यासाठी येतात. जोपर्यंत तू आपला धडा शिकत नाहीस, तोपर्यंत तुझ्या जीवनात या समस्या पुनःपुन्हा येत राहतील.

एकलव्य - कधी कधी माझ्या मनात नकारात्मक विचार वारंवार येतात. अशा वेळी मी काय करायला हवं?

ऊपरवाला - जेव्हा जेव्हा तुझ्या मनात नकारात्मक विचार येतील, तेव्हा तेव्हा तू स्वतःला प्रश्न विचार, या विचारांना शक्ती कुणी दिली आहे? उत्तर येईल, की तू स्वतःच आपल्या विचारांना शक्ती देतोयस. नकारात्मक विचारांना शक्ती देण्याने त्या

विचारांना नकारात्मक भावना तयार करण्याचं बळ मिळतं. अज्ञानाने माणूस हीच गोष्ट करतो. जेव्हा तुझ्याबाबतीत असं होईल, तेव्हा स्वतःलाच आठवण करून दे, की आता होमवर्क करायची वेळ आलेली आहे. मग तू निर्माण झालेल्या समस्येबद्दल रचनात्मक पद्धतीने विचार करशील.

एकलव्य – जर एखाद्या व्यक्तीच्या प्रकृतीबद्दलच्या तक्रारी असतील, त्याचं शरीर सतत ठणकत असेल आणि त्याच्या मनात सदैव आपल्याला होणाऱ्या वेदनेचेच विचार येत असतील, तर त्याने कशा तऱ्हेने विचार करायला हवा?

ऊपरवाला – इलाजाव्यतिरिक्त त्याने असाही विचार करायला हवा, 'वेदनेची काय गरज आहे?' मग त्याने स्वतःला असं विचारावं की 'वेदना का व्हायला हवी, याबद्दल मला पुरावे द्या.' मग त्याला स्वतःलाच रचनात्मक ढंगाने विचार करून, मननाचे पुरावे द्यावे लागतील.

एकलव्य – कोणते?

ऊपरवाला – असं बघ, खोलवर विचार, मनन, चिंतन केल्यानंतर त्याचे पुरावे अशा तऱ्हेने मिळू शकतील, वेदना होणं गरजेचं आहे कारण...

१) वेदनेमुळे शरीर प्रकृतीविषयीची माहिती कळते आणि शरीराचा योग्य इलाज केला जातो. २) आपलं लक्ष्य पूर्ण करण्यासाठी शरीराची साथ असणं अत्यंत आवश्यक आहे. ३) शरीरस्वास्थ्य आणि शरीराला वेदना होणं, या दोन गोष्टींची तुलना करणं शक्य होतं. ४) वेदनेमुळेच आपल्याला कळू शकतं, की आपण वेदनेपासून अलिप्त आहोत. आजपर्यंत आपल्याला, जे वास्तवात आपण आहोत, त्याला आधीही वेदना झाली नव्हती, आजही होत नाही आणि पुढेही होणार नाही. ५) जर शरीरात वेदना असेल आणि त्याची प्रतिपुष्टी (फिडबॅक) मिळाली नाही, तर त्यावर इलाज करणं कठीण होऊन बसेल आणि शरीराचं आयुष्य कमी होईल. ६) वेदना झाली, तर आपण आपल्या शरीराला थोडा वेळ आराम देतो, अन्यथा आंधळेपणाने घोडदौड चालूच असते. ७) शरीरातील अनेक शक्तींचा पत्ता लागतो. माणसाचं शरीर म्हणजे एक विलक्षण गोष्ट आहे. त्याचं निरीक्षण होणं आवश्यक आहे. तुला मदत करू शकतील, असे मननाचे हे काही पुरावे ऐक...

एकलव्य – अशा मननाने दिलेल्या पुराव्यांनी कोणता फायदा होईल?

ऊपरवाला – अशा तऱ्हेने पुरावे मिळवल्यामुळे तुला येणाऱ्या समस्येचे किंवा रोगाचे अनेक पैलू दिसतील. मग तू त्या समस्यांशी झगडण्याऐवजी त्यावर शांतपणे इलाज करशील आणि त्याचबरोबर आनंदही उपभोगशील.

एकलव्य – म्हणजे आम्हाला समस्यांवर रचनात्मक पद्धतीने विचार करायला हवा.

ऊपरवाला – होय. रचनात्मक पद्धतीने विचार केल्याने आपण अगदी उलट पद्धतीने विचार करण्याची स्वतःला अनुमती देतो. रचनात्मक पद्धत अशीच असते. जसं... पूर्वी लोक आईस्क्रीम डब्यातून खात होते आणि डबा फेकून देत होते. मग कुणी तरी विचार केला, की आईस्क्रीमबरोबर डबाही खाल्ला जावा. या विचाराबरोबरच आईस्क्रीमच्या कोनचा शोध लागला. अशा तऱ्हेने तू जेव्हा रचनात्मक विचार करतोस, तेव्हा आपल्या विचारांना दिशा देतोस.

एकलव्य – रचनात्मक पद्धतीने विचार करण्याचे आणखी काय फायदे असतात?

ऊपरवाला – रचनात्मक पद्धतीने विचार करण्याने समजा, समस्या सुटली नाही, तरी माणूस खूश राहतो. कमीत कमी जेव्हा समस्या निर्माण होईल, तेव्हा तरी हसायलाच हवं. अशा तऱ्हेने कित्येक वेळा समस्या सुटल्याचादेखील चमत्कार दिसू शकतो.

एकलव्य – रचनात्मक पद्धतीने विचार करण्याने आम्ही प्रतिकूल परिस्थितीतही खूश राहू शकतो, हा मोठाच फायदा आहे.

ऊपरवाला – मनाची स्थिती अनुकूल असेल आणि समस्या नसतील तर सगळेच हसू शकतात, खूश राहू शकतात. एखादा मूर्खदेखील वातावरण मनोरंजक, प्रसन्न असेल, मनासारखं असेल तर हसू शकतो, त्यात काही विशेष नाही. पण मनासारखं काहीच होत नसताना हसण्यासाठी सत्याची समज आणि साहस यांची आवश्यकता आहे. बत्तीसच्या बत्तीस दात शाबूत आहेत, सुंदर आहेत आणि तुम्ही हसताय, यात विशेष असं काहीच नाही. पण तुमचे पुढचे दात पडलेत, तरीही जोरात हसण्यासाठी साहस लागतं. हसणं, हे प्रत्येक रोगावरचं मलम आहे. आपल्या चिंता, त्रास यांमध्येही का हसावं आणि दुःखातही खूश का राहावं, यामागील रहस्य फारच थोडे लोक जाणतात.

एकलव्य – (कृतज्ञतापूर्वक) मी खरोखरच नशीबवान आहे, कारण आपण मला हे रहस्य सांगितलं.

ऊपरवाला – काय आहे, हसणाऱ्याबरोबर सारं जग असतं. हसणाऱ्याची साथ जग देतं. समस्या सोडवण्यासाठी या दुनियेच्या साथ-संगतीची गरज असते. सगळ्यांच्या सहयोगाने कठीणातील कठीण कामही सहजपणे आणि कमी वेळात होऊ शकतं. हसत हसत काम केल्याने समस्या लवकर आणि चांगल्या रीतीने सुटू शकते. आपल्या प्रश्नावर, समस्येवर हसणं, हा इलाज आहे आणि आनंदही आहे.

एकलव्य – आज मी आपल्याला वचन देतो, की आता मी समस्येकडे उपाय, फळ, शिडी, शिकवण आणि आव्हान या रूपात बघेन. मी नेहमी खूश राहून उच्चतम अभिव्यक्तीसाठी जगातील सर्वांचा सहयोग मिळवेन.

बोलता बोलता 'आनंद निवास' जवळ आलं, कळलंच नाही. एकलव्य ऊपरवाल्याबरोबर त्याच्या फ्लॅटमध्ये गेला आणि एकांबरम मॅडमचा पत्ता आणि फोन नंबर घेऊन घरी परतला.

ऑफीसमध्ये गेल्यानंतर भोजनाच्या सुट्टीत एकलव्याने एकांबरम मॅडमना फोन केला. एकलव्याने त्यांना आपला परिचय सांगून अनाथाश्रमातील मुलांबरोबर काही वेळ व्यतीत करण्याची इच्छा दर्शवली. एकांबरम मॅडमनी एकलव्याच्या इच्छेचा सहर्ष स्वीकार केला आणि त्याला संध्याकाळी सहा वाजता यायला सांगितलं.

आज एकलव्य ऑफीसमधून लवकर बाहेर पडला. बाजारात जाऊन त्याने खूपशी मिठाई आणि चॉकलेट्स घेतले आणि त्याला सांगितलेल्या पत्त्यावर वेळेवर पोहोचला. अनाथाश्रमात गेल्यावर एकलव्याला दिसलं, की मुलं वेगवेगळे खेळ खेळण्यात रंगून गेलीत. त्याला जाणवलं की, आपण उगीचच या मुलांना निराधार आणि लाचार समजत होतो. ही मुलं किती आनंदात आहेत. पक्ष्यांप्रमाणे किलबिलताहेत. चिवचिवाट करताहेत.

अनाथाश्रमाच्या ऑफिसात जाऊन तो एकांबरम मॅडमना भेटला. त्या त्याला मुलांकडे घेऊन गेल्या. एकलव्याची त्यांच्याशी ओळख करून दिली. मुलांनी गाणं ऐकवून त्याला वाढदिवसाच्या शुभेच्छा दिल्या. एकलव्य स्वतः लहान मूल बनून काही वेळ मुलांबरोबर खेळत राहिला. निघताना त्याने सगळ्यांना मिठाई आणि

चॉकलेट्स वाटली. मिठाई मिळाल्यावर मुलांच्या डोळ्यात जी खुशीची चमक दिसली, ती पाहून एकलव्य तृप्त झाला. त्यांचा निरोप घेऊन तो ऑफीसमध्ये गेला. तिथे एकांबरम मॅडमने त्याला शुभेच्छा दिल्या. दोघांमध्ये पुढीलप्रमाणे चर्चा झाली.

एकांबरम मॅडम – आज सकाळी नचिकेतनी फोन करून मला आपल्याबद्दल सांगितलं होतं.

एकलव्य – आपण नचिकेतना कधीपासून ओळखता?

एकांबरम मॅडम –जवळ जवळ आठ वर्षांपूर्वी एका पुस्तकाच्या दुकानात ते मला भेटले होते. त्या काळात मी 'मृत्यू' भयाने सतत ग्रासलेली असे. मृत्यूच्या विचाराने माझ्या जीवनालाच ग्रहण लागलेलं होतं. कोणत्याही परिस्थितीत मी त्यातून बाहेर पडू इच्छित होते. मग मी मृत्यूवरची पुस्तके वाचणं सुरू केलं. याच दरम्यान एक दिवस पुस्तकांच्या दुकानात नचिकेतची ओळख झाली. ओळख झाल्यानंतर मी त्यांना वारंवार भेटू लागले. त्यांनी मोठ्या सुनियोजित ढंगाने मला ज्ञान देऊन मृत्युभयातून बाहेर काढलं, त्याचप्रमाणे 'मृत्यूनंतरचं जीवन' याबद्दलचं ज्ञान दिलं. मृत्युभयातून बाहेर पडल्यावर मी प्रत्येक भयातून मुक्त झाले. 'मी कोण आहे आणि या पृथ्वीवर येण्याचा माझा उद्देश काय?' हे मला स्पष्ट झालं. सर्व भय आणि मान्यता यांपासून मुक्त होऊन आज मी ही अभिव्यक्ती करू शकत आहे. या निरागस मुलांमध्ये खुशीची फुलबाग फुलवण्याची प्रेरणा मला नचिकेतनी दिली. आजदेखील मला त्यांच्याकडून अशा तऱ्हेचं मार्गदर्शन मिळत असतं. ते भेटले, की मी त्यांना असीम धन्यवाद दिले आहेत, म्हणून सांगा.

एकलव्य स्तब्ध होऊन एकांबरम मॅडमचं बोलणं ऐकत राहिला. त्याला ऊपरवाल्याचा महिमा तीव्रतेने जाणवू लागला. त्याला वाटलं, आपल्या जीवनात केवढ्या महान व्यक्तीचा प्रवेश झालाय, याबद्दल आपण आजवर अनभिज्ञच होतो.

२५
रिपीट ऑर्डर

सकाळी एकलव्य झोपेतून उठला, तो धन्यवादाच्या भावनेनेच. कालचा सगळा वृत्तांत ऊपरवाल्याला सांगण्याच्या व्याकुळतेने एकलव्य आज नेहमीपेक्षा जरा लवकरच घराबाहेर पडला. सोसायटीच्या गेटजवळ ठेवलेल्या बाकावर बसून तो ऊपरवाल्याची वाट पाहात राहिला. एकांबरम मॅडमना भेटल्यानंतर एकलव्याला ऊपरवाला आणखीच रहस्यमय वाटू लागला. त्याला वाटलं, 'ऊपरवाला कोण?' इथपर्यंत त्याची समज पोहोचूच शकणार नाही. त्याला फक्त एवढीच गोष्ट माहीत आहे, की तो ऊपरवाल्याबरोबर आहे. बस... यापेक्षा त्याला जास्त काहीच माहीत नाही.

एवढ्यात त्याला समोरून ऊपरवाला येताना दिसला. ऊपरवाल्याची प्रसन्न मुद्रा पापणीही न लवता पाहताना एकलव्याला जाणवलं, की आनंद आणि आत्मज्ञानाचा संगम किती विलोभनीय आहे. ऊपरवाल्याची राहणी-विचारसरणी, वागणं-बोलणं यात एका उन्मुक्त व्यक्तित्वाचं दर्शन होतं. ऊपरवाला जवळ येताच एकलव्याने 'शुभ प्रभात' म्हणून त्यांना अभिवादन केलं. आदल्या दिवशी वेगळ्या पद्धतीने साजऱ्या केलेल्या आपल्या वाढदिवसाचा सारा वृत्तांत, एका दमात त्याने ऊपरवाल्याला कथन केला. त्याचबरोबर एकांबरम मॅडमचं अभिवादनही ऊपरवाल्यापर्यंत पोहोचवलं.

ऊपरवाल्याने हसत हसत मान हलवली आणि विचारलं, 'आता निघायचं?' दोघे जण फिरण्यासाठी गेटच्या बाहेर पडले.

एकलव्य -आज आपण दुःख दूर करण्याचा सातवा उपाय सांगणार आहात नं?

ऊपरवाला - दुःख दूर करण्याचा सातवा उपाय आहे, दुःखाची पुन्हा मागणी न करणे. म्हणजे दुःखाची रिपीट ऑर्डर देणं बंद करणं.

एकलव्य - रिपीट ऑर्डर? म्हणजे...

ऊपरवाला - म्हणजे बघ, जेव्हा एखादी गोष्ट तुला खूप आवडते, तेव्हा ती तू पुन्हा मागवतोस. जसं, तू हॉटेलमध्ये खाण्यासाठी गेलास. तिथे तुला एखादा पदार्थ खूप आवडला, तर तू वेटरला म्हणतोस, 'ही आणखी एक डिश आण.' अर्थात तू ती गोष्ट पुन्हा मागवतोस, म्हणजे ती ऑर्डर रिपीट करतोस. अशा तऱ्हेने माणूस अज्ञानाने आणि बेसावधपणे दुःखाचीही रिपीट ऑर्डर देतो.

एकलव्य - (गोंधळात पडून) दुःखाचीही रिपीट ऑर्डर... असला मूर्खपणा कोण करेल?

ऊपरवाला - (हसत) माणूस ! असं बघ, माणूस जेव्हा दुःखाकडे लक्ष देतो, दुःखाचाच विचार करतो, किंवा दुःखद भावनांमध्येच राहतो, तेव्हा तो वास्तविक दुःखाचीच रिपीट ऑर्डर देत असतो. त्याचाच परिणाम म्हणून त्याच्या जीवनात नंतरही दुःखच येत राहतं.

एकलव्य - अच्छा... असं आहे तर... मग दुःखाची रिपीट ऑर्डर देणं बंद करण्यासाठी मी काय करायला हवं?

ऊपरवाला - दुःखाची रिपीट ऑर्डर दिली जाऊ नये, म्हणून नकारात्मक विचारांचं मनोरंजन करू नकोस. म्हणजे तेच विचार पुनःपुन्हा मनात घोळवू नकोस. ज्या चांगल्या ऑर्डर्स तू आधी दिल्या होत्या, त्या पुन्हा द्यायला सुरू कर. त्यामुळे त्याचं फळ तुला आपल्या जीवनात बघायला मिळेल. आपले विचार, शब्द, भाव यामध्ये रिपीट ऑर्डर देणं बंद कर आणि तुझ्या हृदयातून आलेल्या निर्णयाची आठवण कर.

दुःखामागे लपलेल्या सकारात्मक दृश्यांना बघण्याचं प्रशिक्षण आपल्या मनाला दे. वर्तमानात तुझ्याबाबतीत कितीही दुःखपूर्ण घटना घडली तरी स्वतःलाच विचार, 'माझं ध्यान कशावर आहे?'

एकलव्य - जर माझं ध्यान दुःखावर केंद्रित झालेलं असेल, तर मी अजाणतेपणे दुःखाची पुनर्मागणी करतोय, असंच ना?

ऊपरवाला - बरोबर बोललास तू ! हे सगळं अदृश्यात चाललेलं असल्यामुळे तुला कळतच नाही की तू काय करतोयंस. जर माणूस आनंदाकडे, सगळं चांगलं घडण्यावर लक्ष केंद्रित करत असेल, तर समज, की तो भविष्यासाठी खुशीची पुनर्मागणी करतोय.

एकलव्य - (गुंता उकलल्याच्या जाणिवेत) याचा अर्थ असा, की आम्ही एवढं जरी लक्षात ठेवलं, की आम्हाला दुःखाची ऑर्डर रिपीट करायची नाही, तरी आमचं

वर्तमान आणि भविष्य दोन्ही खुशीने परिपूर्ण असेल.

ऊपरवाला - होय, योग्य मार्गाने तू विचार करतोयस. वर्तमानात दुःख आलंय, तर असं समज, की तू भूतकाळात निश्चितपणे दुःखाची ऑर्डर दिलेली असणार.

एकलव्य - (थोडा विचार करून) एक गोष्ट आठवली. माझी बहीण अंकिता आता परीक्षेचा ताण मुळीच जाणवून घेत नाही. आता ती प्रत्येक गोष्ट खुशीच्या नजरेने बघते. परीक्षेच्या तणावाची पुनर्मागणी तिने पूर्णपणे बंद केलीय.

ऊपरवाला - फारच छान !

एकलव्य - (थोडा विचार करून) आपण मला हे सांगाल का, की वर्तमानात दुःखाची ऑर्डर रिपीट करण्याची चूक माणसाकडून नेमकी कशा तऱ्हेने होते. आपण जर हे सांगितलंत, तर अशा चुका मी माझ्या जीवनात टाळू शकेन.

ऊपरवाला - आवश्य ! असं बघ, माणूस प्रथम दुसऱ्याचं दुःख बघतो आणि नंतर आपलं दुःख आठवू लागतो. अशा तऱ्हेने त्याचं सारं लक्ष दुःखावरच केंद्रित होतं आणि तो विचार न करता बेसावधपणे अशी ऑर्डर देतो की, 'भविष्यात मला दुःखच हवं.' तो शब्दांच्या साहाय्याने बोलून अशी ऑर्डर देत नाही, पण त्याचे भाव दुःखपूर्ण असतात आणि हे भावच भविष्यात दुःखाची ऑर्डर बनतात. यासाठी आपले भाव आणि आपले विचार यावर आपली करडी नजर हवी.

एकलव्य - (काही वेळ विचार करून) माझ्या भावनांमुळे माझ्याद्वारे दुःखाच्या आदेशाची पुनरावृत्ती होऊ नये, म्हणून मला माझी सजगता वाढवली पाहिजे. प्रत्येक वेळी सावध राहिलं पाहिजे आणि विचार केला पाहिजे की, 'यावेळी माझ्या मनात कोणते विचार चालू आहेत? माझी भावना मला काय सांगते आहे? मी आतून काय अनुभवतोय? जर माझ्या मनात नकारात्मक भाव असतील, तर मला लगेचच खुशीचे विचार आणून ते बदलायला हवेत. लोक मला त्यांचं कितीही दुःख सांगू देत, मला स्वतःचं कितीही दुःख दिसू दे, मला माझ्या आनंद भावावर अटळ राहायला हवं.'

ऊपरवाला - तुझ्या विचारांची दिशा अगदी बरोबर आहे. हा आनंदभावच तुझ्या खुशीची ऑर्डर बनेल. म्हणून तुझ्या जीवनात जे काही चांगलं चाललंय, आनंद, खुशी येतेय, त्यांची आठवण कर. त्यांना पुनःपुन्हा आठव. म्हण, की 'पुढेही मला हेच पाहिजे आहे. याहीपेक्षा जास्त हवं आहे.' अशा तऱ्हेने आनंदाची रिपीट ऑर्डर द्यायला शीक. खुशीची ऑर्डर देण्यासाठी असा विचार कर, जो ईश्वर तुझ्यामार्फत सुचवू इच्छितो. ईश्वर तुझ्यामार्फत नवे विचार सुचवू इच्छितो, कारण त्यामुळे नवनिर्माण होईल. जुनी

सारी दुःखे समाप्त होतील आणि महाजीवन सुरू होईल. ईश्वर माणसाला नवे विचार आणि नवी दिशा देऊन त्याची सर्वोच्च शक्यता पूर्ण करण्याची तयारी करत आहे.

एकलव्य - ही गोष्ट किती चांगली आहे. आम्ही ज्या ज्या पद्धतीने दुःखाची रिपीट ऑर्डर देतो, त्या सगळ्या पद्धती मी जाणून घेऊ इच्छितो.

ऊपरवाला - आत्तापर्यंत मी तुला हेच सांगत आलोय. आता दुःखाची रिपीट ऑर्डर देण्याचं पुढचं कारण ऐक. वास्तवात माणूस बेसावधपणे काही तरी मागतो आणि मागणी पूर्ण झाल्यावर आपण मागणी केल्याचं विसरून जातो. उलट असं म्हणायला लागतो, की हे माझ्या जीवनात का आलं?

एकलव्य - हे समजावून देण्यासाठी आपल्या पेटाऱ्यातून काही तरी उदाहरण काढा ना !

ऊपरवाला - एक माणूस हॉटेलमध्ये गेला. त्याने वेटरला डोसा आणायची ऑर्डर दिली. पण आपण डोशाची ऑर्डर दिल्याचं तो विसरून गेला. जेव्हा वेटर डोसा घेऊन आला, तेव्हा तो वेटरशी भांडायला लागला, 'तू डोसा का आणलास?' कल्पना कर, की तूही तिथे बसला आहेस, आणि समोर काय चाललंय, ती गंमत बघतोयस. तू बघतोयस, तो माणूस ऑर्डरही देतोय आणि भांडतोयही. मग पुन्हा दुसरी ऑर्डर देतो. पुन्हा विसरतो. पुन्हा भांडू लागतो.

हे सगळं बेसावधपणे चालू आहे, त्यामुळे त्या माणसाला आपली चूक लक्षात येत नाही. आपण काय बोलतोय, कोणती ऑर्डर देतोय, याची जाणीव त्याला नाही. अगदी अशीच चूक बहुतेक सगळे लोक करतात.

एकलव्य - हे सगळं ऐकल्यावर माझ्या लक्षात येऊ लागलंय, मी जी ऑर्डर देईन, तेच माझ्या टेबलवर येईल. आता मी सजग राहीन. आसपासच्या लोकांकडे बघेन आणि आपण योग्य ऑर्डर दिल्याचा आनंदही घेईन.

ऊपरवाला - हा विचारसुद्धा तुझी ऑर्डरच आहे. असंच करायला हवं. नाही तर माणूस अज्ञानाने स्वतःच दुःखाची आदेश देतो आणि ईश्वराशी भांडतो की ' हे परमेश्वरा, माझ्या जीवनात हे दुःख का आलं? कधी सरणार हे दुःख?' त्या माणसाला कल्पना नसते, की ते दुःख आपणच आकर्षित केलंय.

एकलव्य - माझ्या बाबतीतही एकदा असंच झालं होतं. मी आपल्याला ते सगळं सांगू इच्छितो.

ऊपरवाला - जरूर सांग.

एकलव्य - मागच्या वर्षी मी माझ्या एका आजारी मित्राला भेटायला हॉस्पिटलमध्ये गेलो होतो. हॉस्पिटल चांगलं, सर्व सुविधांनी युक्त असं होतं. आरामशीर बिछाने, टीव्ही, ए.सी., फोन इत्यादी. हे सगळं पाहून माझ्या मनात विचार आला की, 'खरंच, मलाही... काही दिवसांसाठी अशी जागा मिळाली तर... मला काही क्षण आरामात घालवता येतील... शांतपणे आपल्या पसंतीचे कार्यक्रम पाहता येतील... मित्रांशी फोनवर गप्पा मारता येतील... लोक मला भेटायला येतील... फुलं देऊन माझ्या तब्बेतीची चौकशी करतील... इत्यादी.' अशा तऱ्हेने विचार करून मी अजाणतेपणे स्वतःच्या अस्वस्थ जीवनाची मागणी करतोय, याची मला कल्पना नव्हती. काही दिवसानंतर ही गोष्ट मी विसरूनही गेलो.

मग एक दिवस मी खूप आजारी पडलो. हॉस्पिटलमध्ये गेलो. मला खूपच शारीरिक त्रास सहन करावा लागला. मी देवाला नावं ठेवायला लागलो, 'माझ्याच बाबतीत असं का झालं.'

ऊपरवाला - अजाणतेपणे माणसाद्वारे दिली गेलेली ऑर्डर अदृश्यात पुरी होते, ही गोष्ट तो स्वतःदेखील जाणू शकत नाही. त्याला वाटतं, केवळ विचार केल्याने, अशा प्रकारच्या कल्पनेत रममाण झाल्याने काय होणार? त्याला स्वतःलाच कळत नाही, की त्याचं अंतर्मन या गोष्टी आपल्या अंतरात किती खोलवर सामावून घेतं. मग कधी तरी तो आजारी पडला, त्याला वेदना होऊ लागल्या नंतर तो विचार करू लागतो, 'माझ्याच बाबतीत असं का होतं... मी तर किती चांगला तगडा-ठणठणीत होतो. अचानक आजारी कसा पडलो? यावेळी त्याच्या हे लक्षात येत नाही, की भूतकाळात कधी तरी अज्ञानाने त्यानेच आजाराची ऑर्डर दिली होती.

एकलव्य - याचा अर्थ असा की, कुठलंही नकारात्मक दृश्य बघितल्यानंतर, मग तो ॲक्सिडेंट असेल, आजारपण, किंवा कुणाचा मृत्यू... आम्ही अतिशय सजग राहायला हवं, होय ना?

ऊपरवाला - अगदी निःसंदेह ! आपल्या मनात उठणाऱ्या नकारात्मक विचारांवर, मग ते दुःखद, निराशाजनक वा असुखद असू देत, तुला दक्ष राहिलं पाहिजे. सावधान राहिलं पाहिजे. प्रत्येक घटना मग ती बाह्यदृष्ट्या कितीही सुखद, आरामदायी वाटली, तरी त्यापासून नेहमी सावध राहा, कारण त्यांच्या रूपानेच माणूस आपल्या जीवनात त्या गोष्टी वारंवार आकर्षित करतो, जी त्याच्यासाठी दुःख देणारी ठरू शकते.

एकलव्य – आणखीही काही कारणं आहेत का, की ज्यामुळे माणूस निसर्गाला दुःख आणण्याचे आदेश देतो?

ऊपरवाला – अनेकदा असं होतं, की एक विचार माणूस आपल्या मनात पुन्हा पुन्हा घोळवून त्याची रिपीट ऑर्डर देतो. समजा, तू एखाद्या दुकानात गेलास. दुकानदार एखादी वस्तू तुला दाखवतो. त्या वस्तूबद्दल पुनःपुन्हा बोलत राहतो. त्याची वारंवार माहिती देतो. त्यामुळे नको असतानाही केवळ दुकानदाराच्या दबावामुळे गरज नसतानाही नाइलाजाने ती वस्तू तू विकत घेतोस आणि त्याबद्दल सतत विचार करून तुला दुःख होतं.

एकलव्य – होय. माझ्या बाबतीत पुष्कळदा असं घडतं. कुणी तरी विक्रेता (सेल्समन) आमच्या घरी येतो आणि नको असतानाही मला त्याची वस्तू विकत घ्यावी लागते.

ऊपरवाला – मग तू दुःखी होतोस आणि मनात सतत हाच विचार करत राहतोस की, 'दुकानदार जी वस्तू दाखवतो, ती मला विकत घ्यावीच लागते.' अशा तऱ्हेने आपल्या विचारांनी रिपीट ऑर्डर देऊन तू स्वतःच दुःखाला जीवनात आकर्षित करतोस. माणसाकडून आणखीही काही चुका होतात, ज्यामुळे तो दुःखाची पुनर्मागणी करतो.

एकलव्य – कोणत्या?

ऊपरवाला – सुखाची ऑर्डर देताना माणसाकडून सूक्ष्मशी चूक अशी होते, की सुखाची ऑर्डर देताना मधून मधून तो स्टॉपही म्हणत जातो. स्टॉप म्हटल्याने जी खुशी त्याच्या जीवनात येऊ लागली होती, ती मधेच थांबली, हे त्याला कळत नाही. माणसाच्या या चुकीमुळे अजाणतेपणे त्याच्याकडून दुःखाची पुनर्मागणी होते.

एकलव्य – स्टॉप म्हणणं म्हणजे काय? मला काही कळलं नाही.

ऊपरवाला – जसं कुणी माणूस म्हणाला, 'मला खूप त्रास होतोय... मी खूपच तणावामध्ये आहे.' याचा अर्थ असा की तो आपल्याकडे येणाऱ्या खुशीला स्टॉप म्हणतोय. स्टॉप म्हणून तो आपल्याकडे येणाऱ्या खुशीला थांबवतोय. जरी त्याने शब्दाच्या माध्यमातून 'स्टॉप' म्हटलेलं नसलं, तरी तो जे वाक्य बोलला, त्याचा अर्थ आहे स्टॉप. अर्थात निसर्ग किंवा प्रकृती त्याला सुविधा देऊ इच्छित होती, पण तो म्हणतोय, 'मला खूप त्रास होतोय.' त्यामुळे सुविधा त्याच्याकडे येताना थांबते.

एकलव्य – म्हणजे, जे आपण बघतो, तेच आपल्याला मिळतं !

ऊपरवाला –अगदी बरोबर. माणसाला त्रास, कष्ट दिसतात, त्यामुळे त्याला दुखःच मिळतं. प्रत्येक घटनेत माणसाला जर खुशी दिसू लागली, तर खुशी, प्रकृतिस्वास्थ्य, धनदौलत वा हवी असलेली प्रत्येक गोष्ट त्याला मिळेल. जे बघेल तेच मिळेल आणि हेच सत्य आहे. जर माणूस म्हणाला, 'मला खूप त्रास आहे, तर त्याचं सत्य त्रासच आहे. अर्थात ज्याचं जे सत्य आहे, त्याला तेच मिळतं. स्वतःलाच विचार की, 'माझं सत्य काय आहे?'

एकलव्य – वा ! काय विधान आहे, 'माझं सत्य काय आहे?' हा प्रश्न मी माझ्या घरातील प्रत्येक खोलीमध्ये लिहून ठेवेन. त्यामुळे मी जेव्हा जेव्हा सत्यापासून विन्मुख होईन, तेव्हा तेव्हा हे वाक्य मला माझ्या सत्याची आठवण करून देईल.

ऊपरवाला – जरूर लिही आणि मग पुढचं दृष्य बघ. नाही तर माणसाला त्रास, दुःख, कष्ट हेच सत्य वाटतं. त्यामुळे तो म्हणतो, 'मला खूप त्रास होतोय. कष्ट होताहेत. दुःख होतंय.' पण या नकारात्मक विधानाने तो आपला त्रास कमी करत नाही, तर वाढवतच असतो. म्हणून त्याला कितीही त्रास झाला तरी त्याने असं बोलता कामा नये, कारण ज्या गोष्टीवर तुम्ही तुमचं मन केंद्रित कराल, तीच गोष्ट मिळवाल. जिला जेवढं हटकाल, अडथळा कराल, तेवढी ती टिकून राहील. स्थिर राहील. 'टोकाल तर टिकेल'.

माणसाला कुठल्याही गोष्टीचं दुःख झालं तर, 'मला दुःख झालंय... मला दुःख झालंय...' असं म्हणत आपलं दुःख आणखीनच वाढवत राहतो. दुःखावर लक्ष केंद्रित करून ते टिकून राहण्याचा संकेत देत असतो.

एकलव्य –आज आपण मला अगदी सूक्ष्म अशी जाणीव दिलीत, त्याबद्दल हार्दिक धन्यवाद !

ऊपरवाला – हे तुझे सत्य आहे आणि तुझा आदेशही आहे, त्यामुळे तो पूर्ण होतोय. अध्यात्मामधली ही सूक्ष्म समज, म्हणजेच निखळलेली कडी आहे. कुणी तुला बघून काही म्हटलं, तर त्याचा तुझ्या जीवनावर तेवढा परिणाम होणार नाही, जेवढा तुझ्या विचारांमुळे आणि भावनांमुळे होईल.

एकलव्य – म्हणजे ज्याला काही त्रास आहे, त्याने नकारात्मक विधानं कधी करताच कामा नयेत.

ऊपरवाला –अगदी बरोबर बोललात ! जर कुणी आनंदात असेल, तर त्याने असं म्हटलं तरी चालेल की, 'खूप त्रास आहे.' म्हणजे त्याच्या म्हणण्याचा अर्थ

असा असेल की 'माझ्यापाशी इतका आनंद आहे, की मी तो व्यक्त कसा करू, हीच मला समस्या आहे.' मात्र ज्यांना खरोखरच त्रास आहे, त्यांनी असं कधी म्हणायला नको. उलट 'सगळंच चांगलं होतंय.' असं म्हणायला हवं. मग लवकरच त्यांच्या साऱ्या ऑर्डर्स पूर्ण होतील. स्टॉप म्हटल्यावर जेवढ्या गोष्टी स्टॉप झाल्या होत्या, त्या सगळ्या गोष्टी जीवनात पुन्हा येऊ लागतील.

एकलव्य – याचाच अर्थ आम्हाला प्रत्येक विधानाबाबत जागरूकता बाळगली पाहिजे. म्हणजे 'मी हे विधान केलं, पण याचा अर्थ काय आहे? वेलकम आहे की स्टॉप आहे?' हे नीट लक्षात घेतलं पाहिजे.

ऊपरवाला – बरोबर ! अगदी बरोबर ! जे स्वाभाविकपणे तुझ्याकडे येऊ लागलंय, त्याला स्टॉप म्हणू नकोस. प्रकृती तुला खूप काही देऊ इच्छिते. तिला देऊ दे. आपल्या खुशीत स्वतःच अडथळे आणू नकोस. नाही तर माणूस अजाणतेपणे स्वतःचाच शत्रू बनतो.

एकलव्य – तो कसा?

ऊपरवाला – माणूस नकारात्मक गोष्टीच जास्त बघतो. टीव्ही, वृत्तपत्र, सिनेमा, न्यूज चॅनेलवर तो जेवढे कार्यक्रम बघतो, त्यातून तो नकारात्मक गोष्टीच आपल्याकडे आकर्षित करतो. त्या सगळ्या गोष्टींची तो आपल्या जीवनाशी तुलना करतो. 'माझा मित्र असाच आहे... माझी धाकटी भावजय अशीच आहे... माझा भाऊ असाच आहे... माझी सासू अशीच आहे, ती असंच करते...' इत्यादी. असा विचार करताना त्याला कळत नाही, की अजाणतेपणे नकारात्मक आदेश देऊन तो चांगल्या गोष्टी आपल्याकडे येण्यापासून थोपवतोय.

असं करण्याने, त्याने जसा विचार केला होता, लोक त्याच्याशी तसेच वागू लागतात. अशा तऱ्हेने त्याला आपल्या विचारांचे पुरावे मिळतात. म्हणजे लोक त्याच्याशी वाईट रीतीने वागू लागतात, तेव्हा तो आपलं बरोबरच होतं, असं मानतो. त्याला वाटतं, 'मी म्हणत होतो ना, लोक वाईट आहेत, माझं म्हणणं अगदी बरोबर होतं.'

एकलव्य – म्हणजे विश्वास ठेवल्याने पुरावा मिळतो आणि पुरावा मिळाल्याने विश्वास दृढ होतो.

ऊपरवाला – होय ! असंच होतं ! मग आपलं बरोबर आहे, या विचाराने तो आपल्याच पायावर कुऱ्हाड मारून घेतो आणि दुसऱ्यांदा चूक करतो. जर त्याने एक

चूक केली असती, तर कमी दुःख भोगावं लागलं असतं. दुसरी चूक केल्याने दुःखातून बाहेर पडण्याची संधीच तो गमावतो.

त्याने जर आपली चूक सुधारली, तर त्याची खुशीची एक नजरसुद्धा दुसऱ्यांसाठी खूप मोठं काम करू शकते. अन्यथा चहू बाजूला लोक एकमेकांकडे दुःखपूर्ण नजरेने बघतात आणि समस्या वाढवत राहतात. माणसाने खुशीची ऑर्डर देऊन आपल्या आणि इतरांच्याही जीवनात खुशी आणायला हवी. दुःखाची ऑर्डर देऊन दुःख पसरवायचं नाही.

एकलव्य - एक गोष्ट सांगा. जर कुणी व्यक्ती नेहमीच खूश दिसत असेल, तर त्याने काही चिंता करण्याची गरज नाही. त्याचं सगळं ठीक-ठाक चाललंय, असंच तर त्याचा अर्थ नाही ना?

ऊपरवाला - नाही. तसं नसतं. जर माणसाला जीवनात आनंदच आनंद दिसला, तरी त्याने जागरूक राहायला हवं. कारण अदृश्यात ज्या गोष्टी घडत असतात, त्याचा माणसाला पत्ता लागत नाही. मग एक दिवस अचानक त्याचा परिणाम समोर येतो आणि त्याला वाटतं, 'मी काहीच केलं नाही. तरीही माझ्या बाबतीत ही दुर्घटना का घडली?' पण त्याला हे माहीत नसतं, की तो अज्ञानामुळे इतके दिवस आपल्या अंतरंगात नकारात्मक भावनांना खतपाणी घालत होता. माणूस जरी गप्प बसला, तरी तो आपले विचार आणि भावनांमुळे खूप काही करतो, कारण काहीच न करणं त्याला जमत नाही. त्यामुळे काही करायचंच असेल, तर असं काही कर, विश्वासबीज टाक, की ज्यामुळे तुझ्याकडून अनावश्यक चुका होणार नाहीत आणि दुःखाची पुनर्मागणीही होणार नाही.

एकलव्य - आता मी सुख असतानाही सजग राहीन. दुःखाची नाही, तर सुखाची पुनर्मागणी करेन. त्यामुळे माझं जीवन खुशीने, आनंदाने परिपूर्ण होईल.

ऊपरवाला - आणि त्यासाठी सकाळी फिरायलाही आणि बोलायलाही हवे.

'आपण दाखवून दिलेल्या मार्गाने निश्चितच चालत राहीन आणि सकाळच्या गप्पाटप्पांचा फेरफटकाही आवश्य मारीन.' असं म्हणत हसत हसत एकलव्य आपल्या घरी गेला आणि ऊपरवाला आपल्या घरी गेला.

२६
इस्लाम धर्माचा खरा अर्थ

सकाळी झोपेतून उठताच एकलव्याच्या फोनची रिंग वाजली. इतक्या सकाळी कुणाचा फोन असणार, असा विचार करत एकलव्याने फोन उचलला. फोन करणाऱ्याने आपलं नाव इकबाल सांगितलं. त्याने एकलव्याला भेटण्याची इच्छा प्रदर्शित केली. एकलव्याने त्याला संध्याकाळी सात वाजता त्याच्या घराजवळच्या 'गणेश मंदिरा'त यायला सांगितलं. फोन ठेवून एकलव्याने विचार केला, 'हा ऊपरवाल्याचाच 'इकबाल' असणार. मागे एकदा बोलताना त्याने हे नाव घेतलं होतं. एकलव्याला स्वतःचंच आश्चर्य वाटलं. कोणतीही विचारपूस न करता त्याने त्याला मंदिरात यायचं आमंत्रण कसं दिलं?

आज शुक्रवार असल्याने एकलव्य एकटाच मॉर्निंग वॉकला गेला. मनातल्या मनात तो संध्याकाळच्या मुलाखतीबद्दल विचार करू लागला. त्याच्या मनात राहून राहून एक प्रश्न येत होता, की इकबाल मला का भेटू इच्छितो?

संध्याकाळी बरोबर सात वाजता एकलव्य गणेश मंदिरात पोहोचला. इकबालची वाट बघत तो मंदिराच्या दाराशीच उभा राहिला. एकलव्याने इकबालला कधी पाहिलं नव्हतं, त्यामुळे तो अधीकच सतर्क होऊन उभा होता. इतक्यात समोरून एक धीर-गंभीर नवयुवक सरळ त्याच्याजवळ आला आणि त्याने एकलव्याला विचारलं,

इकबाल –आपणच एकलव्य का?

एकलव्य – (आपला हात पुढे करत) हो. मीच एकलव्य.

इकबालने एकलव्याचा हात हातात घेत म्हटलं

इकबाल – आपल्याला भेटून आनंद झाला.

एकलव्य - मलाही ! चला, मंदिराच्या ओट्यावर बसून बोलू या.

दोघेही ओट्याच्या एका कोपऱ्यात बसले.

इकबाल - मी आपल्या बिल्डिंगमध्ये जे 'श्री संदेशाकाशजी' राहतात, त्यांचा मी शिष्य आहे.

एकलव्याने हसत मान डोलावली. यावेळी ऊपरवाल्याचं हे नवीन नाव ऐकून त्याला आश्चर्य वाटले नाही.

एकलव्य - आपण मला का भेटू इच्छित आहात?

इकबाल - श्री संदेशाकाशजी यांच्याकडून मला कळलं, की आपणही त्यांच्याकडून ज्ञान ग्रहण करताहात. मग मी असा विचार केला, आपण ऐकलेल्या अमूल्य गोष्टींचं आदान-प्रदान करावं.

एकलव्य - छान झालं ! मी स्वतःदेखील आपल्याला भेटू इच्छित होतो. बरं, मला एक सांगा, 'श्री संदेशाकाशजीं'कडून ज्ञान ग्रहण करताना आपल्या जीवनात काही परिवर्तन घडलं आहे का?

इकबाल - 'श्री संदेशाकाशजीं'नीच मला इस्लाम धर्माचा खरा अर्थ सांगितला. आता कुठे मी खरा अर्थ हृदयस्थ करून नमाज पढू लागलोय आणि समर्पण साधनेचा रोज अभ्यास करू लागलोय. ते माझ्यासाठी मोहम्मद पैगंबरांपेक्षा कमी नाहीत.

एकलव्य - (उत्सुकतेने) त्यांनी आपल्याला इस्लाम धर्माचा काय अर्थ सांगितला?

इकबाल - त्यांनी सांगितलं, की इस्लाम शब्दाचा अर्थ आहे, 'ईश्वराच्या इच्छेपुढे समर्पण' (Submission to the will of God) जो माणूस योग्य रीतीने समर्पण करतो, त्याला पूर्ण मार्क मिळतात आणि ईश्वर, अल्लाह म्हणजे जे काही देवाचं नाव असेल ते प्राप्त होतं.

एकलव्य - जसं हिंदू म्हणतात, तुझं तुलाच अर्पण, समर्पण.

इकबाल - बरोबर. शब्द वेगळे असतील कदाचित पण प्रत्येक धर्माचा भाव हाच आहे. ज्याचं पूर्ण समर्पण झालेलं आहे, तो इस्लाम धर्माचा, तोच मुसलमान. मुसलमानचा अर्थ आहे, जो एकावर विश्वास ठेवतो तो. एकाबद्दल ईमान तो मुसलमान.

एकलव्य - अरे वा !'श्री संदेशाकाशर्जी'नी इस्लामचा किती व्यापक अर्थ सांगितला आहे !

इकबाल - याचा अर्थ मुसलमान हा शब्द वापरला नाही, तर तो माणूस समर्पण करत नाही, असा नाही. जसं, एक जण पाणी पितोय. कुणी त्याला विचारलं, 'आपण पाणी पित आहात का?' त्यावर तो म्हणाला, 'नाही. मी जल पितोय परंतु वॉटर शब्दाचा मला तिरस्कार वाटतो. (I hate water) तर आपण त्याला काय म्हणाल? तसंच कुणी विचारलं, 'तू मुसलमान आहेस का?' आणि तो म्हणाला, 'मुळीच नाही.' तर याचा अर्थ तो ईश्वरापुढे समर्पित नाही.

एकलव्य - आज इस्लामचा एक नवीनच अर्थ कळला. ईश्वराला समर्पित असलेला प्रत्येक जण मुसलमान आहे. मुसलमान, म्हणजे विशिष्ट वेशभूषा धारण केलेली व्यक्ती नव्हे.

इकबाल - बरोबर ! शब्द अरबी असो, वा संस्कृत, अर्थ तोच आहे. हिंदू मुसलमान आहे. मुसलमान ख्रिश्चन आहे. ख्रिश्चन जर शिकत असेल, तर तो शीख आहे. शीख जर शिकून मनावर विजय मिळवत असेल, तर तो जैन आहे. जैन ध्यानाचं ध्यान करत असेल, तर तो बौद्ध आहे. बौद्ध अनुभवाला (वेदाला) महत्त्व देत असेल, तर तो हिंदू आहे.

एकलव्य - वाः ! आपण तर सगळ्या धर्मांना एका सूत्रात बांधलंत.

इकबाल - मुसलमान 'इंशा अल्लाह' म्हणतो. ख्रिश्चन 'तुझी इच्छा पूर्ण होवो' (Thy will be done) म्हणतो. कुणी प्रभूची इच्छा तर कुणी 'जो हुक्म मालिक का' म्हणतो. याचा अर्थ सगळे तेच म्हणताहेत. केवळ वॉटरच्या जागी जल म्हटलं, म्हणून काय पाण्याचा धर्म बदलला?

एकलव्य - मुळीच नाही. धर्म माणसाचा खरा स्वभाव आहे.

इकबाल - जर कुणी म्हटलं की, 'मी पाणी पीत नाही' तर ते ठीक आहे. पण 'मी केवळ जल पितो आणि पाण्याचा तिरस्कार करतो', म्हटलं तर हद्द झाली. माणसाने थोडं थांबलं पाहिजे. विचार केला पाहिजे. त्यावर मनन केलं पाहिजे. मनन करण्यासाठी रमजानचा महिना येतो आणि ईद साजरी करण्याची पात्रता निर्माण होते.

एकलव्य - अगदी बिनतोड बोलणं आहे आपलं !

इकबाल – लोक दिवसातून पाच वेळा नमाज पढतात. दिवसातून पाच वेळा 'ला इलाह... इल्ललाह...' म्हणतात. याचा अर्थ असा आहे, की ईश्वराशिवाय कुणी ईश्वर नाही. एकच ईश्वर आहे. तो कर्ता आहे. तू कर्ता नाहीस.

इकबाल त्याच लयीत बोलत राहिला. 'इस्लाम धर्माने नमाज पठणाला जीवनाचं अंग बनवलं. जीवनापासून त्याला वेगळं काढता येणार नाही. लहानपणापासून मी नमाज पठण करत आलोय. त्यामुळे मोठं झाल्यावर नमाज पठण माझ्यासाठी यंत्रवत् झालं. मी पाठ केलेले, घोकंपट्टी केलेले शब्दच पुनःपुन्हा उच्चारत राहिलो. पण ते शब्द उच्चारताना त्यांचा अर्थ काय आहे? मी काय बोलतोय? नमाज पढताना वास्तवात काय चाललंय, हे मला माहीत नव्हतं. आता मला कळलं, की नमाज पठणाच्या वेळी अल्लाह, ईश्वर, चैतन्य तत्त्वाचीच स्तुती, प्रशंसा होत असते. चैतन्य तत्त्व महान आहे. तेच कर्ता आहे. त्यानेच सृष्टी बनवलीय. या सगळ्याचा अनुभव घेऊन आता मी रोज नमाज पठण करतो. नमाजाचं महत्त्व आता मला नीट उमगलंय.

एकलव्य – म्हणजे इस्लाम धर्म काय आहे, हे 'श्री संदेशाकाशजीं' मुळे आपल्याला अनुभवता आलं.

इकबाल – होय ! आता तू मला तुझी गीता सांग.

आता एकलव्याने आपल्या जीवनात घडलेल्या परिवर्तनाची इकबालला माहिती दिली. 'आनंदाने आनंदाचा शोध' याबद्दल विस्ताराने सांगितले. ते ऐकून इकबालला वाटलं, आपण एकलव्याला भेटलो, हे चांगलंच झालं.

एकलव्याने इकबालला पुन्हा भेटण्याचा आग्रह करून त्याचा निरोप घेतला. दुसरीकडे इकबालने एकलव्याला पुन्हा लवकरच भेटण्याचा निश्चय केला.

२७
खुशी हाच मार्ग

आज एकलव्याला इकबालबरोबर झालेल्या भेटीबद्दल ऊपरवाल्याशी बोलण्याची खूप उत्सुकता होती. इस्लाम धर्माचा नवा अर्थ ऐकल्याने तो चकित झाला होता, तसाच आनंदितही. या विचारांबरोबरच तो पायऱ्या उतरू लागला. ऊपरवालाही याच वेळी खाली आला. दोघांनीही हसून एकमेकांना अभिवादन केलं आणि चालू लागले.

एकलव्य - (हसत) काल मी 'श्री संदेशाकाशजीं'ची शिकवण ऐकून आलो. आज माझी खात्री झालीय की,

    ऊपरवाला, नचिकेता, म्हणा रॉबर्ट वा संदेशाकाश

    तत्त्व आहे एकच सर्वांमध्ये, आता बसला पूर्ण विश्वास.

ऊपरवाला - (हसत हसत) चला... बरं झालं.. आता आपण आपल्या आजच्या विषयावर येऊ या. तू तयार आहेस ना?

एकलव्य - होय ! आज दुःखमुक्तीचा पुढचा उपाय जाणायचाय.

ऊपरवाला - प्रत्येक जण खऱ्या आनंदासाठी भटकतोय. तो धनदौलत, मान सन्मान, पद-प्रतिष्ठा, नाव-कीर्ती, सुख-सुविधा, स्वस्त, निकृष्ट दर्जाचं मनोरंजन यातच खरं सुख शोधतोय.

एकलव्य - या गोष्टींमुळे खरं सुख, आनंद, खुशी मिळणार नाही का?

ऊपरवाला - नाही. हे मार्ग खरं सुख, आनंद, खुशी मिळवण्याचे नाहीत. उलट खुशी स्वतःच खरी खुशी मिळवण्याचा मार्ग आहे. दुःखात खुश होण्याचा आठवा उपाय हीच गोष्ट सांगतो. म्हणून दररोज, अधून मधून ही ओळ आठव की, 'खुशी मिळवण्याचा दुसरा कुठलाही मार्ग नाही. खुशी स्वतःच मार्ग आहे. (There is no way to happiness; happiness it self is the way). 'खुशी मिळवण्याचे दुसरे कुठलेही औषध नाही कारण खुशी स्वतःच औषध आहे.' (There is no medicine to attain happiness; because happiness it self is the medicine). '

एकलव्य - दिवसभर सातत्याने मी या ओळी आठवत राहिलो, तर मी सहजपणे खुश राहू शकेन. होय ना?

ऊपरवाला -हो ! सातत्याने या ओळी आठवल्यास आणि अधून - मधून त्या घोकल्यास, तर तू आपल्या अनुभवाने म्हणशील, 'अरे ! खरा आनंद मिळवण्याचं हेच तर औषध आहे. मला नेहमीच खूश राहायला हवं.' एकलव्य ही गोष्ट तू नीट समजून घे, की खुशी हाच खुशी मिळवण्याचा सगळ्यात चांगला आणि मूल्यवान असा इलाज आहे. त्याचप्रमाणे ही निसर्गाद्वारे माणसाला मिळालेली भेट आहे. जणू नजराणाच मिळालाय त्याला. आता तुला दुःखात खूश का राहायला हवं, याचं अगदी सखोल उत्तर लक्षात आलं असेल, होय ना?

एकलव्य - होय. जर खुशी हाच खुशी मिळवण्याचा उपाय असेल तर आता मला दुःखात खूश व्हायलाच हवं. पण - परंतु म्हणायला मुळी अवसरच नाही.

ऊपरवाला - (हसत) आला ना आता उंट पर्वताखाली ! खुशी नेहमीच माणसाच्या अंतरंगात असते. ती मिळवण्यासाठी कुठे थिएटरमध्ये किंवा बागेत जायची गरज नाही. नोकरीत प्रमोशन किंवा कुणाचं लग्नकार्य यांची वाट बघण्याचीही गरज नाही. या उलट स्वतःला सातत्याने आठवण देण्याची गरज आहे, की 'खुशी मिळवण्याचा दुसरा कुठलाही रस्ता नाही. खुशी स्वतःच रस्ता आहे. ' माणसाच्या अंतर्यामी खुशी असूनही ती त्याला मिळत नाही, कारण तो खूश राहणं विसरलाय. त्याने आपल्या मान्यतांनाच सत्य मानलंय.

एकलव्य - खरी खुशी आणि पारंपरिक समज, यांचा लपंडाव कशा तऱ्हेने चालतो, हे आपण समजावून सांगाल का?

ऊपरवाला - जेव्हा तू गाढ झोपेत असतोस, तेव्हा तू स्वानुभवात म्हणजे खऱ्या आनंदात असतोस. पण सकाळी तुझे डोळे उघडताच तू स्वानुभवातून बाहेर पडतोस आणि खरा आनंद विसरून जातोस. सकाळी डोळे उघडताच विचारांचे डाकू तुझ्यामध्ये घुसतात आणि तुझी सुंदर सकाळ नकारात्मक विचारांमध्ये परावर्तित करतात. तुला माहीत आहे ना, जत्रेत डाकू घुसले, तर काय होतं? असं दृश्य तू चित्रपटातून

अनेक वेळा पाहिलं असशील, की कशा तऱ्हेने जत्रेत डाकू घुसून सगळं उद्ध्वस्त करून टाकतात.

एकलव्य – कधी कधी माझ्याबाबतीतदेखील असंच होतं. सकाळी उठताच नकारात्मक विचारांचे डाकू माझ्यात घुसतात आणि सगळं उद्ध्वस्त करून निघून जातात. जसं... जसं..

ऊपरवाला – जसं.. आजचा दिवस काही खास नाही... कंटाळवाणं वाटतय... ... अमुक-तमुक माणसानं माझं काम केलं नाही... ही रोजची झंझट कधी संपणार कुणास ठाऊक? .. मलाच सगळं करावं लागतंय...डोकं दुखू लागलंय. माझी या सगळ्यातून सुटका कधी होणार ?... ऑफीस, कॉलेज आणि घरात इतकं काम आहे, त्यात आणखी पाहुण्यांची भर...इत्यादी. या सगळ्या विचारांनी तुझी खुशी नाहीशी होऊन जाते. मग या विचारांनी दिवसभर जी तोडफोड होते, ती दुरुस्त करण्याच्या मागे तू लागतोस आणि आपला सगळा वेळ त्यातच घालवून बसतोस.

एकलव्य – (स्वतःशी हसत) अशा स्थितीत खरी खुशी, खरा आनंद आम्हाला कसा आणि कधी आठवेल?

ऊपरवाला – यासाठीच दिवसामध्ये अधून मधून अगदी अंतःकरणापासून खूश होत जा. आपल्या मूळ स्वभावाची आठवण कर. खुशी मिळवण्यासाठी काही कारणच हवं, असं नसतं. बस ! खूश हो ! यासाठी तू डोळे बंद करून एक प्रयोग कर.

एकलव्य – आत्ताच आपण हा प्रयोग करू शकतो का?

ऊपरवाला – (एका घनदाट वडाच्या वृक्षाकडे इशारा करत) ठीक आहे. चल. त्या वृक्षाखाली बसू या.

वडाच्या झाडाखाली समोरासमोर बसतात.

ऊपरवाला – एक मिनीट आपले डोळे बंद कर आणि जीवनातले असे काही क्षण बघ, जेव्हा तू खूप खूश होतास. (काही क्षणानंतर) आता ते दृश्य डोळ्यांसमोर आणून त्यावेळी जागृत झालेल्या भावनांचे स्मरण कर. मग त्या अमूल्य खुशीच्या क्षणांचा सर्व इंद्रियांद्वारे अनुभव कर.

आता आपले डोळे उघड आणि आता मला सांग, ज्यावेळी तू अतिशय खूश होतास, त्यामागे काही कारण होतं?

– आता ते दृश्य समोर आणून त्यावेळी उठलेल्या भावनांचं स्मरण कर.

नाही, की त्याची परिस्थिती धोकादायक आहे, कारण त्याचं व्यायाम करणं आपल्या मित्रांवर अवलंबून आहे. भविष्यात जर त्याच्या मित्राने व्यायाम करणं सोडलं, तर हा माणूसही व्यायाम बंद करण्याची शक्यता आहे.

एकलव्य – मला जाणवतंय, की माझी खुशीसुद्धा अनेक वेळा घरच्या लोकांच्या खुशीवर निर्भर असते. ही गोष्ट खरोखरच धोकादायक आहे का?

ऊपरवाला –होय ! नक्कीच ! जर तू असा विचार करशील की, 'माझ्या घरातले सगळे जण खूश असतील, तरच मी खूश राहीन, तर तू केवळ आनंद मिळण्याची वाटच बघत राहशील, कारण लोक काही तुझ्या हिशेबानं खूश होणार नाहीत. जोपर्यंत चिरंतन खुशी मिळत नाही, तोपर्यंत प्रत्येकाची खुशीची परिभाषा वेगवेगळी असते. कुणाला गर्दीत राहून खुशी मिळते, कुणी शांतता असताना खूश होतात. कुणाला स्वादिष्ट भोजन केल्याने खुशी मिळते, कुणी भोजन बनवताना खूश होतात. प्रत्येक जण आपापल्या खुशीचा शोध वेगवेगळ्या जागी घेतो.

आपल्या कुटुंबातील मंडळींना खूश करण्यासाठी माणूस काय काय करत नाही! तो त्यांना साऱ्या सुख-सुविधा देण्याचा प्रयत्न करतो. तरीही ते खूश होत नाहीत, कारण काय केल्याने कुटुंबातील लोक खूश होतील, हे त्यालाच माहीत नसतं. अशा तऱ्हेने तो जीवनभर लोकांना खूश करण्याचा प्रयत्न करतो आणि ते खूश होत नाहीत म्हणून स्वतःही दुःखी होतो.

एकलव्य – मग आम्ही समाजात कसं जगायला हवं?

ऊपरवाला – माझं सगळं सांगून कुठे संपलंय अजून? जरा ऐक तरी... घरच्या मंडळींना खूश करण्यासाठी तू स्वतः आधी खूश राहा. ही सगळ्यात मजेदार गोष्ट आहे. जर तू खूश झालास, तर घरातील लोक खूश होण्याची शक्यता वाढेल. ही गोष्ट इतकी साधी आहे की, लोक ती लवकरच विसरतात. वास्तविक तिच्या साधेपणामुळेच ती लोकांना कठीण वाटते. खूश राहण्याचं सूत्र इतकं सरळ आहे, की यातून काही सांगितलं आहे, असं वाटतच नाही. खुशी मिळवण्यासाठी आपलं असणंच पुरेसं आहे. आनंद मिळवण्यासाठी तू जिवंत आहेस हेच खूप झालं.

एकलव्य – (ऊपरवाल्याच्या बाबतीत सद्भावनेने भारावून) आजपर्यंत मला असा कुणी माणूस भेटला नाही, जो असं म्हणतो की, 'मी आहे, म्हणून खूश आहे. माझं असणंच पुरेसं आहे. मी जिवंत आहे, हेच पुरेसं आहे.'

ऊपरवाला – मरताना जेव्हा एखाद्याचा श्वास अडकतो, तेव्हा त्याला कळतं,

– आता ते मूल्यवान खुशीचे क्षण सर्व इंद्रियांद्वारे अनुभव.

– आता आपले डोळे उघड. मला सांग की ज्यावेळी तू अतिशय खूश होतास, आनंदात होतास, त्यामागे काही कारण होतं? त्यावेळी अशी काही घटना घडली होती, की ज्यामुळे तू खूश झाला होतास?

एकलव्य – (काहीसा विचार करत) होय. खुशीच्या ज्या क्षणांची मी आठवण करत होतो, त्या सर्वांमागे काही ना काही कारण निश्चितपणे होतं.

ऊपरवाला –आता यामागील कारणं काढून टाक, म्हणजे तुला खरा आनंद मिळेल.

एकलव्य – अकारण खुशी?

ऊपरवाला – हं ! तुला ज्या कारणांमुळे आनंद झाला होता, उदा. लॉटरी लागली... प्रमोशन मिळालं... कुणी जवळचा मित्र भेटला... डोंगरावर भटकायला गेलात... ही सगळी कारणं बाजूला कर. जी खुशी तू अनुभवत होतास, ती जर तुला विनाकारण मिळाली, तर तुझं जीवन कसं होईल?

एकलव्य – (आनंदाने) साधं, सरळ आणि शक्तिशाली होईल. आता मला कळलं, की खुशी मिळवण्याचा कुठलाही मार्ग नाही, कुठलंही कारण त्यासाठी लागत नाही, उलट खुशी स्वतःच मार्ग बनू शकते.

ऊपरवाला – बरोबर. जी खुशी कारणांवर निर्भर असते, ती काही चिरंतन खुशी नव्हे. जर कुणी असा विचार केला की, 'अमुक तमुक नातेवाईक सुधारला, तर आपण खूश होऊ... कंपनीत काम करणारे कर्मचारी योग्य रीतीने काम करू लागले तर आपण खूश होऊ. ... सरकारी नेते आणि कर्मचारी प्रामाणिक झाले,तर आपण खूश होऊ...' अर्थात त्याची खुशी दुसऱ्यांवर निर्भर आहे आणि ती भविष्याच्या उदरात आहे. वस्तुतः खूश होण्यासाठी इतकी वाट पाहण्याची आवश्यकता नाही. तू आत्तासुद्धा खूश होऊ शकतोस. दुसऱ्यांवर अवलंबून राहून मिळणारी खुशी तात्कालिक असते आणि धोकादायकसुद्धा !

एकलव्य – (चकित होत) – खुशी आणि धोकादायक? ती कशी काय?

ऊपरवाला – हे असं आहे बघ,... एक माणूस म्हणतो, 'माझ्या मित्राने व्यायाम करणं सुरू केलंय, म्हणून मीही नियमितपणे व्यायाम करतो.' आता त्या माणसाने नियमितपणे व्यायाम सुरू केला, ही गोष्ट चांगलीच आहे, पण त्याला हे माहीत

तो जगत होता. त्याचा श्वासोच्छ्वास चालू होता. एरवी माणसाला कळतच नाही, की तो जिवंत आहे. माणूस जिवंत आहे, हे खुशीचं किती मोठं कारण आहे. पण त्याचे पूर्वग्रह त्याला खूश होऊ देत नाहीत. ते म्हणतात, ' यात काय मोठं? सगळेच तर जिवंत आहेत.' पण जिवंत असणं म्हणजे काय? असं काय आहे, ज्यामुळे हे शरीर चालता फिरताना दिसतं. असं काय आहे, ज्यामुळे हे शरीर बोलतं, विचार करतं, हसतं, रडतं, गातं? जेव्हा बुलबुल गाते तेव्हा तिच्यात अशी कोणती गोष्ट असते जी आपल्यात नाही? त्याच्यामध्ये असं काय झालंय की तो गातोय? तसंच आपल्याबाबतीत होत नाही का?

एकलव्य - त्याच्यामध्ये जे चैतन्य आहे, तेच आपल्यातही आहे, पण...

ऊपरवाला -स्वतःलाच असा प्रश्न विचार, की कोणते नकारात्मक विचार तुझ्या अंतरात काम करताहेत, जे तुला गाणं गाण्यापासून रोखून धरताहेत. काही तरी असं झालं आहे ज्यामुळे तू खूश राहू शकत नाहीस.

अशाच प्रश्नांपासून अंतिम सत्याचा शोध सुरू होतो. म्हणूनच दुःख आलं, तर घाबरू नकोस, उलट शोध सुरू कर. शोध घेतल्यानंतर तू म्हणशील, 'अरे ! किती चांगलं झालं ! या दुःखामुळेच तर मी पुढे गेलो, स्वतःला जाणलं, आत्मविकास करू शकलो.

एकलव्य - आता मी निराशा आणि दुःख यांना वाईट न समजता, त्यांना अंतिम सत्य जाणण्यासाठीची शिडी बनवेन आणि स्वतःला वारंवार बजावेन की, 'खुशी स्वतःच रस्ता आहे, मार्ग आहे. खुशी मिळवण्याचा अन्य कुठलाही मार्ग नाही.'

ऊपरवाला - (हात वर करत) तथास्तु !

एकलव्य ऊपरवाल्याने 'तथास्तु' म्हटल्यामुळे आनंदविभोर झाला. एकलव्याचा आनंद पाहून हसत हसत उपरवाला आणि एकलव्य आपापल्या घरी गेले. एकलव्याला यावेळी मुळीच माहीत नव्हतं, की ऊपरवाल्याचा आशीर्वाद मिळाल्याने आज ऑफीसमध्ये काय चमत्कार घडणार आहे.

२८
खुशंग संग

आज सकाळी एकलव्य झोपेतून जागा झाला, तो नवीन विचार मनात घोळवतच. 'मी आहे म्हणून खूश आहे' ही ऊपरवाल्याने काल सांगितलेली ओळ त्याच्या मनात रुंजी घालत होती. १०८ दिवसांत दुःखमुक्तीच्या आपण केलेल्या संकल्पाचीही त्याला आठवण झाली. त्याला असं जाणवलं, की या संकल्पपूर्तीनेच तो ऊपरवाल्याच्या ऋणातून मुक्त होऊ शकेल. संकल्पपूर्तीच्या या निश्चयाने त्याच्यात जणू एक नवीन चैतन्य सळसळू लागलं. तो उत्साहाने घराबाहेर पडला. बिल्डींगच्या गेटपाशीच त्याला ऊपरवाला दिसला. दोघांनी हसून एकमेकांना अभिवादन केलं. एकलव्याची प्रसन्न मुद्रा पाहून ऊपरवाल्याने विचारलं -

ऊपरवाला - काय विशेष? आज जरा जास्तच ऊर्जावान आणि चैतन्यशील दिसतोयस !

एकलव्य - आज सकाळी माझ्या मनात विचार आले, की १०८ दिवसांत दुःखमुक्त व्हायलाच हवं. हा विचारच मला ऊर्जा प्रदान करतोय. काल ऑफीसमध्ये एक घटना घडली. त्यामुळेही मी खूश आहे. आपण दाखवलेल्या मार्गाने चालल्यामुळे आसपासचे लोक कसे बदलतात, याचा मी अनुभव घेतला. आपल्याला ते मी सांगू इच्छितो.

ऊपरवाला - हं ! जरूर सांग.

एकलव्य - माझा सहकारी अश्विन याच्यावर मिस्टर द्रोणनाथनची विशेष मर्जी होती. अश्विन उंचापुरा आणि रुबाबदार होता. मिस्टर द्रोणनाथनना आपली मुलगी एकता हिला साजेसा जोडीदार हवा होता. ते त्या शोधातच होते. जावयाबद्दल त्यांच्या ज्या अपेक्षा होत्या, ती सारी वैशिष्ट्ये त्यांना अश्विनमध्ये दिसत होती.

त्यांनी अश्विनसाठी खूप काही केलं. पण एक दिवस अश्विनने ही भल्या मोठ्या पगाराची नोकरी सोडली आणि तो दुसरीकडे निघून गेला. त्यांच्या मनावर याचा विलक्षण आघात झाला. त्यांच्या मनाला खोलवर जखम झाली. नोकरी सोडताना अश्विनच्या मनात एकदाही मिस्टर द्रोणनाथनचा विचार आला नाही. या घटनेनंतर त्यांना माझ्या कार्यनिष्ठेची जाणीव होऊ लागली. माझा प्रामाणिकपणा, कामावरील निष्ठा त्यांना प्रभावित करू लागली. जी व्यक्ती त्यांना डोळ्यापुढेसुद्धा नको होती, जी दिसली, की त्यांची नुसती जळफळ व्हायची, ती आता एकतासाठी 'उपयुक्त पात्र' बनली. त्यांना जाणीव झाली, रूपरंगच नाही, तर जावयात गुणही असायला हवेत.

ऊपरवाला – (हसत) बघ, तुला तर वाटत होतं, की द्रोणनाथनद्वारा तुझा अंगठा कापला जातोय, पण प्रत्यक्षात अगदी उलट घडतंय. अंगठा तर कापला गेलाच नाही, उलट वाङ्निश्चयाची अंगठी मिळतेय ! काय बरोबर बोलतोय ना मी !

एकलव्य – होय ! असं होतंय खरं !

ऊपरवाला – (मजेत) अंगठा वाचला आणि लाख मिळाले. परतताना एकलव्य एकता घेऊन आले.

एकलव्य – (लाजून) खरं आहे. आपल्याकडून जी शिकवण मिळाली, त्याचीच ही कमाल आहे. (बोलण्याचा विषय बदलत) आज आपण दुःखमुक्तीचा पुढचा उपाय सांगणार आहात नं?

ऊपरवाला – खुशंग करणे.

एकलव्य – खुशंग ! म्हणजे?

ऊपरवाला – खुशंग करणे म्हणजे खूश लोकांचा संग करणे. म्हणजेच खूश लोकांबरोबर राहणे. दुःखात खूश राहण्याचा हा नववा उपाय आहे. कुसंगच्या अगदी उलट शब्द आहे, खुशंग. कुसंगाने मिळते, नकली खुशी. नकली खुशी म्हणजे तात्कालिक खुशी, तर खुशंगाने मिळते असली खुशी. असली खुशी म्हणजे चिरंतन खुशी किंवा स्थायी खुशी. खुशंग करणे म्हणजे खूश लोकांबरोबर राहणे, त्याचप्रमाणे दुसऱ्यांचे गुण पाहणे.

एकलव्य – या वाक्यांमधून मला सखोलता जाणवत आहे. पण मी वाईट लोकांची संगत कधीच करत नाही.

ऊपरवाला - केवळ वाईट माणसांबरोबर राहणे, म्हणजेच कुसंग नाही. दुसऱ्यांमध्ये अवगुण पाहणं, म्हणजेसुद्धा कुसंग करणं होय. चांगल्या लोकांबरोबर राहूनही जर तू त्यांचे अवगुण बघत असशील, जसं... 'हा माणूस असं वागतोय, तसं करतोय, त्याला हे येत नाही, त्याला एवढंही कळत नाही.' अशा वेळी तू कुसंगच करत असतोस. म्हणून नेहमी खूश राहण्यासाठी साधे सरळ उपाय आत्मसात कर. कुसंगात नाही, तर खुशंगात राहा.

प्रत्येक माणसासाठी हे जरुरीचं आहे. एखादं फूल, फळ, पक्षी वा प्राण्याला याची गरज नाही.

एकलव्य - (विचार करत) हां, हे खरं आहे. ही गोष्ट जरा विस्ताराने सांगाल का?

ऊपरवाला - जरी कारल्याच्या वेलीशेजारी आंब्याचं झाड लावलं, तरी आंबा कधी कारलं बनणार नाही. पण एक चांगला माणूस वाईट माणसाच्या संगतीत राहिला, तर संगतीच्या संगदोषाने तोही वाईट बनण्याची खूपच शक्यता आहे. माकड वाघाबरोबर राहिलं, तर वाघ बनेल याची सुतराम शक्यता नाही. माकड माकडच राहील, कारलं कारलंच राहील आणि आंबा आंबाच. पण सर्वसामान्य माणूस खास माणसाच्या सहवासात आला, तर तो सर्वसामान्य राहणार नाही.

एकलव्य - १०८ दिवसांत तो नक्कीच बदलेल.

ऊपरवाला - होय. १०८ दिवसांत सर्वसामान्य माणूस बदलून जाईल.

एकलव्य - आपण मला पकवताय काय?

ऊपरवाला - छेः छेः मी तुला पक्का करतोय. तुझा संकल्प तुटू नये, म्हणून रे!

एकलव्य - (खळखळून हसत) धन्यवाद ! धन्यवाद दोन गोष्टींसाठी. एक संकल्प दृढ करण्यासाठी आणि दुसरा हसत खेळत उच्चतम ज्ञान देण्यासाठी. साध्या सुध्या बोलण्यातून इतक्या खास गोष्टी ग्रहण करता येऊ शकतात, असा विचारसुद्धा कधी माझ्या मनाला शिवला नव्हता.

ऊपरवाला - हे स्वातंत्र्य फक्त माणसालाच दिलं गेलंय. ज्याच्या सान्निध्यात तो असेल, त्याच्यासारखा बनेल. द्रोणनाथनबरोबर खूश राहिलास, तर एकता मिळेल. यासाठी आपल्या स्वातंत्र्याचा उपयोग करत कुठे जायचं, कुणाची संगत करायची,

याबद्दलची सजगता तू बाळगली पाहिजेस.

एकलव्याने हसत हसत मनातल्या मनात निश्चय केला की मला नेहमी ऊपरवाल्याच्या बरोबरच राहिलं पाहिजे. त्यामुळेच एक दिवस मी त्याच्यासारखा होईन.

एकलव्य – दुसऱ्यांचे गुण बघणं, म्हणजेच खुशंग करणं. म्हणजे आम्हाला गुणगान रहस्य शिकायला हवं. होय नं?

ऊपरवाला – होय ! तसंच ! जुन्या काळापासून गुणगान करण्याची प्रथा पडलीय. ईश्वराच्या समोर बसून ईश्वराचं गुणगान करणं, भजन म्हणणं चांगलं मानलं जातं. ईश्वराच्या गुणांचं स्तवन करण्याची प्रथा बनवण्यामागचं रहस्य हे आहे, की माणूस माणसाचे गुण पाहू शकत नाही, तर कमीत कमी ईश्वराचे गुण तरी त्याने पाहावे. कुठून तरी सुरुवात तर व्हायला हवी. भले दगडाची मूर्ती का असेना ! काही लोक असे असतात, जे कुणाची स्तुती, कौतुक करूच शकत नाहीत. त्यांच्या तोंडून कुणाच्या कौतुकाचे शब्दच बाहेर पडत नाहीत. त्यासाठी दगडाची मूर्ती बनवली गेली, कारण त्याच्या साहाय्याने तरी लोक चांगल्या गुणांचं कौतुक करायला शिकतील. ज्याचं कौतुक कराल, स्तुती कराल, त्या गोष्टी स्वतःमध्ये तुम्हाला दिसतील.

एकलव्य – काही लोक असेही असतात, जे दुसऱ्यांच्या गुणांची प्रशंसा करत नाहीत, की त्यांच्यासमोर आपल्या चुका किंवा अवगुण मान्य करत नाहीत.

ऊपरवाला – त्यासाठीच तर दगडाची मूर्ती बनवली गेली आहे. मूर्तीपुढे स्तुती करणं वा आपल्या चुका कबूल करणं माणसाला सोपं जातं. जिवंत मूर्तीपुढे आपल्या चुका कबूल करणं माणसाला धोकादायक वाटतं. दगडाची मूर्ती त्याला सुरक्षित वाटते.

या दगडाच्या मूर्ती ज्यांनी बनवल्या आहेत ना, ते लोक मोठे सर्जनशील आणि समजदार होते. त्यांना माहीत होतं, की लोक दुसऱ्यांचे गुण कमी आणि दोष जास्त पाहतात. लोक कुसंग लवकर करतात म्हणून त्यांनी असे रचनात्मक उपाय शोधून काढले, की लोकांना खुशंग करण्याचा स्वाद मिळावा.

एकलव्य – दुःखाची मूलभूत कारणे सांगताना आपण हाताच्या बोटांचे उदाहरण देऊन पाच प्रकारचे लोक सांगितले होते. कृपया आता मला हे सांगा, की कुणी कुणाचा संग करायला हवा?

ऊपरवाला - हं ! ही गोष्ट प्रत्येकाला माहीत असायला हवी. याबद्दल नीट लक्ष देऊन ऐक.

हाताचे सगळ्यात लहान बोट करंगळी, म्हणजे कनिष्ठा. ती कर्मचाऱ्यांचे प्रतीक आहे. तिने आपल्या बाजूचे बोट म्हणजे अनामिकाची थोडीशी संगत करायला हवी. याचा अर्थ असा की, छोटी करंगळी अनामिकेची फक्त अंगठी घालेल. जर गृहिणी, कर्मचारी, सेवक यांनी आपल्या कामात रचनात्मकता (Creativity) आणली, तर त्यांचं काम पूजा बनेल आणि त्यांना आपल्या कामात आनंदही मिळेल.

एकलव्य - ही गोष्ट अगदी महत्त्वाची आहे.

ऊपरवाला - अनामिका चंचल आहे. तिने तर्जनीशी संग करायला हवा. अर्थात ज्यांचं मन चंचल आहे, त्यांनी साध्या, सरळ स्वभावाच्या लोकांबरोबर अर्थात तर्जनीबरोबर राहायला हवं.

एकलव्य - हं...

ऊपरवाला - अंगठ्याला मध्यमेची संगत धरली पाहिजे. तर्जनी म्हणजे साधे सुधे सरळ लोक. अंगठा हे शक्तीचं प्रतीक आहे आणि मध्यमा हे महानतेचं. महानतेच्या अभावाने शक्ती दूषित होते. शक्तीच्या अहंकाराने माणूस भ्रष्ट होऊ नये म्हणून त्याने मधलं बोट म्हणजे मध्यमाची संगत धरायला हवी.

एकलव्य - खरंय... !

ऊपरवाला - तर्जनीला अंगठ्याची संगत धरायला हवी. तर्जनी म्हणजे साधे सरळ लोक. त्यांनी अंगठ्यापासून थोडी शक्ती मिळवली पाहिजे. थोडीशी शक्ती मिळाली, तर त्यांचं जीवन साधं, सरळ आणि शक्तिशाली बनेल. मग हे लोक मोठी जबाबदारी घेऊन महान होऊ शकतील.

मध्यमेने सगळ्याच बोटांची संगत करून एक असा संघ,गट (ग्रुप) तयार केला पाहिजे, ज्यात सगळेच गुण विद्यमान असतील. विश्वाला अशा संघाची नितांत आवश्यकता आहे. ग्रुप-गुरुरूप असतो. त्यातून खूपशा लोकंचं कल्याण होऊ शकतं.

एकलव्य - जेव्हा आपण रचनात्मक असणाऱ्या लोकांसोबत राहतो, तेव्हाच रचनात्मकतेचा विकास होतो, असं आपण म्हणालात. माझं तर कामच झालं, कारण मी रोज आपल्याबरोबर श्रवण करतो.

ऊपरवाला – ही गोष्ट खरी आहे, म्हणूनच आता विचारांच्या सूक्ष्म कुसंगापासूनही स्वतःला वाचवण्याची काळजी घे.

एकलव्य – विचारातही कुसंग वा खुशंग असतो की काय?

ऊपरवाला – होय. जर तुझ्या मनात कुठल्याही व्यक्तीविषयी द्वेष, घृणा वा तिरस्काराचे भाव असतील, तर तू कुसंग केला आहेस आणि जर तुझ्या मनात प्रेम, करुणा वा धन्यवादाचे भाव असतील, तर तू खुशंग केला आहेस असं होईल. तुझ्यातील विचार तुला दुःख वा खुशी प्रदान करतात. आता तू कुसंग करायचास, की खुशंग, हे सर्वस्वी तुझ्यावर अवलंबून आहे. सफलता, आरोग्य, प्रेम आणि आनंदाची इच्छा धरणारे नेहमी खुशंगच करतात.

एकलव्य – मी सकारात्मक विचाराच्या अमृताने आपला कलश भरू इच्छितो. यासाठी मला स्वतःला सकारात्मक विचारांसाठी ग्रहणशील राहिलं पाहिजे. होय नं?

ऊपरवाला – होय. हा अमृत-कलश तुझ्यासाठी सुरक्षा कवचाचे काम करील. हे सुरक्षा कवच दुसऱ्यांचे नकारात्मक विचार, ईर्षा, मत्सर आणि शापापासून म्हणजे कुसंगापासून तुझे रक्षण करेल. जे लोक आपलं डोकं, इतरांच्या नकारात्मक विचारांसाठी रिकामं ठेवतात, ते लवकरच कुसंग करतात आणि आपल्या जीवनात दुःख वाढवतात.

एकलव्य – मला वाटतं, खुशंग करण्यासाठी आपल्या आसपासचे लोक सकारात्मक विचारांनी भरलेले असले पाहिजेत.

ऊपरवाला – होय. जर तुला वाटत असेल की तुझ्या आसपासचे लोक, म्हणजे तुझे आई-वडील, भाऊबहीण, मित्र हे सकारात्मक विचारांचे असावेत, तर त्यासाठी प्रथम तुला खूश झालं पाहिजे. तू त्यांना खूश दिसावंस, ही लोकांचीही गरज आहे, कारण तरच ते खुशंग करू शकतील. हे सत्य ध्यानात ठेवून नेहमी खूश राहूनच लोकांशी संपर्क ठेव. तुझी खुशी विश्वातील महान लोकांना तुझ्याकडे खेचून आणेल. मग केवळ खुशंग आणि खुशंगच राहील.

एकलव्य – जर मी असं करू शकलो नाही, तर काय होईल?

ऊपरवाला – कुसंग चुकीच्या दृष्टिकोनाला जन्म देतो त्यामुळे कित्येकदा माणूस दोरीलाच साप समजतो आणि साप मारण्यासाठी काठीची इच्छा धरतो. अज्ञानाने माणूस दोरीलाच साप समजून दुःखी होतो आणि त्रासून जातो.

एकलव्य - अशा वेळी खुशंग काय करू शकतो?

ऊपरवाला - माणसाच्या अज्ञानयुक्त गोष्टी ऐकून त्याचा सच्चा मित्र, आनंदी मित्र त्याला योग्य समज आणि सल्ला देतो, की तुला छडीची नाही, तर टॉर्चची (समजेच्या प्रकाशाची) गरज आहे. तुला टॉर्चर सहन करण्याची (भयभीत होण्याची, दुःख भोगण्याची) गरज नाही. तू टॉर्चचा बंदोबस्त कर. त्यामुळे तुला स्वतःलाच कळेल की, 'ज्याची मागणी तू करतोयस, त्याची तुला मुळीच गरज नाही.' खुशंगाचं हेच तर वैशिष्ट्य आहे. दुःखाच्या अंधारात तुझा आनंदी मित्र तुला खरा आनंद, म्हणजेच प्रकाश दाखवतो. त्यामुळे तू तुझं दुःख स्वच्छपणे जाणून घेऊ शकशील.

एकलव्य - आज मला खऱ्या मित्राची व्याख्या लक्षात आली.

ऊपरवाला - नाही तर तू अशा लोकांना मित्र मानतोस, जे गरजेच्या वेळी तुला मदत करतात. पण तुला हेच माहीत नसतं, की तुझी खरी गरज काय आहे. दुःखाच्या वेळी कुठलाही माणूस तुला साथ देईल, पण जो तुला दुःखात खुश राहायला शिकवेल, त्याच्याबरोबर खुशंग करायला हवा. दुःखात तू अशा गोष्टींची मागणी करतोस, ज्याची तुला मुळीच गरज नसते. त्यावेळी तुला वाटत असतं, 'कुणी तरी माझं म्हणणं ऐकावं, माझ्याकडे लक्ष द्यावं, माझ्यावर प्रेम करावं.' जो तुझ्यासाठी हे सगळं करतो, त्याची संगती तुला आवडते, पण हा खुशंग नाही.

एकलव्य - म्हणजे जे प्रत्येक घटनेत, प्रत्येक परिस्थितीत सत्य दाखवतील, खूश राहायला शिकवतील, अशांबरोबर खुशंग करायला हवा.

ऊपरवाला - बरोबर ! पण बऱ्याच वेळा याच्या उलटच घडतं. शाळा, कॉलेजमधील मुलं आपल्या मित्रांचं अनुकरण करत अनेक वेळा चुकीच्या लोकांची संगत धरतात. वाईट लोकांबरोबर राहून त्यांच्यामधेही अवगुण येऊ लागतात. वाईट संगतीमुळे व्यक्ती आपलं नियंत्रण हरवून बसते आणि अशा गोष्टी करू लागते, की दिवसेंदिवस त्यांच्या चारित्र्याचं स्खलन होतं.

एकलव्य - उदाहरण सांगाल?

ऊपरवाला - ऐक ! एक मित्र आपल्या दुसऱ्या मित्राला फिल्मचं तिकीट ब्लॅकमध्ये खरेदी करून आणून देतो आणि म्हणतो, 'हे तिकीट तुझ्यासाठी आहे. पहिल्या दिवशी पहिला शो जाऊन बघ.' आता दुसऱ्याला वाटतं, 'हा माझा खरा

मित्र आहे. याने मला तिकीट आणून दिलं. नाही तर मला लांबच लांब रांगेत उभं राहावं लागलं असतं. याने मला त्या त्रासापासून वाचवलं. हा माझा खरा मित्र आहे.' पण तो मित्र नाही, धोका आहे. अशा मित्राचा संग कुसंग आहे आणि हेही लक्षात ठेव, कुसंग चांगल्या लोकांनाही वाईट मार्गावरून चालण्यास प्रवृत्त करतो.

एकलव्य – ते कसं?

ऊपरवाला – जसं, दारूच्या गुत्त्यात सुरुवातीला माणूस कुणाला तरी साथ देण्यासाठी जातो. तो स्वतः दारू पीत नाही. पण खूप काळपर्यंत साथ दिल्यामुळे तो दारू पिण्यापासून स्वतःला रोखू शकत नाही. अशा तऱ्हेने कुसंगतीने माणूस कुसंगाच्या मार्गावर चालू लागतो आणि चांगल्या संगतीने खुशंग त्याच्याबरोबर येतो.

एकलव्य – (कृतज्ञतेने) संघ आणि खुशंग याबाबतीत आज आपण मला जे अमूल्य ज्ञान दिलंत, त्याबद्दल खूप खूप धन्यवाद !

बोलता बोलता घर जवळ आलं. एकलव्याला आज खऱ्या अर्थाने खुशंगचा अर्थ कळला. त्याला एक गोष्ट नव्याने कळली, ती म्हणजे, वास्तवात माझा माझ्याशी खुशंग होणं अतिशय आवश्यक आहे. एक नकारात्मक विचार हळूहळू पाय पसरत सारं जीवन झाकून टाकतो. म्हणून कुसंग कितीही चांगला वाटला, तरी त्याच्या अधीन न होणं हेच खरं शहाणपण आहे.

२९
शरीर आपल्याला मिळालंय...
आपण शरीराला नाही

सकाळी उठला तेव्हा एकलव्याच्या मनात हेच वाक्य वारंवार आठवत होतं, 'माझा माझ्याशी खुशंग होवो !' काल एक अगदी सूक्ष्म अशी गोष्ट त्याला कळली होती. त्याने ती नेहमीप्रमाणे आपल्या डायरीत नोंदवून ठेवली. त्याला जाणवलं, की जेव्हा जेव्हा त्याचं शरीर अस्वस्थ असतं, तेव्हा तेव्हा आपला आपल्याशी असलेला खुशंग तुटतो. अर्थात खुशंग आणि शरीर यांचा गाढ संबंध आहे. याबाबत ऊपरवाल्याकडून स्पष्टीकरण मिळवण्याच्या उत्सुकतेमध्ये तो घरातून बाहेर पडला. खाली उतरला, तेव्हा त्याला दिसलं, की दोन वृद्ध काठीचा आधार घेऊन मोठ्या मश्किलीने एक एक पाऊल पुढे टाकत आहेत. एकलव्याच्या मनात आलं, शरीराची अशी स्थिती असताना कोण कसा खुशंग करू शकेल? एवढ्यात मागून ऊपरवाला आला. एकलव्याची चिंतित मुद्रा पाहून त्याने विचारले, 'काय रे? काय झालं? कोणत्या विचारात गुरफटला आहेस?'

एकलव्याने स्वतःच्या द्विधा मनःस्थितीबद्दल सांगितलं.

ऊपरवाला – दुःखात खुश राहण्याच्या शेवटच्या उपायांतर्गत आज तुझ्याशी मी याबद्दलच बोलणार आहे.

एकलव्य – शेवटचा उपाय ऐकायला मी किती उत्सुक आहे, याची आपल्याला कल्पना आहेच.

ऊपरवाला – होय. मला माहीत आहे. शरीर अस्वस्थ झाल्याने खुशंग का होऊ शकत नाही, हे जाणण्यासाठी अगदी सूक्ष्मपणे आणि खोलात जाऊन तू लक्षात घेतलं पाहिजेस. दुःख तुझ्या शरीराला होईल, तुझ्या मनालाही होईल, पण तुला होणार नाही. कारण तुला शरीर मिळालंय, शरीराला तू मिळालेला नाहीस.

एकलव्य -(असमंजसपणे) हे थोडं आणखी स्पष्ट करून सांगाल?

ऊपरवाला - हे बोलणं ऐकताना सुरुवातीला तुला अर्थ समजणं थोडं कठीण जाईल. पण जसजसं तू पुढे ऐकत जाशील, तसतसं तुला हे स्पष्ट होत जाईल.

एकलव्य - अच्छा ! पुढे सांगा.

ऊपरवाला - जेव्हा तू घड्याळ घालतोस, तेव्हा म्हणतोस, 'माझ्याजवळ घड्याळ आहे.' असं म्हणत नाहीस, की 'घड्याळाजवळ मी आहे.' त्याचप्रमाणे तू जेव्हा म्हणतोस की, 'हे माझं शरीर आहे,' तेव्हा त्याचा अर्थ असाच आहे, की तू शरीर नाहीस.

एकलव्य - हं...

ऊपरवाला - जर तुझा शर्ट फाटला, तर तू असं म्हणत नाहीस की 'मी फाटलो.' तू म्हणतोस, 'माझा शर्ट फाटला.'

एकलव्य - (हसत) अच्छा ! म्हणजे जेव्हा केव्हा आम्हाला दुःख होईल, त्रास होईल, समस्या येतील, कष्ट होतील, तेव्हा आम्ही लक्षात घ्यायला हवं, की ते सगळं आमच्या मन, बुद्धी, शरीराशी निगडित आहे, आमच्याशी नाही. आपण असंच सांगू इच्छिता ना?

ऊपरवाला - अगदी हेच सांगू इच्छितोय मी ! तू प्रत्यक्षात जो आहेस, तो या सर्वांपलीकडचा आहेस. ही जाणीव जेव्हा तुझ्या अंतरात निर्माण होईल, तेव्हा तू घटनांकडे वेगळ्या दृष्टीने बघशील आणि त्यामुळे दुःखी होणार नाहीस. तू कधी विचार केला आहेस का, बालपण आणि खुशी हे शब्द एकसारखे वाटतात का?

एकलव्य - (थोडा विचार करून) नाही.

ऊपरवाला - प्रत्येक मूल अडीच वर्षापर्यंत खऱ्या आनंदाचा अनुभव घेत सहज मनाने जगत असतो. त्यामुळेच बालपण आणि आनंद यांचं अतूट नातं असतं. अडीच वर्षानंतर मुलामध्ये तुलना करणाऱ्या तुलनात्मक मनाचा जन्म होतो. या मनाच्या येण्यानेच माणूस खरा आनंद हरवून बसतो.

कुठल्याही लहान मुलाकडे निरखून पाहा. तो आपल्या आसपासच्या गोष्टी कशा बघतो. त्याला असं मुळीच वाटत नाही, की समोर उभ्या असलेल्या माणसाचं जसं शरीर आहे, तसंच त्याचंही शरीर आहे. अर्थात त्याला आपल्या शरीराची जाणीव नसते. मुलं असं अनुभवतात, कारण ते निराकाराच्या अनुभवाने सगळं पाहतात.

एकलव्य – (हैराण होत) मग आता काय करता येईल?

ऊपरवाला –आता वेळ आली आहे, की तू पुन्हा लहान मूल बन. लहानपणी तू ज्या अनुभवात राहात होतास, तोच अनुभव घे. असा अनुभव जो प्रत्येक मूल घेतं, तो तूही कधी अनुभवला होतास. कुणी असं नाही म्हणू शकत की 'मी लहान मूल नव्हतोच !' प्रत्येक माणूस कधी ना कधी लहान मूल होतं आणि त्याने अनुभवही घेतलेला असतोच.

एकलव्य – आता पुन्हा तो अनुभव प्राप्त करण्याने काय होईल?

ऊपरवाला – लहान मूल घेत असलेला अनुभव तू पुन्हा प्राप्त करून घेशील, तेव्हा तुला कळेल, एक अशी गोष्ट आहे, जी सगळ्या शरीरात समान आहे. जरी बाहेरून आपण वेगवेगळे वाटत असलो, तरी त्या गोष्टीशी सगळे जोडले गेलेले आहेत. यालाच स्वानुभवातून प्राप्त झालेला आनंद वा खुशी म्हटलंय. हा आनंद, ही खुशी बाकीच्या आनंदापेक्षा वेगळी आहे. या खुशीत तू मान्यतांपासून मुक्त झालेला असतोस आणि 'मी कोण आहे' हे जाणतोस, तेव्हा तुला आत्मानुभवाद्वारे प्राप्त झालेली खुशी मिळते.

सगळे जण रात्री गाढ झोपतात, तेव्हा त्यांना या खुशीची झलक मिळते. त्यावेळी त्यांना आपल्या शरीराची जाणीव नसते.

एकलव्य – म्हणजे प्रत्येक रात्री आम्ही गाढ झोपेत स्वानुभवात असतो, म्हणून आम्हाला आनंद मिळतो का?

ऊपरवाला – होय. म्हणून सकाळी जेव्हा तुम्ही उठता तेव्हा म्हणता, 'काल रात्री मला अगदी चांगली झोप लागली.' विचार कर, कोणता विचार करून तू असं म्हणतोस? गाढ झोपेत माणूस खरोखरच आनंदात असतो. म्हणूनच जगातील प्रत्येक माणसाला झोप हवी असते. ज्यांना झोप येत नाही, ते गोळ्या घेऊन का होईना, झोपण्याचा प्रयत्न करतात. कारण झोपेत मनाची सारी दुःख आणि शरिराच्या साऱ्या पीडा संपतात.

एकलव्य – जो स्वानुभव गाढ झोपेत असताना मिळतो, तो आनंद आम्हाला जागृत अवस्थेत मिळू शकेल का?

ऊपरवाला – हो ! का नाही? पण त्यासाठी तुला काही गोष्टी खोलात जाऊन सूक्ष्मपणे समजून घ्यायला हव्यात.

एकलव्य - कोणत्या गोष्टी?

ऊपरवाला - तुझ्यात स्वतःला शरीर मानण्याचा विचार खोलवर रुजलेला आहे. आता तुला हे समजून घ्यायला हवं, की तू शरीराचा वापर करतोयस, पण तू शरीर नाहीस. जसं, तू कार चालवतोस. त्यावेळी तू असं कधी म्हणत नाहीस की, 'मी कार आहे.' तू नेहमी असं म्हणतोस की, 'ही माझी कार आहे.' याचा अर्थ असा की ज्या गोष्टीबद्दल तू 'माझा' किंवा 'माझी' या शब्दांचा वापर करतोस, त्या गोष्टी म्हणजे तू असू शकत नाहीस. ही गोष्ट नीट खोलवर जाऊन समजून घेण्यासाठी एक प्रयोग करू.

एकलव्य - (उत्साहानं) हं... चला... चला...

ऊपरवाला - यासाठी आपल्याला शांत, एकांत असलेली जागा हवी.

एकलव्य - (समोरच्या मंदिराकडे बोट दाखवत) चला. या मंदिरात जाऊ या. सकाळी इथे कोणी नसतं !

मंदिरात जाऊन एका कोपऱ्यात दोघेही समोरासमोर बसतात.

ऊपरवाला - आपले डोळे बंद कर आणि मी जसं सांगीन तसं करत जा.

आपल्या हातांकडे एक मिनीट बघून, अनुभव घेऊन स्वतःला प्रश्न विचार की, 'मी हा हात आहे का?' (काही क्षण थांबून) तुला आपल्या हाताबाबतीत कोणता संबंध जाणवतोय, कोणता भाव येतोय, हे काळजीपूर्वक बघ. यात दोन तऱ्हेचे भाव येऊ शकतात - काही लोकांना वाटतं, 'मी हा हात आहे' आणि काहींना वाटतं, 'मी हा हात नाही' जर तुला असं वाटलं 'मी हा हात आहे', तर तू असा विचार कर की 'जर तो कापून टाकला, तर मी जिवंत राहणार नाही का?' एखाद्याचा हात कापला गेला तर तो स्वतःला पूर्ण समजत नाही का?

मंदिराच्या प्रांगणात एकलव्य मनाच्या गाभ्यात ज्ञानानुभवाची सुरुवात करत होता. काही वेळानंतर ऊपरवाल्याने पुढील सूचना प्रकट केली.

ऊपरवाला - आता हळूहळू डोळे उघड... मला हे सांग की, हात कापून टाकण्याची कल्पना केल्यावर तुला असं वाटलं का, की तू अपूर्ण आहेस?

एकलव्य - (डोळे उघडून विचार करत) नाही, असं तर काही वाटलं नाही. हात कापण्याची कल्पना केल्यावरही मला असं वाटलं, की मी पूर्ण आहे.

ऊपरवाला - कुठलाही अवयव कापल्यावर आतील जाणीव, अनुभव असंच

म्हणतो की, 'मी पूर्ण आहे.' हे उदाहरण आणखी नीट समजून घे. एखाद्या दुर्घटनेत कुणा व्यक्तीचे हात-पाय दोन्हीही कापले गेले, तर तो असतो की नाही? जर आहे, तर तो पूर्ण आहे, की अर्धा आहे? जर त्याचे डोळे गेले, त्याला ऐकू येणं बंद झालं, त्याची जीभ कापली गेली, तर तो स्वतःला अर्धा समजेल का?

एकलव्य -(थोडा विचार करून) नाही. अशा अवस्थेतही त्याला पूर्णत्वाची जाणीव असेल.

ऊपरवाला - जर ऑपरेशनद्वारा कुणाचं मूत्रपिंड (किडनी) काढून टाकलं, वा त्याला कृत्रीम हृदय बसवलं, तरीही त्याला आतून पूर्णत्वाचीच जाणीव होत असते. तो असं कधी म्हणणार नाही की,'आधी मी पूर्ण होतो, आता अर्धा झालोय.'

एकलव्य - (आश्चर्ययुक्त आनंदाने) म्हणजे शरीर कापलं गेल्याने आतली गोष्ट कापली जात नाही.

ऊपरवाला - होय. शरीर कापलं गेल्याने (त्यातील काही भाग नाहीसा झाल्याने) तू कापला जात नाहीस, हे सत्य जेव्हा तू अनुभवू लागशील, तेव्हा तुला कळेल, वास्तवात तू जो आहेस, तो या शरीरापेक्षा वेगळा आहेस. यासाठी तू प्रथम हे जाणून घ्यायला हवं की, 'तू काय नाहीस?' मग हे जाणून घ्यायला हवं की, 'तू काय आहेस?' एकेका पावलाद्वारे तुला ही गोष्ट जाणून घ्यायला हवी. शरीर तुला मिळालंय, शरीराला तू मिळालेला नाहीस.

ही गोष्ट नीट खोलात जाऊन समजून घेण्यासाठी हाच प्रयोग तू शरीरातील प्रत्येक अवयवाबाबतीत कर आणि जाणून घे की, मी डोळे आहे का?... मी पाय आहे का?... मी कान आहे का?... मी त्वचा आहे का?... अशा तऱ्हेने स्वतःच स्वतःला जाणून घेत तुला स्वअनुभवाची, खऱ्या आनंदाची, खऱ्या खुशीची जाणीव होईल आणि तुझी शरीराशी असलेली आसक्ती नष्ट होईल.

एकलव्य - (डोळे बंद करत) 'मी हे आत्ताच करून बघू का?'

ऊपरवाला - बघू नकोस. जाणून घे. या ज्ञानाला आपला अनुभव बनव.

पंधरा मिनिटं काही क्षणांसारखी सरली. 'डोळे उघड', ऊपरवाल्याचा आवाज ऐकून एकलव्याने हळूहळू आपले डोळे उघडले.

एकलव्य - (कृतज्ञ भावनेने) धन्यवाद ! आपण आत्ताच करवून घेतलेल्या प्रयोगामुळे ही गोष्ट प्रकाशात आली की,'मी कोण नाही?' यानंतर शरीरातील सर्व

अवयवांच्या बाबतीतदेखील मी हा प्रयोग अगदी खोलवर करून बघेन.

ऊपरवाला- 'मी खरा कोण आहे,' हे जाणून घेण्यासाठी, 'मी कोण नाही' या गोष्टीबाबतही मनन कर. जसं-

'मी म्हणजे हे शरीर नाही' कारण जेव्हा मी म्हणतो, ' हे शरीर माझं आहे, तेव्हा ते माझं आहे, पण शरीर म्हणजे मी नव्हे.' माझी स्कूटर म्हणजे मी नाही, कारण स्कूटर मी चालवतो. या शरीरातील पंचेंद्रिये म्हणजे मी नाही. मी नाक, कान, डोळे, त्वचा, जीभ नाही, कारण मी इंद्रियांचा वापर करतो. ज्याच्याद्वारे हे मनोशरीर यंत्र चालतं, तो श्वासही मी नाही. मला काय व्हायला हवं, याचा विचार करणारी बुद्धी आणि मनही मी नाही.

आता हे सगळं जर तू नाहीस, तर बाकी काय उरलंय, जे तू असू शकतोस? आता फक्त तूच तर उरलाहेस.

तूच शरीराचा मित्र आहेस. बुद्धीचा मालक आहेस. मनाचा साक्षीदार आहेस. जर तू शरीरच नसशील, तर तू इंजिनिअर, मुलगा, भाऊ, पंजाबी, हिंदू इत्यादी तरी कसा असशील? आता तू राहिला आहेस, शुद्ध, निखालस, कोरा, बिना रंगरूपाच्या कल्पनेचा.

एकलव्य - (हैराणीने आकाशाकडे बघत) हे ऊपरवाल्या, असं माझं सत्य स्वरूप आहे तर !

ऊपरवाला - आपल्या सत्यस्वरूपाचा स्वीकार कर आणि जसा आहेस तसा राहा. तू जो नाहीस तो बनून बसला आहेस. आता वेळ आलीय, आपल्या चेतनेत स्थापित होण्याची. वेळ आहे, प्रत्यक्षात तू जो आहेस, तो होण्याची. स्वसाक्षी, चैतन्य होण्याची.

काही क्षणांसाठी दोघांनी आपले डोळे मिटून घेतले. आता दोघांमध्ये होतं फक्त मौन. काही क्षण मौनात बुडून गेल्यानंतर एकलव्य म्हणाला, आज आपण इथेच बसून पुढच्या गोष्टी बोलू या. कृपया आपण आपलं बोलणं चालू ठेवा. ऊपरवाल्याने बोलायला पुन्हा आरंभ केला. जोपर्यंत तू हे लक्षात घेत नाहीस, की शरीर तुला मिळालंय, तू शरीराला नाहीस, तोपर्यंत तू स्वतःला शरीर मानण्याच्या मान्यतेतच जगत राहशील. वस्तुतः तू कोण आहेस आणि शरीर तुला का मिळालंय, याचा जर तू शोध घेतला नाहीस, तर जीवनाच्या अंतापर्यंत तुला कळणार नाही, की

तू ज्याला 'मी' म्हणत होतास, वास्तवात तो तू नव्हतासच.

जेव्हा तू लहान मूल होतास, तेव्हा तुला या गोष्टीची स्पष्टता होती, की तू शरीर नाहीस. लहान मुलांना जसं ही गोष्ट स्पष्टपणे दिसते, की ती शरीर नाहीत, तसंच जर तुलाही दिसू लागलं, तर तू या शरीराचा उपयोग खरं उद्दिष्ट पूर्ण करण्यासाठी करशील. जेव्हा तू 'मी' असं म्हणशील, तेव्हा तू सजग राहशील. मग तुझ्याद्वारे घडणारी प्रत्येक क्रिया बेहोशीमध्ये न होता, स्वतःला जाणून केलेली असेल.

एकलव्य – (विचार करत) जर आम्ही स्वतःला जाणलं, तर मग हे शरीर कशासाठी?

ऊपरवाला – शरीर तुझ्या अभिव्यक्तीसाठी केवळ एक निमित्त आहे. स्वतःला जाणून घेतल्यानंतर तुझ्या शरीराला काही झालं, तर तू असं म्हणणार नाहीस की, 'हे माझ्या बाबतीत घडतंय.' उलट तू म्हणशील, 'माझ्या मित्राबाबत हे सारं घडतंय.'

जसं दोघे जण कुठे तरी निघालेत. त्यांच्यापैकी एक जण आपला मित्र आहे. साथी आहे. शेजारी आहे. तुझ्याबरोबर येणारा आहे. तू त्याच्याकडे कसा पाहशील? जर त्याच्याबाबतीत काही घडलं, तर तू असं नाही म्हणणार की, 'हे माझ्याबाबतीत घडलं.' उलट तुला अगदी स्पष्ट झालेलं असेल, की हे सगळं माझ्या मित्राच्या बाबतीत घडतंय. जेव्हा तुझा मित्र म्हणेल, 'मला भूक लागलीय.' तेव्हा तू म्हणशील, 'माझ्या मित्राला भूक लागलीय. मला नाही.'

ज्याप्रमाणे तू आपल्या मित्राच्या बाबतीत म्हणतोस की, 'हा माझा मित्र आहे.' त्याप्रमाणे आपल्या शरीराच्या बाबतीतही म्हण, 'शरीर माझा मित्र आहे.' तू तुझ्या शरीराला आपला मित्र मान. तुला भूक लागली, तर मनात म्हण, 'माझ्या मित्राला भूक लागलीय.' तुझ्या शरीराला दुःख झालं, तर म्हण, 'माझ्या मित्राला वेदना होताहेत.' असं म्हटल्यामुळे, शरीराला मित्र मानल्यामुळे त्याला होणारा त्रास, वेदना तुला जाणवणार नाहीत.

एकलव्य – मग काय शारीरिक दुःखावर काही इलाज करण्याची गरज नाही?

ऊपरवाला – नाही. तसं नाही. 'माझ्या मित्राला वेदना होताहेत असं म्हणताना तुला सामान्य ज्ञानाचा उपयोग करावा लागेल. आपल्या शरीराकडे दुर्लक्ष करून चालणार नाही, कारण ते तुझ्या अभिव्यक्तीचं माध्यम आहे. तुझ्या सोबत राहणाऱ्या मित्राला म्हणजे शरीराला जरूर पडेल तेव्हा औषध द्यायला हवं. जखम झाली, तर मलम लावायला हवं.

हे सारं करताना आणखीही एका गोष्टीची काळजी घेतली पाहिजे. शरीराला आवश्यकतेपेक्षा जास्त चिकटून राहता कामा नये. जसं एखादा नातेवाईक मृत्यू पावला, तर तू असं म्हणणार नाहीस की 'माझा नातेवाईक मृत्यू पावला.' तू म्हणशील की, 'माझ्या मित्राचा (शरीराचा) नातेवाईक गेला. मग तो आजोबा, आजी, काका, काकी, मामा, मामी कुणीही असो. असं म्हटल्यामुळे तुला दुःख वा आसक्ती जाणवणार नाही. जरी दुःख झालं, तरी ते पहिल्याइतकं होणार नाही. कमी होईल.

आता मी तुझ्यासाठी हेही रहस्य उघड करतोय, की जेव्हा जेव्हा मी तुला म्हणत असे, आज मी येऊ शकणार नाही, कारण माझ्या मित्राची तब्बेत बरी नाही, तेव्हा तेव्हा मी माझ्या शरीराविषयी बोलत होतो.

एकलव्य - ओह माय गॉड ! (काही तरी विचार करून) आता कळलं. जुन्या गोष्टी मला आठवू लागल्या आहेत. मी त्या डायरीत लिहून ठेवल्या होत्या. आपण जे बोलता, ते करून दाखवता.

ऊपरवाला - हे रहस्य तुझ्यासाठी मी उघडं केलं कारण, तू नेहमी ही गोष्ट लक्षात ठेवायला हवीस, 'जी घटना घडते, जे दुःख होतं, ते तुझ्या मित्राला होतं, तुला नाही.'

मित्रामध्ये कुशलता, निपुणता आण. त्याची कुवत, त्याची योग्यता वाढव. मित्रासाठी जे करणं आवश्यक असेल, ते जरूर कर. पण ती तुझी समस्या आहे, असं समजू नकोस.

एकलव्य - जेव्हा आम्ही दुसऱ्याची समस्या सोडवायला लागतो, तेव्हा ती सोपी वाटते, पण जेव्हा आपली समस्या सोडवायची वेळ येते, तेव्हा आम्हाला ते कठीण वाटतं. असं का होतं?

ऊपरवाला - कारण आपली समस्या सोडवायच्या वेळी तू 'माझी समस्या' असं म्हणून त्याविषयी आसक्त होतोस आणि विचार करू लागतोस, माझं लग्न कधी होईल…? कसं होईल…? कुणाबरोबर होईल…? नोकरी कधी मिळेल…? मिळणारच नाही की चांगली मिळेल…? इत्यादी. मात्र आता या परिस्थितीत तू म्हणशील, हे सगळं माझ्या मित्राबरोबर (शरीराबरोबर) होतंय. माझ्याबरोबर नाही.

एकलव्य - जेव्हा मी या नव्या दृष्टिकोनातून आपलं आणि इतरांचं जीवन अनासक्त भावाने पाहू शकेन, तेव्हा माझ्यात मी शरीर नाही ही दृढता निर्माण होईल, असंच ना?

ऊपरवाला - होय. तेव्हा तुला कुणी शिव्या दिल्या वा टाळ्या वाजवल्या, तरी दोन्ही परिस्थितीत तू या नाटकाचा आनंद घेशील. आधी तुझी तारीफ होत होती, त्यावेळी तू खुश होत होतास आणि जेव्हा तुझ्यावर टीका व्हायची, तेव्हा तुला खूप दुःख व्हायचं, पण आता असं होणार नाही, कारण तुला कळलंय की, वास्तवात दुःख तुला झालंच नाही. प्रशंसा वा शिव्या शरीराला मिळाल्या.

लोकं दिवसभरच्या अडचणी, त्रास यांच्याविषयी विचार करत रात्री गाढ झोपतात, पण तुझ्याबाबतीत असं होणार नाही कारण आता तू स्वतःला ओळखू लागला आहेस, त्यामुळे तुझं निद्रावश होणं हेसुद्धा नव्या दृष्टिकोनातून होईल.

एकलव्य - (कल्पनेत हरवत) जर प्रत्येक व्यक्ती या नव्या दृष्टीने निद्रिस्त होईल, तर कसं चित्र असेल?

ऊपरवाला - तेव्हा तू बघशील की तुझ्या भोवतालचे सगळे लोक स्वतःला जाणत असतील. तू सगळ्यांबरोबर मिळून आनंदाची अभिव्यक्ती करशील, कारण प्रत्येकाची समज आणि चेतना उच्च प्रतीची असेल. प्रत्येक व्यक्तीमधील तिरस्काराची आणि हिंसेची भावना नाहीशी झालेली असेल. प्रत्येक जण तेव्हा आपल्या मूळ स्वभावामध्ये स्थापित झालेला असेल. प्रत्येकाच्या चेहऱ्यावर आनंद आणि प्रेम असेल.

एकलव्य -त्यावेळी माणसांचा एकमेकांशी वेगळ्याच रीतीने वार्तालाप होईल.

ऊपरवाला - होय. जेव्हा तुझ्या चोहोबाजूचे लोक उच्च चेतनायुक्त असतील, तेव्हा तुम्ही एक दुसऱ्याशी अशा तऱ्हेने विचारविमर्श करू शकाल की, 'तुझा आजचा दिवस कसा होता? आज तुम्ही खूप आनंद मिळवलात का? आज तुम्हाला आश्चर्य वाटलं का? आज तुम्ही, 'मला शरीर मिळालंय, शरीराला मी मिळालो नाही,' ही गोष्ट किती वेळा विसरलात? उच्च चेतना लाभलेल्या लोकांचं बोलणं झालं, तर ते अशा प्रकारचं असेल. जर तुम्हाला कुणी सांगितलं की, 'आज मी केळ्याच्या सालावरून घसरलो आणि आश्चर्य असं की, त्याचं दुःख झालं नाही, उलट आनंद झाला.' अशा तऱ्हेच्या वार्तालापाचा आनंद तू मिळवशील, कारण एव्हाना तुला हे माहीत झालं असेल की, 'शरीर घसरलंय, तू नाही. शरीराला पीडा झालीय. तुला नाही.'

अशी समज प्राप्त करून तुझी शरीराशी असलेली आसक्ती कमी होईल. त्यानंतर जर तुझ्या शरीराला कुठे वेदना झाली, त्रास झाला, कंबर दुखली, मान आखडली, तर

तू त्या गोष्टींकडे अनासक्त होऊन बघशील आणि आपल्या जिवंत असण्याच्या जाणिवेने खुश राहशील.

एकलव्य – (आनंदाने रोमांचित होऊन) खरोखरच ही अगदी खरीखुरी खुशी असेल !

ऊपरवाला – जोपर्यंत तू हे सत्य लक्षात घेत नाहीस, तोपर्यंत 'तू जिवंत आहेस', ही गोष्ट तुला आनंदित करणार नाही. पण आता सत्याची समज मिळाल्यानंतर ही जाणीव स्वतःच आनंदाचं कारण बनेल. लोक खुशीचं कारण बाहेर शोधतात. तुला मात्र ते कारण (आनंद) आधीच मिळालंय. सर्वेक्षण केल्यानंतर तुला असे किती लोक भेटतील, जे म्हणतील, 'मी जिवंत आहे, म्हणून खूश आहे. माझं असणं हेच खुशीचं कारण आहे.'

एकलव्य – खूपच कमी.

ऊपरवाला – तुला जीवनात ज्या विविध प्रकारच्या आनंदाच्या गोष्टी मिळतात, त्या वास्तवात बोनस आहेत. जसं प्रमोशन मिळणं, चांगलं भोजन मिळणं, चांगल्या लोकांसोबत फिरायला जाता येणं, काही अपुरी कामं पूर्ण होणं, कुणाचं लग्न, कुणाचा वाढदिवस अशा सोहळ्यात सामील होणं, हे सगळं म्हणजे बोनस आहे. तुझ्यासाठी सगळ्यात मोठी कृपा हीच आहे, की तू जिवंत आहेस, म्हणून खूश आहेस. अनेक लोक आनंद मिळवण्यासाठी अस्वस्थ आणि निकृष्ट मनोरंजनात गुंतून पडतात. त्यामुळे त्यांना स्वतःच्या अस्तित्वाचं काही प्रयोजनच वाटत नाही. स्वतःच्या असण्याची जाणीव त्यांना आनंद देत नाही.

एकलव्य – होय. कारण लोकांना पत्ताच नसतो, की वास्तविक ते कोण आहेत? मी नशीबवान आहे, कारण आपण मला स्वानुभवाचा स्वाद दिलात.

ऊपरवाल्याला धन्यवाद देऊन आणि त्याच्यापुढे नतमस्तक होऊन एकलव्य उठला. आपल्या या निःशब्द अवस्थेत तो ऊपरवाल्याला एकटक बघत राहिला, जणू सारं ब्रह्मांड त्या दृष्टिभेटीत सामावलं आहे. धन्यवाद आणि कृतज्ञतेने सारं वातावरण ओतप्रोत भरून गेलं.

३०
आनंदाचा संकल्प

एखादं पर्व समाप्त व्हावं, अशा काहीशा भावनेने आज सकाळी एकलव्य घराबाहेर पडला. त्याला वाटू लागलं, आत्तापर्यंत जे जीवन चालत आलं होतं, त्यात गेल्या महिन्यापासून सगळ्यात महत्त्वपूर्ण अध्याय जोडला गेलाय. या अध्यायाच्या जोडण्यामुळे त्याला पूर्णत्वाची जाणीव होऊ लागली. आपल्या या अवस्थेमुळे एकलव्याला आश्चर्याबरोबरच आनंदही झाला. ही हर्षमिश्रित पूर्णतेची भावना घेऊनच एकलव्य गेटपाशी पोहोचला.

ऊपरवाला त्याच्या प्रतीक्षेत आधीपासूनच उभा होता. त्याने हसत हसत एकलव्याला विचारलं –

ऊपरवाला – बोल, कसा आहे तुझा मित्र...?

एकलव्य – (हसत) दुःखमुक्त आणि संकल्पयुक्त !

ऊपरवाला –आणि तू...?

या प्रश्नावर एकलव्य निरुत्तर झाला.काही क्षणांनी मौन सोडून तो म्हणाला –

एकलव्य – आत्तापर्यंत आपण मला खूप महत्त्वापूर्ण विषयांवर 'समज' दिली आहे. आता १०८ दिवसांच्या दुःखमुक्तीच्या संकल्पावर टिकून राहण्याचाही आशीर्वाद द्या.

ऊपरवाला – (हसत) तो तर तुझ्यासोबत आहेच. जीवनात आपल्या संकल्पावर दृढ राहणं अतिशय महत्त्वाचं आहे. मी असेन. नसेन. तू या संकल्पापासून दूर जाता कामा नयेस.

एकलव्य – म्हणजे?

ऊपरवाला - आता मी हा फ्लॅट सोडून चाललोय.

'नाही.' अविश्वास आणि आश्चर्याने एकलव्याचं तोंड उघडंच राहिलं. काही वेळानंतर त्याने विचारलं,

एकलव्य - आपण कोर्ट केस हरलात का? म्हणून घर सोडून चालला आहात का?

ऊपरवाला - नाही. लोकांना वाटतं की १३ आकडा अशुभ आहे. लोकांची ही समजूत चुकीची आहे. मी १३ नंबरच्या फ्लॅटमध्ये राहूनही कोर्ट-केस जिंकलो आहे. पण दुसऱ्या एका प्रोजेक्टसाठी मला जवळ जवळ वर्षभर या शहराच्या बाहेर जावं लागणार आहे.

एकलव्य - कुठे?

ऊपरवाला - जिथे आणखी एक एकलव्य ऊपरवाल्याकडे दुःखमुक्तीची प्रार्थना करत आहे.

एकलव्य - मग माझ्या संकल्पाचं काय?

ऊपरवाला - एकलव्या, हे सांग की संकल्प करणारा कोण आहे?

एकलव्य - माझा मित्र.

ऊपरवाला - तो कुठे आहे?

एकलव्य - इथेच, माझ्याजवळ.

ऊपरवाला - मग संकल्प पूर्ण करण्यात अडचण कोणती?

एकलव्य - (थोडा विचार करत) पण पुढे अडचण निर्माण झाली तर?

ऊपरवाला - तर तू काय करशील?

एकलव्य - खुशीच्या नजरेने पाहीन.

ऊपरवाला - (हसत हसत) मग झालं तर! समस्येकडे खुशीच्या नजरेने पाहिलंस, की समज, माझं लक्ष तुझ्याकडेच आहे.

ऊपरवाल्याने आपलं बोलणं पुढे चालू ठेवलं -

घाबरू नकोस. माझी खबर मी तुला देत राहीन. जेव्हा तुला गरज असेल, तेव्हा मी तुझ्या मदतीसाठी तुझ्याकडे निश्चितच येईन.

एकलव्याचे डोळे एकीकडे खुशीने आणि एकीकडे ऊपरवाल्याशी होणाऱ्या वियोगामुळे भरून आले.१०८ दिवसांत दुःखमुक्त होण्याचा संकल्प, ही घटना त्याच्या जीवनात अनपेक्षितपणे घडली होती. आपला संकल्प पूर्ण होण्याबाबतीत त्याला मुळीच संदेह नव्हता. एकलव्याने ऊपरवाल्याला म्हटलं,

एकलव्य - मी आपल्याला वचन देतो, की प्रत्येक क्षणी मी माझ्या संकल्पाचं स्मरण ठेवीन आणि तो पूर्ण करण्यासाठी कटिबद्ध राहीन.

ऊपरवाला - माझा विश्वास आहे, की तू आपला हा संकल्प नक्कीच सिद्धीला नेशील.

एकलव्य - आपल्याकडे एक मागणं आहे, आपला फोन नंबर देऊन जा. म्हणजे १०८ दिवस पूर्ण झाल्यावर मी आपल्याशी संपर्क साधू शकेन आणि माझे अनुभव आपल्याला सांगू शकेन.

ऊपरवाला - (मनातल्या मनात) तुझे अनुभव सगळं जग ऐकेल.

दोघे जण बोलत बोलत जवळच्या बागेत जाऊन एका बाकावर बसले. आत्तापर्यंत जीवनात घडलेल्या घटना, ऊपरवाल्याकडून ऐकलेले अमृतबिंदू, ज्ञानाचे मोती, हास्याचे फवारे, त्याच्या सहवासात घालवलेले मौनक्षण, हे सारं एकलव्याच्या नजरेसमोरून चलच्चित्राप्रमाणे सरकत गेलं.

ऊपरवाल्याच्या कोड्यातील बोलण्याचा अर्थ आता त्याला समजू लागला होता. तो मनातल्या मनात म्हणू लागला-कधी एकलव्याला जाणून घेण्याचा प्रयत्न केलायंस...अकाल मूर्ती... एक मूर्ती... एकलव्य म्हणजे कोण? खूश होण्यासाठी मी जिवंत आहे, एवढं पुरेसं आहे ... खुशी म्हणजे मी स्वतःच...

ऊपरवाला एकलव्याच्या मुखातून बाहेर पडणारे अस्फुट स्वर डोळे बंद करून ऐकत राहिला.काही काळ दोघांमध्ये नुसतं मौन पसरलं. प्रदीर्घ मौनानंतर ऊपरवाल्याने डोळे उघडले आणि एकलव्याला निघण्याचा इशारा केला. एकलव्याला रोज वेगवेगळी शिकवण मिळतच होती, पण आज त्याला अगदी वेगळंच असं काही तरी जाणवत होतं. त्याचा चेहरा आपल्या संकल्पाच्या तेजाने उजळू लागला. नवा जोश, नवा उत्साह त्याच्या रोमारोमातून उसळू लागला. काही तरी निश्तिपणे करून दाखवण्याचा, दुःखमुक्तीचा संकल्प दृढ करण्याचा निश्चय मनाशी घोळवत तो घराकडे वळला.

त्याच्यासोबत अर्थातच होता अदम्य, अतूट, असीम प्रेरणास्रोत असलेला ऊपरवाला...

■ ■ ■

आनंद सोसायटीतून ऊपरवाला निघून गेल्यानंतर एकलव्य आणि एकताचा विवाह मोठ्या थाटामाटात संपन्न झाला. विवाहाच्या वेळी मि. द्रोणनाथन यांनी, इकबाल, एकाम्बरम मॅडम, एकांत मलहोत्रा, हमीद, डेव्हिड, फादर फ्रान्सिस, अक्षय... इत्यादींचं स्वागत मोठ्या आपुलकीने, जिव्हाळ्याने केलं. सगळ्यांना एकता खूपच आवडली.

विवाहाच्या दुसऱ्या दिवशी विवाहात मिळालेल्या भेटवस्तू बघत असताना एकलव्याची नजर एका भेटवस्तूवर खिळली. एकलव्याचं मन खुशीनं ओतप्रोत भरून गेलं कारण भेटवस्तू देणाऱ्याचं नाव होतं – 'अनाकार, संदेशाकाश, नचिकेता, सर रॉबर्ट.' वर गुंडाळलेला कागद काढता काढता एकलव्याचं काळीज जोरजोराने धडधडू लागलं. एकलव्याच्या हातात ऊपरवाल्याने लिहिलेली डायरी होती. त्याच्या पहिल्या पानावर लिहिलं होतं,

'प्रिय एकलव्य, तू जेव्हा तुझा संकल्प पूर्ण करण्यात अयशस्वी होशील, तेव्हाच ही डायरी वाच. मी तुझ्यासाठी प्रार्थना करेन, की ही डायरी वाचायची वेळ तुझ्यावर कधीच न येवो. हां, तुझी इच्छा असेल, तर तू लिहिलेली डायरी, जी तू अर्जुनला वाचायला देत होतास, त्या डायरीचे पुस्तक छाप. मि. द्रोणनाथन आणि एकांत मलहोत्रा या कामात तुला मदत करतील. पुस्तकाच्या उद्घाटन समारंभाला मी नक्की येईन आणि हो... मि. द्रोणनाथननी एकतेच्याद्वारा तुला दिलेली अंगठी, तुला नेहमीच आपला संकल्प आणि 'लक्ष्याची आठवण देत राहील.'

तुला नववर्ष आणि नवजीवन शुभकर होवो !

आपला कल्याण मित्र

सरफरोश (माझे नवे नाव)

हे वाचून झाल्यावर खूप वेळपर्यंत एकलव्य एखाद्या पुतळ्यासारखा बसला. त्याचे डोळे शून्यात खिळून राहिले. डायरीतील सारे शब्द धूसर झाले. त्याच्या मनात नानाविध भावनांचे तरंग उमटले. आश्चर्याच्या समुद्रात डुंबत तो मनाशी म्हणाला, 'हे ऊपरवाल्या, तुला समजून घेणं खरोखरच असंभव आहे. पण आपली आज्ञा

शिरसावंद्य. मी डायरी वाचणार नाही आणि माझा संकल्प पूर्ण करून पुस्तक जरून छापेन. पुस्तकाचं नाव असेल, 'आपले लक्ष्य-आपला संकल्प '

■ ■ ■

एकलव्य ज्या कंपनीत काम करत होता, त्या कंपनीची एक शाखा दिल्लीतही होती. तिथे एक नवीन प्रोजेक्ट सुरू करण्यात आला. मि. द्रोणनाथननी एकलव्याला प्रोजेक्ट मॅनेजरच्या पदावर नियुक्त केलं आणि त्याची बदली दिल्लीला करण्यात आली. दिल्लीत ऑफीसच्या जवळच एका उच्चवर्गीय सोसायटीत द्रोणनाथनचा एक फ्लॅट रिकामाच होता. त्यामुळे दिल्लीसारख्या मोठ्या शहरात त्याची राहण्याची समस्याही सुटली.

एकलव्याचे आई-वडील आणि बहीण अलीकडे त्याच्या वागण्यामुळे अतिशय खूश होते. घरात सुखसमृद्धीचा जणू पूर आला होता. ऊपरवाल्याच्या सत्संगात राहून एकलव्यात घडलेल्या आमूलाग्र परिवर्तनाचे ते साक्षीदार होते. या लग्नामुळे ते अतिशय खूश होते, कारण त्यांना माहीत होतं, की ही 'आनंदी जोडी'साऱ्या घराला आनंदविभोर करेल आणि घडलंही तसंच.

एक दिवस सगळ्यांचा निरोप घेऊन एकलव्य आणि एकता दिल्लीला रवाना झाले. नवी नोकरी, नवीन जीवनसाथी आणि एक नवीन जाणीव घेऊन, आता तो नवीन जीवन सुरू करणार होता.

दिल्लीच्या रेल्वस्टेशनवर एका नव्या जीवनाने एकलव्य आणि एकताचं स्वागत केलं. दोघेही खुशीने टॅक्सी स्टँडकडे गेले. तिथे त्यांना आढळलं, की कंपनीने त्यांच्यासाठी आधीच कारची व्यवस्था करून ठेवलीय. आपलं सारं सामान कारमध्ये ठेवून आपल्या फ्लॅटच्या दिशेने निघाले. वीस एक मिनिटानंतर त्यांची कार 'प्रेम निलय' नावाच्या सोसायटीच्या मुख्य गेटशी जाऊन उभी राहिली. आत जाऊन वॉचमनकडे विचारपूस करून ते आपल्या बिल्डिंगकडे निघाले. बिल्डिंग येताच एकलव्य कारमधून उतरला आणि एकताच्या मदतीने तो आपलं सामान कारमधून बाहेर काढू लागला. एवढ्यात एक सडपातळ तरुण त्यांच्यासमोर येऊन उभा राहिला. त्याने एकलव्याला विचारले -

'आपल्याला यापूर्वी कधी इथे पाहिलं नाही. आपण या बिल्डिंगमध्ये नव्याने राहायला आलात का?'

एकलव्य - होय !

तरुण - मी पण याच बिल्डिंगमध्ये राहतो. माझं नाव सिकंदर.

एकलव्य - ऐकून आनंद झाला.

तरुण - आपल्याजवळ बरंच सामान दिसतंय. मी आपल्याला सामान वर घेऊन जायला मदत करू का?

एकलव्याने हसत हसत उत्तर दिलं, 'हो. जर तू खूश असशील, आनंदात असशील, तर... !

परिशिष्ट

एकलव्याची कथा

बहुतेक वाचकांना एकलव्याची कथा माहीतच आहे. आपल्याला ही कथा माहीत असली तरीही हे परिशिष्ट जरूर वाचा. त्यामुळे हे पुस्तक आपल्याला सखोलपणे समजू शकेल आणि यातील कहाणीचा योग्य लाभ उठवता येईल.

गुरू द्रोणाचार्यांच्या आश्रमाजवळ एक भिल्लपुत्र राहात होता. त्याचे नाव एकलव्य. आपण श्रेष्ठ धनुर्धर बनावं, अशी त्याची लहानपणापासूनच इच्छा होती, म्हणून तो कौरव, पांडवांचे कुलगुरू असलेल्या द्रोणाचार्यांकडून धनुर्विद्या शिकू इच्छित होता.

या पुस्तकाच्या कहाणीतील एकलव्य एका निम्न मध्यमवर्गीय परिवारातील सदस्य आहे. लहानपणापासूनच जीवनात घडणाऱ्या विविध घटनांचं तो सूक्ष्मपणे निरीक्षण करत असे. आपल्या आसपास पसरलेलं दुःख बघून तो व्यथित होत असे आणि त्यातून बाहेर पडण्याची प्रार्थना करत असे.

एकलव्याच्या महत्त्वाकांक्षेबद्दल जेव्हा त्याच्या मातापित्याला कळलं, तेव्हा त्यांनी एकलव्याला खूप समजावलं, की तो भिल्ल जातीचा शूद्र बालक आहे, म्हणून द्रोणाचार्य शिष्यरूपात त्याचा कधीच स्वीकार करणार नाहीत. परंपरेनुसार केवळ ब्राह्मण आणि क्षत्रिय बालकांनाच कुलगुरू शिक्षण देत होते. परंतु एकलव्याने मनातल्या मनात द्रोणाचार्यांना आपले गुरू मानलं होतं. तो हिम्मत हरला नाही. आपलं ध्येय साध्य करण्याच्या बाबतीत तो अविचल राहिला. त्याने आपल्या घराजवळच एका

झाडाखाली, द्रोणाचार्यांचा एक मातीचा पुतळा बनवून स्थापित केला आणि दररोज त्या पुतळ्यापुढे बाण मारण्याचा सराव सुरू केला. तो प्रतिभाशाली होता. त्यामुळे या कलेत तो लवकरच पारंगत झाला.

प्रस्तुत कहाणीमध्ये एकलव्याच्या मातापित्यांना जेव्हा कळलं, की एकलव्याने दुःखमुक्तीचा संकल्प सोडलाय आणि त्यासाठी तो दररोज कुणाचं तरी मार्गदर्शन घेतोय, तेव्हा सुरुवातीला त्यांनी एकलव्याला 'ही अवस्था सहजपणे प्राप्त होत नाही,' असं म्हणून त्याला हतोत्साहित केलं. परंतु एकलव्याने त्यांचं काहीच ऐकलं नाही. त्याने नियमितपणे सकाळी फिरायच्यावेळी मार्गदर्शन मिळवणं सुरू ठेवलं.

एक दिवस द्रोणाचार्य आणि अर्जुन एकलव्याच्या झोपडीजवळून जात होते. दुपारची वेळ होती. सर्वत्र शांतता पसरली होती, मात्र एका कुत्र्याच्या भुंकण्याने तिथल्या शांतीचा भंग होत होता. साधनेत निमग्न असलेल्या एकलव्याचं लक्ष त्यामुळे वारंवार विचलीत होत होतं. कुत्र्याचं भुंकणं थांबवण्यासाठी एकलव्याने एक एक करत अनेक बाण कुत्र्याच्या तोंडात सोडले. बाण अशा प्रकारे सोडलेले होते, की कुत्र्याला जखम होणार नाही, पण त्याचं भुंकणं मात्र थांबेल.

हे पाहून द्रोणाचार्य एकलव्याजवळ जाऊन म्हणाले, 'मुला, धनुष्यबाण चालवण्याची इतकी चांगली कला तू कुणाकडून शिकलास? तुझे गुरू कोण?'

एकलव्य खुशीने म्हणाला, 'गुरुदेव हे आपलंच सामर्थ्य आहे. मी माझ्या गुरूच्या रूपात आपलीच पूजा करतो. बघा ना, त्या पुतळ्याच्या रूपाने आपण माझ्याजवळ आहात.'

गुरू द्रोणाचार्यांनी एकलव्याला म्हटलं,'माझा आशीर्वाद सदैव तुझ्यासोबत असेल. तू मला तुझा गुरू मानलयंस. आता तुझं शिक्षणही पूर्ण झालंय. तू मला गुरुदक्षिणा देणार नाहीस का?'

एकलव्य समर्पण भावनेने म्हणाला,'आदरणीय गुरुदेव, आपल्याला गुरुदक्षिणा म्हणून काय हवं?'

अर्जुन श्रेष्ठ धनुर्धर बनावा म्हणून गुरु द्रोणाचार्यांनी एकलव्याला म्हटलं, 'गुरुदक्षिणेच्या रूपात मला तुझ्या उजव्या हाताचा अंगठा दे.' एकलव्याला माहीत होतं, की अंगठ्याशिवाय तो श्रेष्ठ धनुर्धर होऊ शकणार नाही. तरीही त्याने कुठलाही

विरोध न दर्शवता एका झटक्यात आपला अंगठा कापून गुरुचरणी अर्पण केला.

विश्वाच्या इतिहासात एकलव्यासारखा दृढ निश्चयी आणि गुरूला समर्पित झालेला शिष्य अमर राहील.

गुरू द्रोणाचार्यांनी एकलव्याशी जसं वर्तन केलं, तसंच वर्तन ऑफीसमध्ये एकलव्याचा बॉस मि. द्रोणनाथन एकलव्याशी करत होता. तरीही तो खचला नाही. त्याने आपली हिम्मत हरू दिली नाही आणि आपल्या बॉसचं मन जिंकलं.

आजच्या परिपेक्ष्याच्या युगात सापालाही शिडी बनवून त्याच्या समोर साधना केली जाऊ शकते का? समोरच्याचा दृष्टिकोन नकारात्मक असतानाही आपण त्यांची मदत कशी घेऊ शकतो? कुणाच्याही द्वेष-दुर्भावनेपासूनही कशा तऱ्हेने शक्ती मिळवता येते? पृथ्वीवर येण्यामागचं खरं उद्दिष्ट काय? खुशीने खुशीचा शोध कसा घेता येतो? या साऱ्या प्रश्नांचं उत्तर आहे-'आपले लक्ष्य, दुःखात खूश का आणि कसं राहावं?'

गुरू द्रोणाचार्यांनी गुरुदक्षिणेच्या रूपात एकलव्याचा अंगठा मागितला. पण या कहाणीत काय घडलं? एकलव्याला अंगठा द्यावा लागला की नाही? एकलव्याला अशा कोणत्या अदृश्य प्रेरणेने प्रेरित केलं, की ज्यामुळे त्याच्या बॉसचंही हृदय द्रवलं? हे सगळं जाणून घेण्यासाठी वाचू या, खुशीने खुशी मिळवण्याचं रहस्य. दुःखात खूश का राहावं, यामागील रहस्य. पृथ्वीवरून लुप्त होत जाणाऱ्या रहस्याचं संपूर्ण ज्ञान, 'आपलं लक्ष्य.'

हे पुस्तक वाचल्यानंतर आपला अभिप्राय कृपया या पत्त्यावर अवश्य पाठवा.
Tej Gyan Global Foundation,
Pimpri Colony Post Office,
P. O. Box 25, Pune - 411 017. Maharashtra (India).

आनंद सूची

भाग १	आपले लक्ष्य – दु:खात आनंदी का आणि कसे रहावे प्रस्तावना		०९
भाग २	एक विलक्षण व्यक्तिमत्व		१७
भाग ३	मस्तकाची केबिन – KBN – शक्तिशाली मंत्र		२४
भाग ४	आनंदी दृष्टी		३०
भाग ५	बेहोशीचे फळ		३५

दु:खाची नऊ कारणे – लक्ष्य प्राप्तीची संधी   खंड १   ३९

भाग ६	ईश्वरापासून दूर होणे	४०
भाग ७	खुशी रोखण्याचं बटण	४६
भाग ८	आनंदाचे सहज – सरळ रहस्य	५२
भाग ९	दु:खाचे दु:ख	६१
भाग १०	ध्येयावर लक्ष	७०
भाग ११	ज्ञानयुक्त कर्म	७९
भाग १२	समजेत सामावले काळाचे बीज	८६
भाग १३	सुखच दु:ख आहे	९४
भाग १४	स्वतंत्र अस्तित्व	१०६

आनंदाने आनंदाचा शोध   खंड २   १११

भाग १५	विश्वासाचा सूर्य	११२
भाग १६	स्वीकारयुक्त अनुमती	११७
भाग १७	महाअनुवादक	१३१

भाग १८	खुशीचा चष्मा	१४६
भाग १९	दु:खाचा उपवास	१५८
भाग २०	इच्छेचे सामर्थ्य	१६१
भाग २१	फार्म हाऊसचा देवदूत	१७०
भाग २२	फार्म हाऊसमधील चर्चासत्र	१७४
भाग २३	मनबुद्धिआत्मबल	१८१
भाग २४	जीवनाच्या कारची स्क्रीन	१९३
भाग २५	रिपीट ऑर्डर	२०४
भाग २६	इस्लाम धर्माचा खरा अर्थ	२१३
भाग २७	खुशी हाच मार्ग	२१७
भाग २८	खुशंग संग	२२३
भाग २९	शरीर आपल्याला मिळालंय...आपण शरीराला नाही	२३१
भाग ३०	आनंदाचा संकल्प	२४१
परिशिष्ट		२४७
१	एकलव्याची कथा	२४७
२	सरश्री – एक अल्पपरिचय	२५४
३	तेजज्ञान फाउंडेशनची माहिती	२५५

'सरश्री'द्वारे रचित इतर पुस्तकं

आनंदाचे रहस्य

सुख दुःखाच्या पलीकडे

पृष्ठसंख्या : १५२ • मूल्य : ₹ १४०

Also available in Hindi

मी न देव आहे न देवदूत... तरीही माझ्या संपूर्ण दर्शनामुळे माणसाला प्राप्त होतं शाश्वत सुख... मी ईश्वराची हाक आहे... जागृतीचा जन्मदाता आहे... विकासाचा मंत्र आहे... जगाला अत्युच्च शिखरावर घेऊन जाण्याचं निमित्त आहे... माझं नाव जरी दुःख असलं तरी मानवाला दुःख देण्यासाठी माझी निर्मिती निश्चितच झालेली नाही. माझी उपस्थिती म्हणजे ज्ञानी लोकांसाठी समस्येचं समाधान... तर अज्ञानी लोकांसाठी रक्ताचे अश्रू...

या पुस्तकाच्या रूपानं दुःखाचे सगळे चेहरे वाचकांसमोर साकार होत आहेत. निर्भय होवून जर दुःखाचं संपूर्ण दर्शन घेतलं तर दुःखाचा भाऊ असलेल्या सुखापासूनही माणूस मुक्त होतो. दुःख ही केवळ एक परिकल्पना, भ्रम आहे हे वास्तव या पुस्तकात प्रस्तुत केलं आहे. आपण जर स्वतःला दुःखी बनवू शकतो तर निश्चितच आनंदीही बनवू शकणार नाही का? दुःखमुक्ती-मंत्र प्राप्त करून दुःखद घटनांमध्येही खुश राहण्याची कला आपण या पुस्तकाद्वारे शिकू शकाल. दुःख हे केवळ शंका नसून मनन संदेश आहे हे गहन रहस्य या पुस्तकातून जाणून माणूस एक परिपूर्ण जीवन जगू शकतो. वर्तमान जीवनातील प्रत्येक क्षणाचा आनंदही तो लुटू शकतो. हे पुस्तक पुनःपुन्हा वाचून सुख-दुःखात माणसानं निष्णात व्हावं हा यामागचा उद्देश.

जाऊ आनंदाच्या गावा

तोडू तणावाचा पिंजरा

पृष्ठसंख्या : २०० ● मूल्य : ₹ १५०

Also available in Hindi & English

ताणतणाव म्हणजे आयुष्यातील विविध घडामोडींमुळे झालेली माणसाच्या शरीराची आणि मनाची झीज. त्यामुळेच त्याच्यात भीती, गोंधळ, नैराश्य, तणाव यांसारख्या गोष्टी निर्माण होतात. म्हणून अशा बिकट स्थितीत तो पार कोलमडून जातो. कधी कधी तर तणावपूर्ण विचारात अडकून माणूस आपली इच्छादेखील गमावून बसतो. माणसाने आपल्या शरीरावर, जीवनावर वाहनचालकासारखं नियंत्रण ठेवलं, सकारात्मक विचार ठेवले तर तो त्वरित ताणतणावातून मुक्त होऊ शकतो. यासाठी आपल्याला हे पुस्तक निश्चितच मदत करेल.

पावसाळ्यात जसा ऊन-पावसाचा गमतीशीर खेळ चाललेला असतो तसंच माणसाच्याही आयुष्यात सुख-दुःख, समस्या, तणाव यांचं मजेशीर नाटक चाललेलं असतं. हिरव्यागार पानावर असलेल्या पांढऱ्या शुभ्र दवबिंदूकडे जर निरखून पाहिलं तर तो म्हणेल, 'भल्या माणसा, तू इतका तणावग्रस्त कसा? बाहेरची सारी सृष्टी तर बघ... आनंदाने कशी न्हाऊन निघाली आहे, खुशीने अगदी बहरून गेलीय पण तू मात्र सतत तणावात राहून तुझ्यातील उत्साह, सृजनशीलता, इच्छाशक्तीच गमावून बसला आहेस. अरे, आकाशात असलेल्या इंद्रधनुष्याकडे नजर टाक. त्यातील मोहक रंगांचं अवलोकन कर. आनंदी जीवनाकडे झेप घ्यायलाच जणू ते तुला खुणावत आहे... अशाप्रकारे तणावातून मुक्त करून प्रेम, आनंद आणि मौन भरभरून प्रदान करणारं हे बहुमोल पुस्तक...

स्वसंवाद एक जादू
आपला रिमोट कंट्रोल कसा प्राप्त करावा

पृष्ठसंख्या : २०८ • मूल्य : ₹ १६०

Also available in Hindi, English

कोणी आपली प्रशंसा केली आणि म्हटले, 'तुम्ही होता म्हणून काम झाले नाहीतर हे काम होणे शक्यच नव्हते.' अशाप्रकारे आपली स्तुती झाली तर काय होईल? अशा वेळी अनेकांना रात्रभर झोपा येत नाही. त्यांना ते प्रशंसनीय बोल वारंवार आठवतात. 'कशी माझी प्रशंसा झाली, कसे सर्वजण मला चांगले म्हटले,' हा मनातील स्वसंवाद थांबतच नाही.

एखाद्याने जर आपली चूक दाखविली तर ते आपल्याला त्रासदायक ठरते. कोणी आपली निंदा केली तर आपल्याला वाईट वाटते. आपण स्वतःच आपला रिमोट इतरांच्या हाती देऊन त्यांच्याकडून ही अपेक्षा बाळगतो की, 'त्यांनी रागाचे नव्हे तर प्रशंसेचे बटन दाबावे.'

पण काय झाले पाहिजे? आपला रिमोट कंट्रोल प्रत्येक क्षणी आपल्याच हाती असावा. सभोवतालचे वातावरण, घटना याचा आपल्याला त्रास होऊ नये, आपण नाराज होऊ नये, हेच या पुस्तकाचे उद्दिष्ट आहे. मुख्य लक्ष्य आहे.

एक अल्प परिचय
सरश्री

स्वीकार मंत्र मुद्रा

सरश्रींचा आध्यात्मिक शोध त्यांच्या बालपणापासूनच सुरू झाला होता. हा शोध सुरू असताना त्यांनी अनेक प्रकारच्या पुस्तकांचा अभ्यास केला. त्याचबरोबर आपल्या आध्यात्मिक शोधात मग्न राहून त्यांनी अनेक ध्यानपद्धतींचा अभ्यास केला. त्यांच्या या शोधाने त्यांना अनेक वैचारिक आणि शैक्षणिक संस्थांमध्ये जाण्यासाठी प्रेरित केले.

सत्यप्राप्तीच्या शोधासाठी जास्तीत-जास्त वेळ देता यावा, या तीव्र इच्छेने त्यांना, ते करत असलेले अध्यापनाचे कार्य त्याग करण्यास प्रवृत्त केले. जीवनाचे रहस्य समजण्यासाठी त्यांनी बराच काळ मनन करून आपले शोधकार्य सतत सुरू ठेवले. या शोधाच्या शेवटी त्यांना 'आत्मबोध' प्राप्त झाला. आत्मसाक्षात्कारानंतर त्यांना जाणवले, की सत्यापर्यंत पोहोचण्याच्या प्रत्येक मार्गांत एकच सुटलेली कडी (मिसिंग लिंक) आहे आणि ती म्हणजे 'समज' (Understanding).

सरश्री म्हणतात, 'सत्यप्राप्तीच्या सर्व मार्गांचा आरंभ वेगवेगळ्या प्रकारे होतो, परंतु सर्वांचा शेवट मात्र 'समजे'ने होतो. ही 'समज'च सर्व काही असून, ती स्वतःच परिपूर्ण आहे. आध्यात्मिक ज्ञान प्राप्तीकरिता या 'समजे'चे श्रवणसुद्धा पुरेसे आहे' हीच 'समज' प्रदान करण्यासाठी सरश्रींनी 'तेजज्ञानाची' निर्मिती केली. तेजज्ञान ही आत्मविकासातून आत्मसाक्षात्कार प्राप्त करण्याची संपूर्ण ज्ञानप्रणाली आहे.

सरश्रींनी अडीच हजारांहून अधिक प्रवचन दिले आहेत आणि शंभरपेक्षा जास्त पुस्तकांची रचना केली आहे. ही पुस्तके दहापेक्षा अधिक भाषांमध्ये रूपांतरित केली गेली असून, पेंगुइन बुक्स, हे हाऊस पब्लिशर्स, जैको बुक्स, हिंद पॉकेट बुक्स, मंजुल पब्लिशिंग हाऊस, प्रभात प्रकाशन, राजपाल ॲण्ड सन्स इत्यादी प्रमुख प्रकाशन संस्थांद्वारा प्रकाशित केली गेली आहेत. सरश्रींच्या शिकवणीने लाखो लोकांच्या जीवनात परिवर्तन घडलं आहे. तसेच संपूर्ण विश्वाची चेतना वाढविण्यासाठी कित्येक सामाजिक कार्यांची सुरुवातही केली आहे.

तेजज्ञान फाउंडेशन परिचय

तेजज्ञान फाउंडेशन आत्मविकासातून आत्मसाक्षात्कार प्राप्त करण्याचा एक मार्ग आहे. यासाठी सरश्रींद्वारा एक अनोखी बोधप्रणाली (System for Wisdom) निर्माण झाली आहे. या प्रणालीला आंतरराष्ट्रीय प्रमाणपत्राद्वारे ISO 9001:2008 च्या आवश्यकतेनुसार आणि निकष पडताळून सरळ, व्यावहारिक आणि प्रभावी बनवलं गेलं आहे.

या संस्थेच्या प्रबोधनपद्धतीच्या भिन्न पैलूंना (शिक्षण, निरीक्षण आणि गुणवत्ता) स्वतंत्र गुणवत्ता परीक्षकांद्वारे (Quality Auditors) क्रमबद्ध पद्धतीने पडताळलं गेलं. त्यानंतर या पैलूंना ISO 9001:2008 साठी पात्र समजून या बोधपद्धतीला हे प्रमाणपत्र प्रदान करण्यात आलं.

या फाउंडेशनचे लक्ष्य आहे नकारात्मक विचारांकडून सकारात्मक विचारांकडे वाटचाल. सकारात्मक विचारांकडून शुभ विचारांकडे म्हणजे हॅपी थॉट्सकडे प्रगती. शुभ विचारांकडून निर्विचार अवस्थेकडे मार्गक्रमण आणि निर्विचार अवस्थेच्या अंती आत्मसाक्षात्कार प्राप्ती. 'मी सर्व विचारांपासून मुक्त व्हावे' हा विचार म्हणजे शुभ विचार (हॅपी थॉट्स). 'मी प्रत्येक इच्छेपासून मुक्त व्हावे', अशी इच्छा म्हणजे शुभ इच्छा.

तेजज्ञान म्हणजे ज्ञान व अज्ञान या दोहोंच्या पलीकडचे ज्ञान. पुष्कळ लोक सामान्य ज्ञानाच्या (General Knowledge) माहितीलाच ज्ञान मानतात. परंतु अस्सल ज्ञान आणि नुसती माहिती यांत फार मोठे अंतर आहे. आजमितीला लोक सामान्य ज्ञानाच्या उत्तरांनाच जास्त महत्त्व देतात. अशा ज्ञानाचे विषय म्हणजे कर्म आणि भाग्य, योग आणि प्राणायाम, स्वर्ग आणि नरक इत्यादी. आजच्या युगात सामान्यज्ञान प्राप्त करणारे लोक, शिक्षक मोठ्या प्रमाणावर आहेत; परंतु हे ज्ञान ऐकून जीवनात परिवर्तन घडून येत नाही. असे ज्ञान म्हणजे केवळ बुद्धिविलास आहे किंवा अध्यात्माच्या नावावर चाललेला बुद्धीचा व्यायाम आहे.

सर्व समस्यांवरील उपाय आहे तेजज्ञान. क्रोध, चिंता आणि भय यांपासून मुक्त जीवन म्हणजे तेजज्ञान. शारीरिक, मानसिक, सामाजिक, आर्थिक आणि आध्यात्मिक

प्रगतीचा, सर्वांगीण प्रगतीचा मार्ग आहे तेजज्ञान. तेजज्ञान आपल्या अंतरंगात आहे. येथे या आणि या गोष्टीचा अनुभव घ्या.

आपल्याला असे ज्ञान हवे आहे, की जे सामान्य ज्ञानापलीकडे आहे, जे प्रत्येक समस्येवरील उत्तर आहे, जे प्रत्येक समजुतीपासून, गृहीत धारणांपासून आपल्याला मुक्त करते, ईश्वरी साक्षात्कार घडविते, अंतिम सत्यात स्थापित करते. आता वेळ आली आहे शाब्दिक, सामान्यज्ञानातून बाहेर येऊन तेजज्ञानाचा अनुभव घेण्याची!

आजवर जप-तप, तंत्र-मंत्र, कर्म-भाग्य, ध्यान-ज्ञान, योग-भक्ती असे अनेक मार्ग अध्यात्मात सांगितले आहेत. या सर्व मार्गांनी प्राप्त होणारी अंतिम समज, अंतिम ज्ञान, बोध एकच आहे. अंतिम सत्याच्या शोधकाला, साधकाला शेवटी जी एकच 'समज' प्राप्त होते, ती 'समज' श्रवणानेसुद्धा प्राप्त होऊ शकते. अशा समजप्राप्तीसाठी श्रवण करणे यालाच तेजज्ञान प्राप्त करणे म्हटले गेले आहे. तेजज्ञानाच्या श्रवणाने सत्याचा साक्षात्कार घडतो, ईश्वरीय अनुभव मिळतो. हेच तेजज्ञान सरश्री महाआसमानी शिबिरात प्रदान करतात.

महाआसमानी शिबिर (निवासी)

तुम्हाला सर्वोच्च आनंद हवाय? असा आनंद, जो कोणत्याही बाह्य कारणावर अवलंबून नाही... जो प्रत्येक क्षणी वृद्धिंगत होतो. या जीवनात तुम्हाला प्रेम, विश्वास, शांती, समृद्धी आणि परमसंतुष्टी हवी आहे का? शारीरिक, मानसिक, सामाजिक, आर्थिक आणि आध्यात्मिक अशा आयुष्याच्या सर्व स्तरांवर यशस्वी होण्याची तुमची इच्छा आहे का? 'मी कोण आहे' हे तुम्हाला अनुभवाने जाणावंसं वाटतं का?

तुमच्या अंतर्यामी अशा सर्व प्रश्नांची उत्तरं जाणण्याची इच्छा आणि 'अंतिम सत्य' प्राप्त करण्याची तृष्णा असेल, तर तेजज्ञान फाउंडेशनतर्फे आयोजित 'महाआसमानी शिबिरा'त तुमचं स्वागत आहे. हे शिबिर सरश्रींच्या मार्गदर्शनावर आधारित आहे. सरश्री, आजच्या युगातील आध्यात्मिक गुरू असून, ते आजच्या लोकभाषेत अत्यंत सहजपणे आध्यात्मिक समज प्रदान करतात.

महाआसमानी शिबिराचा उद्देश :

विश्वातील प्रत्येक मनुष्यानं 'मी कोण आहे', या प्रश्नाचं उत्तर जाणून तो सर्वोच्च आनंदाच्या अवस्थेत स्थापित व्हावा, हाच या शिबिराचा मुख्य उद्देश आहे. प्रत्येकाला

असं ज्ञान प्राप्त व्हावं, जेणेकरून त्यानं प्रत्येक क्षणी वर्तमानात जगण्याची कला आत्मसात करावी. तो भूतकाळाचं ओझं आणि भविष्याची चिंता यांतून मुक्त व्हावा. प्रत्येकाच्या आयुष्यात कधीही न संपणारा आनंद आणि योग्य समज यावी. शिवाय, प्रत्येकानं समस्या विलीन करण्याची कला आत्मसात करावी. थोडक्यात, मनुष्यजन्माचा उद्देश सफल व्हावा, हाच या शिबिराचा उद्देश आहे.

'मी कोण आहे? मी येथे का आहे? मोक्ष म्हणजे काय? या जन्मातच मोक्षप्राप्ती शक्य आहे का?' असे प्रश्न जर तुमच्या मनात असतील, तर त्यांवरील उत्तर आहे- 'महाआसमानी शिबिर'.

महाआसमानी शिबिराचे मुख्य लाभ :

वास्तविक या शिबिराचे लाभ तर असंख्य आहेत; पण त्यांपैकी मुख्य लाभ पुढीलप्रमाणे-

* जीवनात शक्तिशाली ध्येय निश्चित होतं
* 'मी कोण आहे' हे अनुभवाने जाणता येतं (सेल्फ रियलायजेशन)
* मनाचे सर्व विकार विलीन होतात.
* भय, चिंता, क्रोध, बोरडम, मोह, तणाव या नकारात्मक बाबींतून मुक्ती
* प्रेम, आनंद, मौन, समृद्धी, संतुष्टी, विश्वास अशा दिव्य गुणांशी युक्ती
* साधं, सरळ पण शक्तिशाली जीवन जगता येतं
* प्रत्येक समस्येचं निराकरण करण्याची कला प्राप्त होते
* 'प्रत्येक क्षणी वर्तमानात जगणं' हा तुमचा स्वभाव बनतो
* आपल्यातील सर्व सकारात्मक शक्यता खुलतात
* याच जीवनात मोक्षप्राप्ती होते

महाआसमानी शिबिरात सहभागी कसं व्हाल?

या शिबिरात सहभागी होण्यासाठी तुम्हाला खालील बाबींची पूर्तता करायची आहे-

१) तुमचं वय कमीत कमी अठरा किंवा त्यापेक्षा अधिक असायला हवं.

२) सर्वप्रथम तुम्हाला 'सत्य-स्थापना' (फाउंडेशन ट्रुथ रिट्रीट) शिबिरात सहभागी व्हावं लागेल. या शिबिरात, तुम्ही प्रामुख्यानं दोन बाबी शिकाल- प्रत्येक क्षणी वर्तमानात जगण्याची कला कशी आत्मसात करावी आणि निर्विचार अवस्था कशी प्राप्त करावी.

३) प्राथमिक स्तरावर तुम्हाला काही प्रवचनं ऐकायची असून, त्यांतून तुम्ही मूलभूत समज आत्मसात कराल आणि महाआसमानी शिबिरात प्रवेश करण्यासाठी तयार व्हाल.

महाआसमानी शिबिर वर्षभरात तीन-चार वेळा आयोजित केलं जातं. यात हजारो सत्यशोधक सहभागी होतात. महाआसमानी शिबिराची पूर्वतयारी तुम्ही तेजज्ञान फाउंडेशनच्या नजीकच्या सेंटरवरही करू शकता. महाराष्ट्रात अहमदनगर, सातारा, औरंगाबाद, नाशिक, नागपूर, वर्धा, अमरावती, चंद्रपूर, यवतमाळ, कोल्हापूर, सांगली, रत्नागिरी, लातूर, बीड, नांदेड, परभणी, पनवेल, मुंबई, ठाणे, सोलापूर, पंढरपूर, जळगाव, अकोला, बुलढाणा, धुळे, भुसावळ आणि महाराष्ट्राबाहेर सुरत, अहमदाबाद, बडोदा, नवी दिल्ली, बेंगलुरू, बेळगाव, धारवाड, रायपूर, भुवनेश्वर, कोलकाता, रांची, लखनौ, कानपूर, चंदीगढ, जयपूर, चेन्नई, पणजी, म्हापसा, भोपाळ, इंदोर, इटारसी, हर्दा, विदिशा, बुऱ्हाणपूर या ठिकाणी महाआसमानी शिबिराची पूर्वतयारी करू शकता.

तेजज्ञान फाउंडेशनमध्ये उपलब्ध असणाऱ्या सरश्रीलिखित पुस्तकांचं वाचन करून किंवा सरश्रींच्या प्रवचनांच्या सीडीज ऐकूनही तुम्ही या शिबिराची पूर्वतयारी करू शकता. याशिवाय, तुम्ही टीव्ही, रेडिओ किंवा यू ट्युबवरील सरश्रींच्या प्रवचनांचा लाभही घेऊ शकता. पण लक्षात घ्या, पुस्तकांतील ज्ञान, सीडी, टीव्ही, रेडिओ आणि यू ट्युबवरील प्रवचनं म्हणजे 'तेजज्ञानाची तोंडओळख' आहे; 'संपूर्ण तेजज्ञान' मुळीच नाही. तुम्ही महाआसमानी शिबिरात सहभागी होऊनच तेजज्ञानाचा आनंद घेऊ शकता. तेव्हा आगामी महाआसमानी शिबिरात सहभागी होण्यासाठी आजच संपर्क करा- ०९९२१००८०६०/७५, ९०११०१३२०८

महाआसमानी शिबिरस्थान :

हे शिबिर पुण्यातील मनन आश्रम येथे आयोजित केलं जातं. येथे तुमच्या निवासाची आणि भोजनाची व्यवस्था केली जाते. तुम्हाला काही शारीरिक व्याधी असतील आणि त्यासाठी जर तुम्ही नियमितपणे औषधं घेत असाल, तर शिबिरात येताना ती सोबत बाळगावीत. शिवाय, वातावरणानुसार गरम कपडे, स्वेटर, ब्लँकेटही आणावं.

पुणे शहरापासून १७ किलोमीटर अंतरावर अत्यंत निसर्गरम्य परिसरात मनन आश्रम वसलेला आहे. आश्रमात महिला आणि पुरुष यांच्या निवासाची स्वतंत्र व्यवस्था असून येथे जवळपास ८०० लोकांच्या राहण्याची व्यवस्था आहे. आपण हवाईमार्ग, हायवे किंवा रेल्वे अशा कोणत्याही मार्गाने पुण्यात येऊ शकता.

मनन आश्रम : मनन आश्रम, पुणे, सर्व्हे नं. ४३, सणस नगर, नांदोशी गाव, किरकटवाडी फाटा, तालुका- हवेली, जिल्हा- पुणे- ४११०२४. फोन- ०९९२१००८०६०

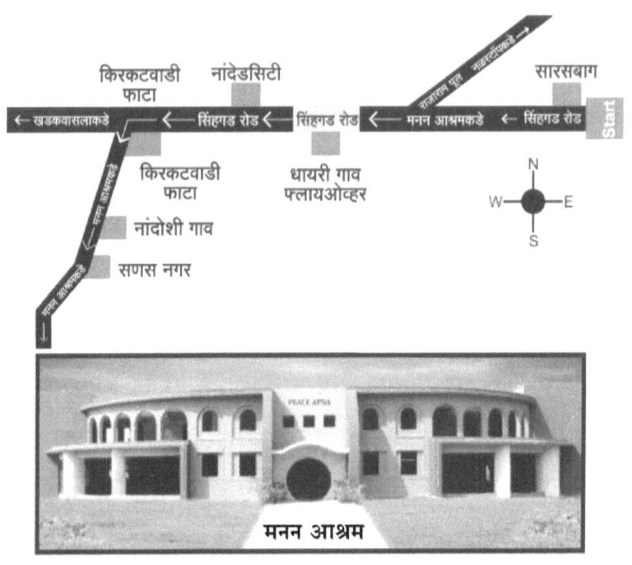

आता एका क्लिकवर शिबिराची नोंदणी!

आता तुम्ही पुढील शिबिरांसाठी **ऑनलाइन** नोंदणी करू शकता.

महाआसमानी शिबिर (५ दिवसीय निवासी शिबिर)

मॅजिक ऑफ अवेकनिंग (केवळ इंग्रजी भाषिकांसाठी ३ दिवसीय महाआसमानी शिबिर)

आध्यात्मिक नींव स्थापना (किशोरवयीन मुलांसाठी मिनी महाआसमानी निवासी शिबिर)

www.tejgyan.org

दु:खात खुश राहण्याची कला

पृष्ठसंख्या : १२८
मूल्य : ₹ १००

With VCD
Also available in Hindi, English, Gujarati & Oriya

स्वीकाराची जादू
त्वरित आनंद कसा प्राप्त करावा

प्रत्येक माणूस खऱ्या आनंदाच्या शोधात भटकत असतो. परंतु त्याला खरा आनंद न गवसल्याने तो धन-दौलत, मान-सन्मान, पद-प्रतिष्ठा, नाव-लौकिक, सुख-सुविधा, मनोरंजन अशा भौतिक गोष्टींमध्येच आनंद शोधत राहतो. पण या गोष्टींमुळे त्याला खरा आनंद मिळतो का?

स्वीकाराच्या जादूमुळे सुखाचा खजिना प्राप्त करायचा की अस्वीकाराच्या शापाने जीवनभर तक्रारीच करत बसायचे हा निर्णय घेण्यासाठी हे पुस्तक तुम्हाला निश्चितच मदत करेल.

माणसाच्या दुःखाचे मूळ कारण त्याचे अज्ञान, मान्यता आणि वाईट वृत्ती आहे. यावरच या पुस्तकात प्रकाश टाकला असून संकुचित वृत्तीतून मुक्त होऊन खुल्या मनाने कसे जगावे व त्वरित आनंद कसा प्राप्त करावा, हा सरश्रींद्वारा दिला गेलेला संदेश म्हणजे आजच्या या तणावपूर्ण धकाधकीच्या जीवनात प्रकाशाचा एक छोटासा किरण आहे. या छोट्याशा किरणाद्वारे आपण ज्ञानाच्या तेजसूर्यापर्यंत सहजतेने पोहोचू शकाल.

पृष्ठसंख्या : १७६
मूल्य : ₹ १२५

Also available in Hindi

धीराचे धनवान बना
संतुलित जीवन संगीत

संयमाची फळं चाखली की आयुष्यात खूप मोठं परिवर्तन घडल्याचं जाणवतं. कारण संयम हाच आपल्या सगळ्यांच्याच जीवनाचा पाया आहे. हा पाया मजबूत कसा करायचा, धीराला आपल्या जीवनाचं अविभाज्य अंग कसं बनवायचं, त्यासाठी असणारे विविध मार्ग किंवा पद्धती कोणत्या या सर्वांचं प्रशिक्षण तुम्हाला या पुस्तकात मिळेल.

हे केवळ पुस्तक नसून तुमच्या सर्व समस्यांचं निराकरण करून तुम्हाला धीराचे धनवान बनवणारी लॉटरीच आहे. तेव्हा आश्चर्यासह आनंदाची अभिव्यक्ती करण्यासाठी आणि संतुलित जीवन संगीत शिकण्यासाठी याचा नक्की लाभ घ्या.

पृष्ठसंख्या : २००
मूल्य : ₹ १७५

Also available in Hindi, English, Gujarati

The मन

कसे बनावे मन : नमन,सुमन,अमन आणि अकंप

शतकानुशतके माणूस आपल्या मनाचे दमन करून त्यावर नियंत्रण ठेवत आला आहे. परंतु मनाच्या दमनामुळे मन निराश आणि नीरस झाले आहे. या अनर्थापासून बचाव व्हावा या उद्दिष्टाने 'The मन' या पुस्तकाची निर्मिती झाली.

आपल्याला अडकवून ठेवणाऱ्या मनापासून मुक्ती मिळवण्यासाठी कोणती परिणामकारक पावले आपण उचलायला हवीत? या मनाला कसे जाणून घ्यावे? आपल्याला जे उद्दिष्ट गाठायचे आहे ते गाठता यावे यासाठी काय करायला हवे? हे सर्व या पुस्तकात जाणता येईल. मनाच्या सामर्थ्याने सिद्धी प्राप्त होऊ शकतात; त्याचप्रमाणे सत्यही प्राप्त होऊ शकते. मनाचे ज्ञान झाल्यावर पैसाही मिळू शकतो आणि प्रज्ञाही मिळते. आपल्या मनाच्या शक्तीने, भक्तीने, युक्तीने आणि सेवेने आपणास काय निर्माण करायचे आहे? आपल्याला सर्वोच्च, उच्चतम लक्ष्य प्राप्त करायचे आहे का? कारण मनाचे सर्वश्रेष्ठ कार्य, मन.Com 'महानिर्वाण निर्माण' हे आहे.

आपणास हवी असलेली पुस्तकं घरपोच मिळण्यासाठी मनीऑर्डर पाठवा.
ही पुस्तकं आमच्या खर्चाने रजिस्टर्ड पोस्ट, कुरिअर आणि व्ही.पी.पी.द्वारे पाठवली जातील. त्यासाठी खालील पत्त्यावर संपर्क साधावा.

वॉव पब्लिशिंग्ज् प्रा. लि.

*रजिस्टर्ड ऑफिस : E-4, वैभव नगर, तपोवन मंदिराजवळ, पिंपरी, पुणे - ४११०१७

*पोस्ट बॉक्स नं. ३६, पिंपरी कॉलनी, पोस्ट ऑफिस, पिंपरी-पुणे - ४११०१७

फोन नं. : 09011013210 / 9623457873

आपण पुस्तकांची ऑर्डर ऑनलाईनही देऊ शकता.

लॉग इन करा - www.gethappythoughts.org

३०० रुपयांहून अधिक किमतीची पुस्तकं मागवल्यास १०% सूट मिळेल.

पुस्तकांसंबंधी अधिक माहितीसाठी संपर्क साधा : 9623457873

For online shopping visit us : www.gethappythoughts.org

बेस्टसेलर पुस्तक 'विचार नियम' शृंखलेचे रचनाकार सरश्रींच्या सत्य संदेशाचा लाभ घ्या

संस्कार चॅनलवर

सोमवार ते शनिवार संध्या. ६:३० ते ६:५० आणि रविवारी संध्या. ८:१० ते ८:३० वाजता

• रेडिओ •

विविध भारती F.M. वर मंगळवारी, शुक्रवारी, शनिवारी, रविवारी सकाळी ९:१५ वा. 'तेजविकास मंत्र'.

M.W. पुणे वर शनिवारी सकाळी ८:५५ वा. 'तेजज्ञान इनर पीस अँड ब्यूटी' कार्यक्रम.

नोट : या कार्यक्रमांच्या वेळेत बदल झाल्यास नोंद ठेवावी.

www.youtube.com/tejgyan च्या साहाय्यानेदेखील सरश्रींच्या प्रवचनांचा लाभ घेऊ शकता.

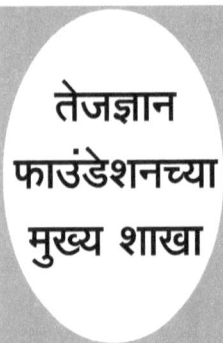

तेजज्ञान फाउंडेशनच्या मुख्य शाखा

- **पुणे :** (रजिस्टर्ड ऑफिस)
  विक्रांत कॉम्प्लेक्स, तपोवन मंदिराजवळ,
  पिंपरी, पुणे : 411 017.
  फोन : (020) 27412576, 27411240
- **मनन आश्रम :**
  सर्व्हे नं. ४३, सणस नगर, नांदोशी गांव,
  किरकटवाडी फाटा, तालुका : हवेली,
  जि. पुणे: 411 024. फोन : 09921008060

तेजज्ञान इंटरनेट रेडिओ

- तेजज्ञान इंटरनेट रेडिओद्वारे २४ तास ३६५ दिवस, सरश्रींच्या प्रवचन आणि भजनांचा लाभ घ्या. त्यासाठी पाहा लिंक – http://www.tejgyan.org/internetradio.aspx

---

e-books

The Source • Complete Meditation • Ultimate Purpose of Success • Enlightenment • Inner Magic • Celebrating Relationships • Essence of Devotion • Master of Siddhartha • Self Encounter and many more e-books available.
Also e-books available in Hindi on gethappythoughts.org

Free apps

U R Meditation & Tejgyan Internet Radio on all platforms like Android, iPhone, iPad and Amazon

e-magazine

'Yogya Aarogya' & 'Drushtilakshya'
emagazines available on www.magzter.com

e-mail

mail@tejgyan.com

Website
www.tejgyan.org, www.gethappythoughts.org

* नम्र निवेदन *

विश्वशांतीसाठी लाखो लोक दररोज सकाळी आणि रात्री ९:०९ मिनिटांनी प्रार्थना करत आहेत. कृपया, आपणही यामध्ये सहभागी व्हा.

www.ingramcontent.com/pod-product-compliance
Lightning Source LLC
LaVergne TN
LVHW040137080526
838202LV00042B/2934
9788184153736